கோணல் கோடுகள்...

ஆண்டியப்பன்

கோணல் கோடுகள்...

* ஆசிரியர்: ஆண்டியப்பன்
* முதற்பதிப்பு: மே 2022
* பக்க வடிவமைப்பு: கி. ஆஷா
* அட்டை ஓவியம்: எம். எஸ். கார்த்தி
* அட்டை வடிவமைப்பு: M Creative

Book Name & Author Name: **Konal Kodukal** by **Andiappan**

© *Andiappan*

Published by:

Muthanmozhi Publications,
An imprint of Thadagam Publications,
No.112, First Floor, Thiruvalluvar Salai
Thiruvanmiyur, Chennai 600 041
Mob: +91-98400-70870
www.thadagam.com | info@thadagam.com

ISBN: 978-93-93361-15-8

Published on May 2022

Price: ₹ 220

பொறுப்புத் துறப்பு

இந்தக் கதை முழுக்கமுழுக்க கற்பனையே. இந்தக் கதையில் வரும் இடங்கள், பாத்திரங்களின் பெயர்கள், அவர்களின் தொழில்கள், உருவ ஒற்றுமைகள், உரையாடல்கள், நிகழ்வுகள் எல்லாம் கற்பனையாகப் புனையப்பட்டது. இதில் ஏதாவது ஒன்று உங்கள் வாழ்க்கையோடு ஒத்திருந்தால், அது தற்செயலாக நிகழ்ந்ததே. கதையின் ஆசிரியரோ, பதிப்பகத்தாரோ அதற்கு எந்த விதத்திலும் பொறுப்பு ஏற்க மாட்டார்கள்.

ஆசிரியரைப் பற்றி

ஆண்டியப்பன் என்ற புனைப்பெயரில் சிறுகதை, கவிதை, நாவல் எழுதும் இந்த நூலின் ஆசிரியர் பெயர் அண்ணாதுரை இராஜாராம். இவர் தற்போது அமெரிக்காவில் வசித்து வருகிறார். 'விண்ணவன்' என்ற பெயரில் அறிவியல் சார்ந்த நாவலைத் தொடர்ந்து, 'கோணல் கோடுகள்' என்ற இந்த நாவலையும் எழுதி இருக்கிறார்.

வாழ்த்துரை

வித்தியாசமான, விறுவிறுப்பான நாவல்.

'கோணல் கோடுகள்' என்ற தலைப்பில் திரு. ஆண்டியப்பன் எழுதிய புதினம் சிறந்த அற்புதமானதொரு படைப்பாகும். வித்தியாசமான கோணத்தில் எழுதப்பட்ட இந்த நாவலில், மனநல மருத்துவர், மிகப் பொறுமையுடன் தாராவின் கூற்றைச் செவி மடுக்கும்போது, நமக்குச் சுவாரசியம் மேலோங்குகிறது. கதை வித்தியாசமாக நகர்வது, நமக்கு ஆர்வத்தைத் தூண்டுகிறது.

கதைமாந்தர்களின் குணாதிசயங்கள், சரித்திரகால நிகழ்வுகள், அரண்மனை, காடு, வர்ணனைகள் யாவும் மிகமிக அருமை. எல்லா நிகழ்வுகளும் தாராவுடனே நாம் பயணிப்பது போலவும், அந்நிகழ்ச்சிகளில் பங்கேற்பது போலவுமான உணர்வுகள் விறுவிறுப்புடன் நம்மை ஆட்கொள்கின்றன. கீழே வைக்க முடியாத அளவுக்குச் சுவாரசியம். வித்தியாசமான முடிவைத் தந்து, வெற்றிகரமாக முடித்த ஆசிரியர் திரு. ஆண்டியப்பன் அவர்களுக்கு வாழ்த்துகளும், பாராட்டுகளும்.

அன்புடன்,

செ. வ. மதிவாணன்,
B.Sc., M.A., M.Ed., M. Phill.,
முதுகலைத் தமிழாசிரியர்,
(பணி நிறைவு),
செயலாளர்,
கள்ளக்குறிச்சி மாவட்டத் தமிழ்ச்
சங்கங்களின் கூட்டமைப்பு.

அணிந்துரை

*கா*லத்தின் வழியாக 'எதேச்சையாக' பயணிப்பதாக முதலில் தெரிந்தாலும் ஏதோ ஒன்று காலங்களிடையே இணை உலகங்கள் (parallel universe) வாயிலாகப் பன்னுலகில் (multiverse), நாயகி பயணிப்பதாக இந்தக் கதை தொடர்கிறது.

நல்ல கற்பனைவளத்துடன் கையாளப்பட்ட கதை ஓட்டம் எதிர்காலத்தை போன்ற ஒரு காட்சி அமைப்பையும், கடந்த காலத்தைப் போன்ற ஒரு காட்சி அமைப்பையும் அடுத்தடுத்து இரண்டு இணையுலகில் காண்பித்து பன்னுலக நிகழ்வைக் கூறியுள்ள விதம் வியப்பு.

விறுவிறுப்பாகச் செல்லும் இந்தக் கதையின் முடிவு நான் சற்றும் எதிர்பாராத ஒன்று.

இலால் ஆலம்
B.E., M.S (Nanotechnology & Quantum Computing)
CEO, Qubitor Pvt Ltd
சிங்கப்பூர்

நன்றியுரை

கள்ளக்குறிச்சி மாவட்டத் தமிழ்ச் சங்கங்களின் கூட்டமைப்பின் செயலாளர் திரு. செ. வ. மதிவாணன் அவர்கள், இந்தப் புதினத் தைப் படித்ததன் காரணம் அவரின் ஊழ்வினையே அன்றி வேறு இல்லை. பெருந்தொற்றுக் காலகட்டத்தில், சொந்த ஊர் திரும்ப முடியாமல் சென்னையில் சிக்கிக்கொண்டார். தீவிர வாசிப்புப் பழக்கம் கொண்ட அவருக்கு, என் தம்பி லெனின் வாயிலாக, இந்தப் புதினத்தின் முதல் வரைவை அனுப்பிவைத்தேன். படித்து முடித்தவுடன் எனக்கு இரண்டு பக்க அளவுக்கு வாழ்த்துச் செய்தி அனுப்பினார். நான் மேலும் எழுதுவதற்கு மிக உந்துதலாக, உரமாக அவை இருக்கும். மிக்க நன்றி மதிவாணன் அய்யா.

திரு. இலால் ஆலம் அவர்களைக் கீச்சகத்தில் (Twitter) பின் தொடரும் பல ஆயிரக்கணக்கான நபர்களில் நானும் ஒருவன். அவர் கீச்சுகளில் (Tweets) அறிவியல் சார்ந்த தகவல்கள், அழகுத் தமிழில் மிளிரும். அறிவியல் கலந்த கதைகள் பல எழுதியுள்ளார். அறிவியலில் ஆர்வமுள்ளவர்கள் அவரை அவசியம் கீச்சகத்தில் பின்தொடரவும். அவரிடம் 'கோணல் கோடுகள்' என்ற இந்தப் புதினத்துக்கு மதிப்புரை வேண்டினேன். ஓர் இரவுக்குள், படித்து முடித்து மதிப்புரை எழுதித்தந்த நண்பர் இலால் அவர்களுக்கு நன்றிகள் பல.

பிழைத்திருத்தம் செய்தமைக்கும், தொடர்ந்து தரும் ஊக்கத் துக்கும், அண்ணன் திரு. இரா. ஜெயப்பிரகாசம் அவர்களுக்கும், மைத்துனர் திரு. க. திருமாறன் அவர்களுக்கும், அட்டைப் படம் வடிவைத்த திரு. எம். எஸ். கார்த்தி அவர்களுக்கும் நன்றிகள் பல.

இந்த நாவலை ஒரு மாதத்தில் எழுதி முடித்தாலும், சில காரணங்களால் ஓர் ஆண்டுக்கு மேலாக அச்சில் ஏறாமல் இருந்தது. தொடர்புகொண்ட ஒரு மாதத்தில் புத்தகமாக வெளி யிட்ட தடாகம் பதிப்பகம் திரு. அமுதரசன் பால்ராஜ் அவர்களுக்கு நன்றிகள் பல.

இந்த நூலைப் படித்த, படிக்கவிருக்கும் வாசகர்களுக்கு என் நெஞ்சார்ந்த நன்றிகள். இந்தப் புதினத்தைப் பற்றிய உங்களுடைய கருத்துகளை andy.rajaram@yahoo.com என்ற மின்னஞ்சலுக்குத் தெரியப்படுத்தினால், எனது அடுத்த முயற்சிகளுக்கு அவை பெருந் துணையாக இருக்கும்.

வாருங்கள் கதைக்குள் பயணிப்போம்.

நன்றி,

ஆண்டியப்பன்

andy.rajaram@yahoo.com

@Andyappan2

பகுதி 1

யானும் நீயும் எவ்வழி அறிதும்
செம்புலப் பெயர்நீர் போல
அன்புடை நெஞ்சம் தாம் கலந்தனவே

- செம்புலப் பெயனீரார்

விக்டரின் கார் சென்னை நகரின் போக்குவரத்து மிகுந்த சாலையிலிருந்து வேளச்சேரியில் ஒரு குடியிருப்புச் சாலைக்குத் திரும்புகிறது. முகத்தில் இரண்டு வாரம் மழிக்கப்படாத சோகம். சராசரி வேகத்தைவிட மிக மெதுவாக காரை ஓட்டிக்கொண்டு, தாரா வசிக்கும் தெருவுக்குத் திரும்புகிறான். தெருவின் கோடியில் அவன் வீட்டின் வெளியே நின்றிருந்த பிரேம், விக்டரின் காரைப் பார்க்கிறான். பார்த்துவிட்டு கண்சாடையில் அருகில் நின்றிருக்கும் வினய்க்கு, 'காரைப் பார்' என்கிறான். வினய் தலையைத் திருப்பி கடந்து சென்ற விக்டரின் காரைப் பார்க்கிறான். அதைக் கண்ணாடி வழியே விக்டர் கவனிக்கத் தவறவில்லை. அவர்கள் இருவரும் தன்னைப் பற்றித்தான் பேசியிருக்க வேண்டும். ஒருவேளை இவர்களைப் பற்றி தாரா சொல்வது சரியோ என்று நினைத்தவாறு தாராவின் வீட்டின் முகப்பில் காரை நிறுத்துகிறான்.

வீட்டுக்குள் வாசலுக்கு நேரே தரையில் அமர்ந்திருந்த தாராவின் அம்மா கவிதா காருக்குள் தெரிந்த விக்டரைப் பார்த்தார். பார்த்ததும் வெட்டென்று முகத்தை வேறு பக்கம் திருப்பிக்கொண்டார். கதவுக்குப் பக்கத்தில் சோபாவில் அமர்ந்து செய்தித்தாள் படித்துக் கொண்டிருந்த தாராவின் அப்பா இராமசுப்பு "யாரு?" என்று கேட்டார். கவிதாவின் முக இறுக்கத்தைப் பார்த்த இராமசுப்பு வந்தது விக்டர்தான் என்று அறிந்துகொண்டு, செய்தித்தாளைத் தொடர்ந்து படிக்க ஆரம்பித்தார்.

வெளிவாசலில் காலணிகளைக் கழற்றிவிட்டு உள்ளே வந்த விக்டரை, 'வா' என்று சொல்லாமல் உட்கார்ந்த நிலையிலேயே கால்களைச் சற்று மடக்க முயற்சித்து மரியாதை செலுத்த முற்பட்டார் கவிதா. விக்டர் வந்ததை இப்போதுதான் அறிந்து கொண்டது போல, செய்தித்தாளில் இருந்து தலையைச் சற்று உயர்த்தி, "உக்காருங்க" என்றார் இராமசுப்பு. இந்த மரியாதை எல்லாம் எதிர்பார்த்த ஒன்றுதான் என்று நினைத்த விக்டர் அதைப் பற்றிப் பெரிதாகக் கவலைப்படாமல் இராமசுப்புவுக்கு நேர் எதிரில் உள்ள சோபாவில் அமர்ந்தான்.

அடுத்த அறையில் இருந்து வெளியே வந்த தாராவின் தங்கை சௌமியா, "வாங்க மாமா, காஃபி குடிக்கிறீங்களா?" என்று சற்றுச் சிரித்த முகத்துடன் கேட்டாள்.

"போய் கொண்டுவா" என்றார் அதட்டலுடன் கவிதா.

"தாரா ரூம்லயா இருக்கா?" என்று கேட்ட விக்டருக்குப் பதில் ஏதும் சொல்லாமல் செய்தித்தாளின் பக்கத்தில் எதையோ தேடுவது போல தலையை மேலும்கீழும் ஒரு தடவை ஆட்டி கண்ணாடி வழியே கண்களால் துழாவினார். பதில் வராததால் விக்டர், கவிதாவைப் பார்க்கவே, கவிதா 'ஆமாம்' என்று சொல்லாமல் தலையை மட்டும் மெதுவாக ஆட்டினார்.

தன் அறையில் கட்டிலில் முதுகைச் சாய்த்து, தரையில் உட்கார்ந்திருந்த தாரா, விக்டர் வந்துவிட்டதை உணர்ந்து அவர்கள் பேசுவதைக் கேட்க ஆரம்பித்தாள்.

"டாக்டருக்கு ஃபோன் பண்ணி அப்பாய்ண்மெண்ட் கன்ஃபார்ம் பண்ணிட்டேன். மதியத்துக்குள்ளே எப்ப வேணும்னாலும் வரச் சொல்லிட்டார்" என்று விக்டர் சொன்னதும், முந்தானையை எடுத்து கண்ணீரைத் துடைத்துக்கொண்டார் கவிதா.

யாரும் பேசவில்லை. இறுக்கமான சூழ்நிலையில் இரண்டு நிமிடங்கள் கழிந்தது. காஃபியை விக்டருக்கு முன்பு இருந்த தேநீர் மேசையில் வைத்தாள் சௌமியா.

"காலேஜ் போகலையா சௌமியா?"

"அக்காகூட இருக்கலாம்னு இன்னைக்குப் போகல மாமா."

"தாரா தூங்கறாளா?"

"காலையில எழுந்து குளிச்சா. டிஃபன் சாப்பிட்டு, அவ ரூமுக்குப் போயிட்டா. தூங்கறான்னு நினைக்கிறேன்."

"எப்படி இருந்த பொண்ணு, இப்படி ஆயிட்டாளே" என்று அழத் தொடங்கிவிட்டார் கவிதா.

"அழாதீங்க அத்தை. ரெண்டு இல்ல மூணு கன்சல்டிங்கில் சரியாயிடுவான்னு டாக்டர் சொல்றார்."

"எம் பொண்ணு பைத்தியம்ன்னு தெருவே பேசுது. யாரோ செய்வினை வெச்சிட்டாங்க" என்று சொல்லி உரக்கவே அழுதார் கவிதா. அந்த அழுகையில் தாராவைப் பற்றிய கவலையைவிட அந்தத் தெருவில் உள்ளவர்கள் பேசும் பேச்சுக்கே கவலைப்படு பவர் போலத் தெரிந்தது. 'யாரோ' என்று கவிதா சொல்வது தன் குடும்பத்தைத்தான் சொல்கிறார் என்பது விக்டருக்குத் தெரியாதது அல்ல. எதையோ சொல்ல வாயெடுத்தான். இதற்கிடையில் அழுகின்ற கவிதாவை ஆறுதல் படுத்தாமல் இராமசுப்பு செய்தித் தாளில் இருந்து பார்வையை விலக்காமல், "பொருளெல்லாம் ஒடைக்கிற அளவுக்குப் போயிட்டா, பேச மாட்டாங்களா பின்னே."

பிறகு விக்டரைப் பார்த்து, "அதுக்குத்தான் நான் அப்பவே எவ்வளவோ சொன்னேன். நீங்களும் கேக்கல. எனக்குப் பொறந்ததும் கேக்கல" என்று எரிகின்ற நெருப்புக்கு எண்ணெய் சேர்த்தார்.

முப்பது வயதுக்கு கீழே உள்ள விக்டர், தன் வயதுக்கு ஏற்ப கோபம் அவனை மீறி வந்தது. தன் குடும்பத்தையும், தன்னையும் இப்படித் தரக்குறைவாகப் பேசுவதை தாராவுக்காகப் பொறுத்துக் கொண்டான். எச்சிலை மென்று விழுங்கி, வந்த கோபத்தை அடக்கிக்கொண்டான். "அதுக்கு யார் என்ன பண்ண முடியும் மாமா?" என்று மிக அமைதியாகக் கேட்டான்.

இதற்கு மேலும் அங்கு உட்கார்ந்து இருந்தால், தனக்கு வருகின்ற கோபத்தில் ஏதாவது வார்த்தையை விட்டுவிடுவோமோ என்ற அச்சத்தில், எழுந்து தாரா இருக்கும் அறைக்குச் சென்றான்.

தன் ஆள்காட்டி விரலைத் திருப்பிக் கதவை இரண்டு தடவைகள் தட்டி, "தாரா தூங்குறியா?"

தாரா அமைதியாக உட்கார்ந்து இருந்தாள்.

முதன் மொழி 17

மீண்டும் கதவைத் தட்டி, "தூங்குறியா தாரா?"

தாரா எழுந்துவந்து உள்தாழ்ப்பாளை மட்டும் விலக்கி, கதவைத் திறக்காமல் திரும்பவந்து கட்டிலில் உட்கார்ந்து, முகத்தைக் கதவுக்கு எதிர்பக்கம் திருப்பிக்கொண்டாள்.

கதவைத் திறந்து உள்ளே வந்த விக்டர், அவளருகே அமர்ந்து, ஒரு விரலால் அவள் காதை மூடியிருந்த முடிக்கற்றையை எடுத்து காதுக்குப் பின்னால் விட்டு, விரல்களால் தலைமுடியைச் சிக்கெடுத்தான்.

"தாரா."

"ம்."

சிறு மௌனத்திற்குப் பிறகு, "அப்பாய்ண்மெண்ட் வாங்கிட்டு தானே வந்து இருக்க. என்னை மெண்டல்ன்னே முடிவு பண்ணிட்டியாடா? நான் பேசறதுனாலதானே நீ அந்த முடிவுக்கு வருவே. நான் இனிமே பேசவேயில்லை. எதைப் பத்தியும் பேசலே. நடந்தது எல்லாம் என்னோடு போகட்டும். என்னை நம்ம வீட்டுக்குக் கூட்டிக்கிட்டுப் போயிடு" குரல் உடைந்து அழுகிறாள்.

"இல்லை டால். அங்கே நானும் நீயும் மட்டும்தான். நாலாவது மாடி பயமா இருக்குதுன்னு சொன்னே. ஊரில் இருந்து எங்க அம்மா வந்தா இன்னும் பிரச்னையாயிடும். உங்க அம்மாவையும், சௌமியாவையும் பார்த்தாலாவது" என்று வார்த்தைகளை இழுத்தான்.

"பார்த்தா என்ன? என் பைத்தியம் தெளிஞ்சிடும். அவ்வளவு தானே?"

"ஏன் இப்படிப் பேசறே தாரா? இங்கே இருந்தா உனக்குக் கொஞ்சம் பொழுதுபோகும்ன்னுதான் நாம இங்கே வந்தோம். நீ இங்க நேத்து ஏதோ ஒரு பொருளைப் பார்த்து பயந்து அலறி, அதை வெறிபிடிச்ச மாதிரி உடைச்சியே. நானே பயந்திட்டேன். அக்கம்பக்கத்தில் இருந்து ஆளுங்க வந்து விசாரிக்கிற அளவுக்கு நடந்துக்கிட்ட."

"இங்க இருக்கிறவங்கதான் என்னைப் புரிஞ்சிக்கல, நீயுமாடா? எங்க அம்மாவைவிட நீ பெரிய லூசா இருக்கேயடா. அந்தப்

பொருள் என்னான்னு தெரியுமா உனக்கு?" என்று சொல்லி மார்பில் முகம் புதைத்து உரக்கவே அழுகிறாள்.

மூன்று வருடக் காதலை, தாராவும் விக்டரும் சிரமப்பட்டு திருமணத்தில் முடித்தார்கள். திருமணமான ஒரு மாதத்தில் அவன் வாழ்க்கை இப்படி ஆகும் என்று அவன் கனவிலும் நினைக்க வில்லை. தாரா இப்படி அழுகிறாளே என்று நினைத்து மனம் தாங்காமல் அவன் கண்களில் கண்ணீர் கோர்த்தது. வெளியில் இருக்கும் மாமனாருக்குத் தெரிந்தால், அதற்கும் நக்கலாக ஏதாவது சொல்வார் என்று எண்ணி கண்ணீரைத் துடைத்துக்கொண்டான். குழந்தையின் முதுகைத் தட்டித் தூங்க வைப்பதுபோல, அவள் முதுகை சிறிது நேரம் தட்டிக்கொண்டிருந்தான். அதே கையை உயர்த்தி, கைக்கடிகாரத்தில் மணி பார்த்தான். அவள் அழுவது வெளியில் இருக்கும் கவிதாவுக்குக் கேட்டது. என்னவென்று விசாரிக்க எழுந்த கவிதாவை, 'போகாதே' என்று கையைக் காட்டி மீண்டும் அமர வைத்தார் இராமசுப்பு.

விக்டர் தாராவின் தலையிலும் நெற்றியிலும் முத்தமிட்டான். தலையை உயர்த்திப்பார்த்த தாராவின் உதட்டிலும் அழுத்தி முத்த மிட்டான். பிறகு, "வா போலாம்" என்றான்.

சட்டென்று அவனைத் தள்ளிவிட்டு, "நான் வரல" என்று சொல்லி அறையைவிட்டு வெளியே வந்தாள். வெளியே நின்றிருந்த சௌமியாவை ஒரு பார்வை பார்த்துவிட்டு, அம்மாவின் அருகில் சோபாவில் அமர்ந்துகொண்டாள்.

அவளைத் தொடர்ந்துவந்த விக்டர், "ஏன் தாரா இப்படி அடம் பிடிக்கிறே? ஒரு தடவை போவோம். உனக்குப் பிடிக்கலேன்னா அப்புறம் போக வேண்டாம்." இந்த வீட்டில் தாராவைத் தவிர தன்னை மதிக்கும் ஒரே ஆள் சௌமியாதான். தாராவுக்கும் சௌமியாவை மிகவும் பிடிக்கும். இவள் சொன்னால் தாரா கேட்பாள் என்று எண்ணி, "சௌமி, நீ கொஞ்சம் சொல்லேம்மா" என்று சௌமியாவைப் பார்த்துச் சொன்னான்.

"மாமா இப்படி சொல்றார். ஒரு தடவை போய்த்தான் பாரேன் அக்கா."

உலகமே எதிராக இருக்கிறது. இதில் சின்னப் பெண் சௌமியாவும் தனக்கு அறிவுரை சொல்வதைப் பார்த்து எரிச்சல் அடைந்து, "ஏன்? டாக்டர் என்னை பைத்தியம்ன்னு சொல்லுவான். அப்புறம் நீ இவனைக் கல்யாணம் செஞ்சிக்கிலாம்ன்னு பாக்கறே. அதுக்குத்தானே" என்று சௌமியாவிடம் சீறினாள்.

தாராவிடம் இருந்துவந்த இந்த வார்த்தைகளைக் கேட்டு இராம சுப்பு உட்பட எல்லோரும் அதிர்ந்துபோனார்கள். விக்டர், "ஓ ஜீசஸ்" என்று பதறி, நெற்றியையும் மார்பையும் தொட்டு சிலுவை வரைந்தான்.

தாராவின் வார்த்தைகளைவிட, விக்டரின் கிறித்துவ வழிபாடு, இராமசுப்புவுக்கு அந்தச் சைவ ஆசாரமிக்க வீட்டில் மிக அன்னிய மாகத் தெரிந்தது. "நீ உள்ளே போடி. பெரிய மனுஷி மாதிரி முன்னாலே நிக்கறது" என்று சௌமியாவைப் பார்த்து உறுமினார்.

அப்பாவின் ஏச்சுகளும் பேச்சுகளும் இந்த வீட்டில் புதிது அல்ல. ஆனால், அக்காவிடம் இருந்து இப்படி ஒரு பேச்சு வந்ததை சௌமியாவால் தாங்கிக்கொள்ள முடியவில்லை. இப்படிச் சொல்லி விட்டாளே என்ற அவமானம் வேறு. உட்கார்ந்திருந்த தாராவை ஒரு கணம் பார்த்தாள். இந்த உலகம் உன்னைப் பைத்தியக்காரி என்று சொல்வது ஒருவேளை உண்மையோ என்பதுபோல இருந்தது அந்தப் பார்வை, அவமானம் ஆற்றாமை எல்லாம் சேர்ந்து கண்ணீராய் உருண்டது. அவள் அறைக்கு ஓடிச்சென்று கதவைத் தாழிட்டுக்கொண்டாள் சௌமியா.

தாரா இப்படிச் சொல்வாள் என கவிதா கொஞ்சம்கூட எதிர் பார்க்கவில்லை. குடும்பத்தின் அமைதி ஒரு மாதத்தில் இப்படி குலைந்துபோச்சே என்ற கவலையில், அங்கிருக்கப் பிடிக்காமல் கவிதா கனத்த இதயத்துடன் எழுந்து சமையலறைப் பக்கம் சென்றார்.

நான் ஏன் இப்படிப் பேசினேன்? பாவம் சௌமி. என்னையும் விக்டரையும் சேர்த்துவைக்கிறதுக்கு எப்படி எல்லாம் உதவி செய்தாள். அவ எந்த முகத்தை வச்சிக்கிட்டு இனி விக்டரைப் பார்ப்பாள். அவளை ஒரு குழந்தையைப் போல எண்ணிப் பேசுவானே விக்கி. எனக்கு எந்தப் பொருள் வாங்கினாலும் அவளுக்கும் ஒண்ணு சேர்த்து வாங்குவானே. இனி அவனாலே சௌமிகிட்டே பேசவே முடியாது. பேசுறது என்ன, அம்மாவும்

அப்பாவும் பார்க்கவே விட மாட்டாங்க என்று நினைத்து வேதனையில் தலை கவிழ்ந்தாள்.

"தாரா. நீ இப்படிப் பேசினது எனக்கு வருத்தம் இல்லை. நீ எவ்வளவு மன அழுத்தத்தில் இருக்கிறேன்னு நல்லாத் தெரியும். நீ என் நிலைமையும் கொஞ்சம் யோசித்துப்பார். ஆளாளுக்கு ஒண்ணு சொல்றாங்க. எங்கியாச்சும் வெளியே போயிட்டு வாங்கன்னு அம்மா சொல்றாங்க. வெளியே போய்த்தான் இப்படி ஆச்சு."

விக்டர் பேசுவதைக் கேட்டுக்கொண்டு இருந்தாலும், சௌமிக்கு எப்படி ஆறுதல் சொல்வதென்று யோசித்துக்கொண்டிருந்தாள் தாரா.

"ஆனா நேத்து நீ ரொம்ப கலாட்டா பண்ணவேதான் நான் அப்பாயிண்ட்மென்ட் வாங்கிட்டு வந்தேன்."

அப்பாயிண்ட்மென்ட் என்ற சொல்லைக் கேட்டு ஆத்திர மடைந்து, "ஏன்டா, என்னைப் புரிஞ்சிக்கவே மாட்டேங்கற. நான் பைத்தியம் இல்லடா" என்று உரக்கவே பேசினாள் தாரா.

விக்டரை 'டா' போட்டு பேசுவது ஆண் இனத்தையே அவமானப் படுத்துவதாகக் கருதிய இராமசுப்பு, "தாரா, மரியாதையாப் பேசணும்" என்று கண்டிப்புடன் தாராவைப் பார்த்து முறைத்தார்.

'ஆமா, இவரு தினம் காலையிலே குளிச்சிட்டு, ஈரத்துண்டு மட்டும் கட்டிக்கிட்டு 'பித்தா பிறை சூடி பெருமானே'ன்னு எனக்குப் புத்தி தெரிஞ்சதிலிருந்து கடவுளைப் பித்தன்னு பாடி வேண்டிக்கிட்டு இருக்காரு. என்னைப் பார்த்து எவனாவது கிறுக்குன்னு சொன்னா, நான் உடனே டாக்டரைப் பார்க்கணுமா?' அப்படின்னு அப்பாவைப் பார்த்து தாராவுக்குக் கேட்கத் தோன்றியது, ஆனால் கேட்கவில்லை.

"தாரா, எனக்குப் பயமா இருக்கு. நான் இப்போ என்ன செய்யட்டும்?" ஒரு கையைத் தூக்கிக் கெஞ்சுவதுபோலக் கேட்டான் விக்டர்.

"நான் பேசுனாதானே நீங்க எல்லாம் என்னைக் கிறுக்குன்னு சொல்றீங்க. பேசவேயில்லை. இனிமே ஒரு வார்த்தை பேசலை. போதுமா. பேசாமத்தான் இருந்தேன். அந்தக் கருமம்புடிச்ச

பொருள் நேத்து என் கண்ணிலே படலேன்னா நான் இன்னைக்கு ரொம்ப நல்லவளா இருந்திருப்பேன்."

"தாரா, எந்த ஒரு விஷயமும் சின்னதாக இருக்கும்போதே சரிப்படுத்திடணும்" என்று சொன்ன விக்டரைப் பார்த்து ஆத்திரம் வந்தது தாராவுக்கு. சரி பேச வேண்டாம் என்று அவனைக் கோபத்துடன் பார்த்தாள்.

"டாக்டரைப் பார்க்கலாமா? வேணாமா?"

"நான் வரல. நீ அதை கேன்சல் பண்ணிடு."

பிடி கொடுக்காமல் மறுத்துப் பேசும் தாராவை எப்படி வழிக்குக் கொண்டுவருவது என்று தெரியாமல், "நீ டாக்டர்கிட்ட வரலேனா, நான் என் வீட்டுக்குப் போறேன்."

'என் வீட்டுக்கு' என்பதை அழுத்திச் சொன்னதன் வீரியத்தைப் புரிந்துகொண்ட இராமசுப்பு, எங்கே விக்டர் தாராவைப் பிரிந்து விடுவானோ என்ற பயத்தில், "தாரா, நீ ரொம்பத்தான் ஆடற. நீ ஆடுற இந்த ஆட்டத்தை எல்லாம் பார்த்துக்கிட்டு யாரும் இவ்வளவு பொறுமையா இருக்க மாட்டாங்க. அவர் என்ன சொல்றாரு. டாக்டர்கிட்ட போலாம்னு சொல்றாரு. சளி காய்ச்சல்ன்னா டாக்டர்கிட்ட போறதில்லயா. ஒரு தடவை போயிட்டு தான் வாயேன்."

சமையல் அறையில் இருந்து இதைக் கேட்டுக்கொண்டிருந்த கவிதா, வெளியே வந்து, "வீட்லேயே இப்படி முடங்கிக் கிடக்கிறயே. கொஞ்சம் வெளியேதான் போயிட்டு வாயேன்" என்று அவர் பங்கிற்கு அவரும் சொன்னார்.

எல்லோரும் தனக்கு எதிராகத் திரும்பிவிட்டதை எண்ணி, இதற்கு மேல் இங்கு இருந்தால் பேச்சு வளரும், வீண் சண்டையை வளர்க்க வேண்டும் என்று நினைத்து, "சரி போலாம் வா" என்று வெடுக்கென்று தன் அறைக்குச் சென்று தன்னைத் தயார்படுத்திக்கொண்டு வெளியே வந்த தாரா, சௌமியாவின் அறையைப் பார்த்தாள். அறையின் கதவு சாத்தியிருந்தது. கத வருகில் சென்று, "சௌமி" என்று அழைத்த குரலுக்குப் பதில் இல்லை. "நான் போறேன். சாரிடி" என்று சொல்லி, பதிலுக்குக் காத்திருக்காமல் விடுவிடு என்று நடந்து வெளிவாசல் தாண்டி காரின் அருகில் வந்தாள்.

விக்டர் திரும்பி கவிதாவைப் பார்த்து, "நான் கிளம்புறேன் அத்தை."

"டாக்டர்கிட்ட எல்லாத்தையும் சொல்லுங்க. நானும் கூட வரட்டா?"

அத்தையை அழைத்துக்கொண்டு போகலாமா என்று ஒரு கணம் நினைத்தான். ஆனால், இவர் வந்தால், அந்த டாக்டரே இன்னொரு டாக்டரைத் தேடிப்போகும் அளவுக்கு அமர்க்களம் செய்வார்களே என்ற பயத்தில், "வேணாம் அத்தை. நானே பாத்துக்கிறேன்" என்று சொல்லி காருக்கு நடந்தான்.

தாராவையும் விக்டரையும் கம்பி வைத்த இரும்புக் கதவின் சந்து வழியாகப் பார்த்த எதிர்வீட்டு நாய், 'லொள் லொள்' என்று மிகுந்த ஆக்ரோஷத்துடன் அடித்தொண்டையிலிருந்து குரைத்தது. விக்டர் இந்தத் தெருவுக்கும் இந்த நாய்க்கும் புதியவன். ஆனால், தாரா அந்த நாயை ஆறு வருடமாகப் பார்த்துக்கொண்டிருக்கிறாள். இருந்தாலும் அவளைப் பார்த்தும் அது குரைப்பதை நிறுத்தவில்லை. நாய் குரைப்பதைப் பார்த்து விக்டர் பயந்து, உள்ளேயே நின்றான்.

"மேக்னா! அது தாராவும், அவ வீட்டுக்காரரும்" என்று கொஞ்சுகிற குரலில் மேக்னா வீட்டில் இருந்து ஒரு பெண் குரல். உடனே மேக்னா அடங்கினாள்.

"பயப்படாம வா விக்கி. அந்த இரும்புக் கதவு மூடித்தான் இருக்கு" என்று தாரா சொன்னதும், விக்கி பயந்தபடியே வெளியே வந்தான்.

"அது வெளியே வந்தா அவ்வளவுதான் தாரா. ஒரு கிலோ கறியை நம்ம உடம்பிலே இருந்து எடுக்காம விடாது."

"அது கடிக்காது வாடா."

"எப்படிச் சொல்ற தாரா? குரைக்கிற நாய் கடிக்காது. அதை வெச்சி சொல்றியா?"

"இல்லை, மூணு மாசத்துக்கு முன்னாடி, அந்த வீட்டுக்கு நடு ராத்திரியிலே ஒரு திருடன் வந்தானாம். இது அவனைப் பார்த்து வாலை ஆட்டிக்கிட்டு இருந்ததாம்."

"உனக்கு அதைப் பார்த்தா பயமே இல்லையா தாரா?"

“புலியே எம்மேல பாய்ஞ்சிருக்கு, போவியா” என்று சொல்லி விட்டு, தலை கவிழ்ந்து கண்களை மட்டும் உயர்த்தி விக்டரைப் பார்த்தாள்.

விக்டர் அவளை முறைத்துப் பார்க்கவே, “சரி பேசல வா” என்று சொல்லிக்கொண்டே காரினுள் அமர்ந்தாள்.

விக்டர் காரைத் திருப்பி வந்தவழியே சென்றான். தெருவின் கோடியில் நின்றுகொண்டிருந்த பிரேம், ‘கார் வருகிறது’ என்று வினையிடம் சொல்லியிருக்க வேண்டும். வினய் திரும்பி காரைப் பார்த்தான்.

அதைப் பார்த்த தாரா, “பொறுக்கி ராஸ்கல். என் கையால தான்டா உனக்கு இங்க சாவு” என்று மெதுவாகப் பேசினாலும் அது விக்டருக்குக் கேட்டது.

“தாரா என்ன இது ?”

“டேய் விக்கி. அவன் எவ்வளவு பெரிய அயோக்கியன்னு உனக்குத் தெரியாது.”

சற்றுக் கடுப்புடன், “இப்போதான் இது மாதிரி பேச மாட்டேன் அப்படீன்னு சொன்ன. மறுபடியும் பேச ஆரம்பிச்சிட்ட.”

மேற்கொண்டு இதுபற்றி பேச விரும்பாமல் அமைதியானாள். ஆனாலும், பிரேமை கார் கடந்து செல்லும்போது, தாரா அவனைக் கொலைசெய்துவிடுவதுபோல ஆத்திரத்துடன் பார்த்ததை விக்டர் கவனிக்கத் தவறவில்லை.

கார் போய்க்கொண்டிருக்கிறது. யாரும் பேசவில்லை. தாரா அமைதியாக இருப்பது விக்டரை என்னமோ செய்தது.

“ஏய் டால், நாம எப்படியெல்லாம் இருந்தோம். எல்லோரும் நம்மை ‘லக்கி கபுல்’ அப்படின்னு சொல்வாங்களே.”

அவனுக்குப் பதில் சொல்ல தாராவுக்கு விருப்பம் இல்லை. பேசினால் வம்பு வளர்கிறது. தாரா சொல்வதை விக்கி உட்பட யாரும் நம்பத் தயாராக இல்லை. அவள் விக்டருடன் இருந்த அந்த இனிய நாட்களை நினைத்துக்கொண்டாள்.

“இந்தப் பிரபஞ்சம், பல நட்சத்திர மண்டலங்களை, உள் ளடக்கியது. நட்சத்திர மண்டலங்களை நாம் தமிழிலே அண்டம் என்றும் குறிப்பிடலாம். நம்முடைய அண்டத்தின் பெயர் பால் வழி. நமக்குப் பக்கத்தில் இருக்கும் அண்டத்தின் பெயர் அன்றோமீடா. இவை இரண்டும் ஈர்க்கப்பட்டு...”

ஒரு குறுந்தகவல் வந்ததால் ஒரு கைபேசி மிக மெதுவாக அதிர்ந்தாலும், அந்த வகுப்பில் அது எல்லோருக்கும் கேட்டது. அது இருபது மாணவர்கள் அடங்கிய முதுகலை வான் இயற்பியலுக் கான வகுப்பு. மாணவர்களும், மாணவிகளும் கலந்து அமர்ந்து இருக்கின்றனர். பாடம் நடத்திக்கொண்டு இருந்த ஆசிரியர் ராகவ் உதயசூரியன், ஒரு கணம் வகுப்பில் அமர்ந்து இருந்த தாராவைப் பார்த்துவிட்டு பாடத்தைத் தொடர்ந்தார். தாரா ஆசிரியரைப் பார்த்துக்கொண்டே கைபேசியை அவசரகதியில் அழுத்துகிறாள்.

“இவை இரண்டும் ஒன்றோடு ஒன்று ஈர்க்கப்பட்டு, ஒரு ஐநூறு கோடி ஆண்டுகளில் ஒன்றாக இணைந்துவிடும். அன்றோமீடா அண்டம், நம்முடைய அண்டமான பால்வழியைவிடப் பெரியது. இவை இரண்டும் மிக அருகில், ஒரு மூன்று மில்லியன் ஒளி ஆண்டுகள் தூரத்தில் இருப்பதால், இவை இரண்டும் ஒன்றை ஒன்று ஈர்த்து ஒன்றுடன் ஒன்று நெருங்குகிறது. மற்ற அண்டங்கள் ஈர்ப்பு விசையையும் மீறி ஒன்றைவிட்டு ஒன்று விலகிச்செல்கிறது. அவை ஏன் விலகுகிறது என்றால்...”

மீண்டும் வந்த ஒரு குறுந்தகவலால் அதே கைபேசி மிக மெதுவாக அதிர்ந்தது. அந்த அதிர்வு வகுப்பில் இருந்த எல்லோ ருக்கும் கேட்டது. ஆசிரியர் பாடத்தை நிறுத்திவிட்டு, தாராவைப் பார்த்தார்.

“தாரா. நான் கிளாஸ் ரூமில் செல்ஃபோனை அலவ் பண்றேன். நீங்க ஒண்ணும் பிளஸ் டூ படிக்கல. எம்.எஸ்.சி. ஆஸ்ட்ரோ ஃபிசிக்ஸ் படிக்கிறீங்க. உங்க ஃபோனை நீங்க ம்யூட்டில போடல. உங்களுக்கு இப்போ ரெண்டு மெசேஜ் வந்தது. அது யாருகிட்ட

இருந்து வந்ததுங்க?" என்று ஆசிரியர் வகுப்பில் இருந்த மற்ற மாணவிகளைப் பார்த்து கேட்டார்.

மாணவிகள் எல்லோரும் ஒருமித்த குரலில் "விக்கி" என்றனர்.

"இப்போ இவங்க எல்லோருக்கும் நான் நடத்துற ஸ்டெல்லார் எவலூஷன் பத்திக் கவலை இல்லை. விக்கி என்ன மெசேஜ் அனுப்பி இருப்பான்? அப்படின்னுதான் இப்போ இவங்களுக்குக் கவலை. ஃபோனை ஏன் நான் ஆஃப் பண்ண சொல்றேன்னு புரியுதா தாரா உங்களுக்கு?"

"சாரி சார். நான் மறந்துட்டேன். ஆஃப் பண்ணிட்டேன் சார்."

"தேங்க்ஸ். ஏன் அண்டங்கள் ஒன்றைவிட்டு ஒன்று விலகி ஓடுகின்றன? அவை எல்லாம் எங்க ஓடுது? சில அண்டங்கள் இணைவதால் புதிய சூரியக் கோள்கள் உருவாகுமா?"

வகுப்பு முடிந்ததற்கான மணி அடிக்கவே, "இது வேற" என்று சலித்துக்கொண்டார். மாணவர்கள் எல்லோரும் எழுந்து அவர்கள் புத்தகங்களை ஒழுங்குபடுத்தவே, ஆசிரியர் அந்த வகுப்பை விட்டு வெளியே சென்றார்.

மாணவிகள் எல்லோரும் தாராவைச் சூழ்ந்துகொண்டனர். மாணவர்கள் அவர்களைச் சூழ்ந்துகொண்டனர்.

"உனக்கு வந்த மெசேஜ்ஜைக் கேட்டு, கோபமே வராத ஆர்.யு.வுக்கே கோபம் வந்துச்சு. என்னடி ஆச்சு?"

கைபேசியைப் பார்த்தபடி, "விக்கி வீட்லே சொல்லிட்டானாம். அவங்க அப்பாவுக்கு ஓகேவாம். அவங்க அம்மா கிறிஸ்துவ பொண்ணா இருந்தா நல்லா இருக்கும்ன்னு ஃபீல் பண்றாங் களாம். மத்தபடி அவங்களுக்கும் ஓகேதானாம்."

மாணவிகள் 'யேய்' என்று கூச்சலிட்டார்கள்.

"மிஸ்டர். ராமசுப்பு செட்டியாருக்கு இது ஓகேவா?" இது ஒரு மாணவன்.

"தாரா, உங்க வீட்லே விக்கி விஷயத்திலே ஏதாச்சும் பிரச்னை இருந்தா என்கிட்டே சொல்லு" - இது இன்னொருவன்.

அவனைத் திரும்பிப் பார்க்காமலே ஒரு மாணவி, "ஏன், நீ போய் சால்வ் பண்ணப் போறீயா?"

"இல்ல. நான் தாராவுக்கு ப்ரொபோஸ் பண்ணுவேன்."

"டேய், வீட்லே உங்க அம்மா தேடப்போறாங்க போடா. வீட்டுக்குப் போடா" - இது ஒரு மாணவி.

"சௌமியா இந்நேரம் எங்க வீட்லேயும் போட்டு உடைச்சி யிருப்பா" - இது தாரா.

"நீ பயப்படாம போ தாரா. நாங்க இருக்கோம்" - இது ஒரு பெண்.

"தாரா ஒரு டவுட்டு. சௌமியாவுக்கு பாய் ஃப்ரண்டு இருக்கா?" - அதே மாணவன்.

"டேய், இன்னுமாடா நீ வீட்டுக்குப் போகலே" - அதே மாணவி.

"நாங்க ஸ்ட்ராங்காத்தான் இருக்கோம். சவாலை சமாளிப் போம். படிக்கட்டுகள் தடைக் கற்களாகும்" - இது தாரா.

"டேய் லூசு. கல்லை மாத்தி சொல்றடி" - இன்னொரு பெண்.

"ஏதோ ஒண்ணு ஆகும்" - இது தாரா.

"தாரா, மறுபடியும் ஒரு தடவை சொல்லு. நான் நோட்லே எழுதிக்கிறேன்" - அதே மாணவன்.

"இன்னக்கி இங்க ஒரு கொலை நடக்கப் போகுது" - அதே மாணவி.

"நான் கிளம்பறேன்" என்று சொல்லி தாரா வகுப்பறையை விட்டு வெளியேறுகிறாள்.

நாளைக்கு மாஸ்டர் ஆர்.யு.வைப் பார்த்து சாரி சொல்லி, விக்டர்கிட்டே இருந்து வந்த தகவலையும் சொல்லணும். ராகவ் அந்த ஆசிரியர் பெயர். அவங்க அப்பா பெயர் உதயசூரியன். அவங்க தாத்தா கட்சிக்காரராம். அதனாலே அவங்க அப்பாவுக்கு அந்தப் பெயரை வச்சாராம். அவரை எல்லோரும் ஆர். யு. அப்படின்னு ரொம்ப ஃபிரெண்டிலியா கூப்பிடுவோம். தங்கமான வாத்தியார். அவருக்குத் தெரியாத தகவலே இல்லை. எதைப் பத்தி கேட்டாலும், பதில் சொல்வார். அப்படி ஒரு அறிவு அவருக்கு. அவரு பிறப்பிலேயே வாத்தியார் அப்படின்னு சொல்வோம். சில

நேரங்களில், அவர் தன் இரண்டு கைகளாலும் ஒரே நேரத்தில் பலகையில் எழுதும் அழகே அலாதியானது. இவர் வகுப்பை யாரும் மிஸ் பண்ணவே மாட்டோம்.

எனக்கு மிகவும் பிடித்த ஆசிரியர் இவர். மிகவும் நளினமா, நாகரிகமா, மென்மையாகப் பேசுவார். ‘அவருக்குள்ளே ஒரு இருபது பர்செண்ட் லேடி ஒளிஞ்சிக்கிட்டு இருக்காடின்னு’, தேவிப்பிரியா அடிக்கடி சொல்லுவா. ‘இருந்தா உனக்கு என்னடி ?’ அப்படின்னு ஒரு தடவை சண்டை போட்டேன். அதிலிருந்து அவ அப்படிப் பேசுவதில்லை. வீட்டில் விக்கி விஷயத்திலே சிக்கலானால், இவருக்கிட்டேதான் அட்வைஸ் கேக்கணும் என்று நினைத்துக்கொண்டே வீட்டுக்குக் கிளம்பினாள் தாரா.

1.3

கல்லூரியிலிருந்து தன் குடியிருப்புக்குப் பேருந்தில் திரும்பிய தாரா, பேருந்தில் இருந்து இறங்கி தான் வசிக்கும் தெருவுக்குத் திரும்புகிறாள். அந்தத் தெருவின் வீடுகள் தனித்தனியே இருந் தாலும், அந்தத் தெருவில் வசிக்கும் எல்லோருக்கும் எல்லோரையும் தெரியும். அடுக்குமாடி அமைப்புகள் உள்ளே நுழையாத தெரு அது. தெருவின் முதல் வீடு பிரேமின் வீடு. அவனுக்குத் தெருவில் உள்ள இளைஞர்கள் வைத்த பெயர் 'பீலா பிரேம்'. இவன் வீட்டுக்கு அம்மா வைத்த பெயர் 'அந்தப் பொறுக்கி வீடு'.

அவனுக்கு ஒரு இருபத்தைந்து வயதிருக்கும். இவன் விடுற தெல்லாம் ரீல்ன்னு இந்தத் தெருவில் எல்லோருக்கும் தெரியும். ஒருநாள், டாக்டர் கோட் போட்டுக்கிட்டு, ஒரு பஸ் ஸ்டாண்டில் நின்னுக்கிட்டு இருந்தான். வேற எதுக்கு, ஏதோ ஒரு பெண்ணுக்கு தான் ஒரு டாக்டர்ன்னு சொல்லி ரூட் விடறதுக்குத்தான். இவனுக்கு முழு நேரத் தொழிலே பொண்ணுங்க பின்னாடி சுத்தறதுதான். சிலரின் செய்கையைப் பார்த்தா எரிச்சல் வரும். இவனைப் பார்த் தாலே எனக்குப் பத்திக்கிட்டு வரும். என் பின்னாலும் கொஞ்ச நாள் சுத்தினான். ஜாடைமாடையா செருப்பைக் காண்பிச்சும் அவன் திருந்தல. ஒருநாள் பஸ் ஸ்டாண்டில் அம்மாவுக்குத் தெரிந்த பெண் போலீஸ் இருந்தாங்க. அவங்ககிட்ட இவனைப் பார்த்துபார்த்துப் பேச ஆரம்பிச்சேன். அப்போ பயந்துபோய் நிறுத்தனவன்தான்.

இதோ அவன் வீட்டுக்கு முன்னாடி நிற்கிறான். அவன் அருகில் பைக்கில் அமர்ந்தபடி யாரோ ஒருவனுடன் பேசிக்கொண்டிருக் கிறான். "ஆமா வினய்" என்று சற்று உரக்கவே அவனிடம் சொல் கிறான். நான் அவர்களைக் கடக்கும் நேரம் பார்த்து வினய், "இருக்கட்டுமே என்ன இப்போ" என்று அவனும் உரக்கவே பேசுகிறான்.

என்னைப் பற்றியா பேசுகிறார்கள்? ச்சே இருக்காது. அப்படியே இருந்தாலும், சரி பேசிட்டுப் போங்கடா. நான் வீட்டில் நுழைஞ்ச உடனே நடக்கப்போற பிரளயத்தை எப்படிச் சமாளிக்கிறதுன்னு யோசிக்கிறதை விட்டுட்டு இவனுங்ககூட எதுக்குச் சண்டை, என்று நினைத்து வேகமாக நடக்கிறேன்.

என் வீட்டுக்கு முன் அப்பாவின் கார் இருக்கு. எட்டு மணிக்குத்தான் வருவார். ஆறரைக்கே வந்துட்டார். காரை உள்ளே விடல. தெருவிலேயே விட்டுட்டு உள்ளே அவசரமாப் போயிருக் கார். தாரா ஸ்டெடியா இருடி. ஸ்ட்ராங்கா இருடி என்று திடப் படுத்திக்கொண்டேன். காம்பௌண்டின் கதவைத் திறந்து வெளி வாசலில் காலணிகளைக் கழற்றிவிட்டு உள்ளே நுழைகிறேன். வீட்டில் இந்நேரம் டி.வி. ஓடிக்கொண்டிருக்கும். அமைதியாக இருக்கிறது. புரிந்துவிட்டது. திட்டமிட்டபடி சௌமியா போட்டு உடைத்திருக்கிறாள்.

உள்ளே நுழைந்தவுடன் அப்பாவைப் பார்த்தேன். படித்த செய்தித்தாளை மீண்டும்மீண்டும் படிக்கும் அப்பா, சோபாவில் கையைக் கட்டியபடி உட்கார்ந்து இருக்கிறார். அம்மா அவருக்கு எதிரில் அமர்ந்திருக்கிறார். ஒன்றும் தெரியாததுபோல உள்ளே நுழைந்தேன்.

“இங்கே உட்கார் தாரா.”

“முகம் கழுவிட்டு வரேம்பா.”

“பரவாயில்லை உட்கார்.”

“பாத்ரூம் போயிட்டு வரட்டுமே அவ” ஆத்திரத்துடன் அம்மா.

என் அறைக்குள் சென்று, என் அறைக்கு நேரே, மேசைக்கு முன்னால் அமர்ந்து படிப்பதுபோல நடிக்கும் சௌமியைப் பார்க்கிறேன். அப்பா, அம்மா பார்க்காதவாறு, வயிற்றுக்கு முன் ஒரு கையை மறைத்து, கட்டை விரலை மட்டும் உயர்த்திக் காட்டினாள் சௌமி.

குளியலறை சென்று, தண்ணீரை முகத்தில் அடித்து ஒப்பனை களைக் கலைந்தேன். கண்ணாடி பார்த்து முகம் துடைத்து ‘பி ஸ்ட்ராங்’ என எனக்கு நானே சொல்லிக்கொண்டேன். துடைக்கும்

துணியைத் தோளில் போட்டவாறே அப்பாவுக்கு நேர் எதிரில் அம்மாவுக்குப் பக்கத்தில் அமர்ந்தேன். அம்மாவின் முகம் கடுகடு என இருந்தது.

அப்பா இவ்வளவு அமைதியாக இருந்து நான் பார்த்ததே இல்லை. ஏதோ ஒரு பெரிய திட்டம் வைத்திருக்கிறார் என்று தெரிகிறது. ஒருவேளை ஆணவக் கொலைக்குத் திட்டம் வைத் திருப்பாரோ என்று நினைக்கையில் அடிவயிறு கலங்கியது.

"உன் தங்கச்சி ஏதோ சொல்றா. நிஜமா அது?"

நான் தலையைத் திருப்பி சௌமியைப் பார்த்து, "என்ன அது சௌமி?"

"அவளை எதுக்குக் கேக்கிறே? நீதானே அவளை விட்டு சொல்லச் சொன்ன?"

அடிப்பாவி. சொதப்பிட்டியேடி என்று நினைத்துக்கொண்டேன்.

"இது எனக்குத் தெரியாதுன்னு நீ நினைச்சுக்கிட்டு இருக்கே. நான் இருபத்து மூணு வயசைத் தாண்டித்தான் அம்பத்தைஞ்சுக்கு வந்திருக்கேன்."

"உனக்கு அப்படி என்னடி அவசரம்? நாங்க என்ன செத்தாப் போயிட்டோம்? நாங்க பாக்க மாட்டோமா? இதுயெல்லாம் வெளியே தெரிஞ்சா எவ்வளவு அசிங்கம். இது எல்லாம் நம்ம குடும்பத்துக்கு ஒத்து வருமா?" அம்மா மெதுவான குரலில்.

'அசிங்கம்! நான் என்ன புளூ ஃபிலிம்லியா நடிச்சேன்' அப்படின்னு கேட்கத் தோன்றியது. பேசாமல் அமைதியாக இருந் தேன்.

"யாரு அந்தப் பையன்?" சாந்தமாக அப்பா.

"விக்கி."

"விக்னேஷா?"

"இல்லை. விக்டர்."

"கிறிஸ்டியனா?"

தலையை ஆட்டினேன்.

"என்ன ஜாதி?"

"ஜா... தி" அப்படின்னு வார்த்தையை மெதுவாக இழுத்து "கிறிஸ்டியன்" என்றேன்.

"கிறிஸ்டியன்னா, ஜாதி கிடையாதா. செட்டியார் கூடத்தான் கிறிஸ்டினா போயிருக்கான். குலத்தளவே ஆகுமாம் குணம், அப்படின்னு அவ்வையாரே பாடியிருக்கா."

'அந்தப் பாட்டுக்கு நீங்க நினைக்கிற பொருள் இல்லேன்னு ஒம்பதாம் கிளாஸ் தமிழ் வாத்தியார் சொல்லியிருக்கார்' அப்ப டின்னு சொல்லத் தோன்றியது. ஆனா சொல்லல.

"கூடப் படிக்கிறானா? வேலை செய்றானா?"

"போன மாசம் டாக்டரேட் பட்டம் Ph.D. முடிச்சிட்டான்."

"Ph.D.யா? என்ன வயசாகுது அவனுக்கு?"

"இருபத்தியெட்டு."

"உனக்கு எப்படிப் பழக்கம்?"

"ஒரு ப்ராஜெக்ட் விஷயமாப் பேசறப்போ பழக்கம்."

"ப்ராஜெக்ட் பண்றேன், ப்ராஜெக்ட் பண்றேன்னு சனி, ஞாயிறு கூட போனியே. இந்தக் கத்திரிக்காயிக்குத்தானா அது" அம்மா பல்லைக் கடித்துக்கொண்டு கீச்சுக்குரலில். அம்மா பல்லைக் கடித்துக்கொண்டு பேசுகிறார் என்றால், மிகுந்த கோபத்துடன் இருக்கிறார் என்று பொருள். ஆதலால் அம்மாவைப் பார்ப்பதைத் தவிர்த்து அப்பாவைப் பார்த்துக்கொண்டே பேசுகிறேன்.

"இது என் நாத்தநாளுங்களுக்குத் தெரிஞ்சா, பைசாவுக்கு மதிப் பாளுங்களா அவளுங்க" கவலையுடன் அம்மா.

அப்பா கவலை ஜாதிப் பிரச்சினை. அம்மாவின் கவலையே வேறு. ஒருவேளை நான் என் அப்பா இனத்திலேயே ஒரு பையனைப் பார்த்து கல்யாணம் செஞ்சிக்கிட்டாலும், எங்க அம்மாவும் அத்தைகளும் பேசப்போறது இல்லை. எங்க தாத்தா சொத்துக்கு கோர்ட், கேசுன்னு அவ்வளவு சண்டை.

பெண்ணுக்குச் சொத்துலே உரிமை இல்லன்னு இவரு சொன்னதை கோர்ட் கேட்கவில்லை. சொத்து பங்கீட்டில் அத்தைகளின் மேல் உள்ள கோபம் இன்னும் தீரவில்லை. பேசியே வருடக் கணக்காகுது. அந்த ஆத்திரத்தில், "அவளுங்களை விடு. நம்மைப் பத்தி பேசுவோம்" கோபத்துடன் அப்பா.

"காதல் கல்யாணமெல்லாம் டைவர்சில்தான் முடியுது. இந்த வயசுல இது எல்லாம் நல்லாதான் இருக்கும். கல்யாணம் முடிஞ்சி ரெண்டு மாசத்துக்கு அப்புறம் கோர்ட் வாசலில் நிக்க வேண்டி இருக்கும்."

இந்த டேட்டாவை அப்பா எங்கிருந்து எடுத்தாரோ? இந்த மூணு வருடத்திலே விக்கியும் நானும் போடாத சண்டையா? வாரக் கணக்கில்கூடப் பேசாமல் இருந்திருக்கிறோமே. நீங்களும் அம்மாவும் போடாத சண்டையா? நீங்க என்ன ஒவ்வொரு சண்டைக்கும் கோர்ட் வாசல்லேயா நிற்கிறீங்க. அப்படின்னு கேட்க நினைச்சேன். வாயைத் திறக்கவில்லை.

பிறகு தைரியத்தை வரவழைத்துக்கொண்டு, "அப்பா, நாங்க ஒன்னும் திடீர்னு இந்த முடிவுக்கு வரல. நானும் அவனும் ரெண்டு வருஷமாத் தீவிரமா யோசித்துத்தான் இந்த முடிவுக்கு வந்திருக்கோம். நான் அவனைத்தான் கல்யாணம் செய்துபேன்."

"என்னடி பெரிய மனிஷி மாதிரி பேசறே" அம்மா சீறினாள்.

"அவன் வீட்லே இது தெரியுமா?"

அப்பா இப்பத்தான் பாய்ண்ட்க்கு வரார்.

"தெரியும்."

"என்ன சொல்றாங்க அவங்க?"

"முதல்ல அவங்களுக்கும் விருப்பம் இல்லை. பிறகு சரின்னு சொல்லிட்டாங்க."

"அவன் எந்த ஊரு?"

"அவன் பொறந்தது சென்னைதான். அவங்க அப்பா திருச்சியாம்."

"அவங்க அப்பா என்ன பண்றார்?"

“AMCல.”

“AMCல?” ஆச்சரியத்துடன் அப்பா.

AMC என்பது எங்க அப்பா ஜாதியிலே இருக்கிற மிகப்பெரிய பணக்காரரின் இனிஷியல். அந்தப் பெயரிலேயே பல கம்பெனிகள் நடத்துறார். AMCயை எல்லோரும் பெரியவர் என்றே சொல் வார்கள். அவருக்கும் எங்க அப்பாவுக்கும் எந்தச் சம்பந்தமும் இல்லை. AMC என்ற அந்த சொல்லைக் கேட்டதும் அப்பாவின் மனதின் ஒரு ஓரம் மென்மையாக மாறுவதை உணர முடிந்தது. தன் ஜாதிக்காரன் பணக்காரனாக இருப்பதில் இவருக்கு என்ன பெருமையோ?

“அவங்க அப்பா AMCல முப்பது வருஷமாக வேலை செய்றார். பெரியவருக்கு இவர்தான் செகரடரியாம். எப்பவுமே பெரியவர் கூடத்தான் இருப்பாராம். இவங்க வீட்டுக்குக்கூட ரெண்டு தடவை பெரியவர் வந்து இருக்காராம்.”

எந்தச் சீட்டைப் போட்டா அப்பா விழுவார்னு தெரியும். ஆனா இப்படியா? விக்டரும் ஒண்ணுதான் விக்னேஷும் ஒண்ணுதான். அப்படின்னு மட்டும்தான் சொல்லலே. மத்தபடி கூலாயிட்டார். எங்க காதலைச் சேர்த்து வைச்ச AMC பெரியவரே நீங்க வாழ்க.

“நான் அம்மாகிட்டே தனியே பேசறேன். ஜோசியம் பாக்கணும், ஜாதகம் பொருந்தணும், இன்னும் எவ்வளவோ இருக்கு. இப்போ நீ இதைப் பத்தி எதையும் அவன்கிட்டே சொல்ல வேணாம்.”

அரைக்கிணறு தாண்டிய மகிழ்ச்சியில் அறைக்குச் சென்று, திரும்பி சௌமியைப் பார்த்தேன். அம்மா, அப்பாவுக்குத் தெரி யாமல், வயிற்றுக்கு முன் கைகளை மறைத்து, இரண்டு கட்டை விரல்களையும் உயர்த்தி அழகாகச் சிரித்தாள் சௌமியா.

1.4

சென்னை புரசைவாக்கத்தில் மெயின் ரோடில் இருந்து பிரிந்து உள்ளே சிறிது தூரம் சென்று இரண்டு சாலைகளின் சந்திப்பில் உள்ள முதல் வீட்டுக்கு முன்பாக காரை நிறுத்தினான் விக்டர். புதிதாக வண்ணம் தீட்டப்பட்டு பளிச்சென்று இருந்தது வீடு. இதுதான் கிளினிக் போல இருக்கிறது. கிளினிக் முன் பத்து பேருக்கு மேல் இருந்தார்கள். அய்யோ, இவ்வளவு பேருக்கும் என்னை மாதிரியே பிரச்சினையா? திரும்பிப்போய்விடலாம் என்று நினைத்துக்கொண்டே காரைவிட்டு இறங்காமல் உட்கார்ந்து இருந்தேன்.

விக்கி காரிலிருந்து இறங்கி, என் பக்கமாக வந்து, கதவைத் திறந்து, "இறங்கு தாரா."

"டேய், இவ்வளவு கூட்டம் இருக்கேடா. எனக்கு ஒன்னும் இல்லடா."

"உள்ளே போய்ப் பார்க்கலாம் வா. இவ்வளவு தூரம் வந்துட்டோம்."

விருப்பம் இல்லாமல் கீழே இறங்கி, அந்த கிளினிக்கை நோக்கி நடந்தேன். காரின் பின்கதவைத் திறந்து அவனது கைப்பையை எடுத்து தோளில் மாட்டிக்கொண்டு என்னைத் தொடர்ந்து வந்தான். கிளினிக்கின் வெளி சுவற்றில் பெயர்ப்பலகை ஒட்டப்பட்டிருந்தது.

Dr. வசந்தகுமாரி, MS *(கண்)*

Dr. குமரகுரு, MS *(எலும்பு)*

Dr. பால்ராஜ், MD *(இருதயம்)*

Dr. ரவீந்திரன், MD என்று தமிழிலும் ஆங்கிலத்திலும் இருந்தது. Dr. ரவீந்திரன் பக்கத்தில் அவர் இன்ன நிபுணர் என்று எழுதவில்லை. இவர்தான் நாம் பார்க்க வேண்டிய டாக்டர் என்று ஊகித்துக்கொண்டேன்.

Dr. ரவீந்திரனின் அலுவலகம் முதல் மாடியில் இருக்கவே, விக்டர் லிஃப்ட் கதவின் முன்னால் நின்றான். இவன் ஏன் லிஃப்டுக்கு நிக்கறான்னு தெரியும். பக்கத்தில் யாரும் இல்லேன்னா, மேலே கேமரா இல்லேன்னா, லிஃப்டில் ஒரு சின்ன சில்மிஷம் செய்வான். அதை ரசிக்கின்ற நிலைமையில் நான் இப்போது இல்லை. அங்கு நிற்கப் பிடிக்காமல், லிஃப்டை ஒட்டி படிக்கட்டு தெரியவே, நான் கிடுகிடுவென்று படியேறினேன். அவனும் என் பின்னால் படியேறி வந்தான்.

முதல் மாடியில் படிக்கட்டு பக்கத்திலேயே Dr. ரவீந்திரன் என்ற பெயர்ப்பலகை ஒட்டப்பட்டு இருந்த கண்ணாடிக் கதவைத் திறந்து உள்ளே சென்றேன். ஒரு சிறிய வரவேற்பறை. அதில் இரண்டு பேர் மட்டும் உட்கார சோபா நாற்காலிகள் போடப்பட்டு இருந்தன. மனநலம் தவறுவது என்பது தலைவலியா இல்லை காய்ச்சலா, கூட்டம்கூட்டமாக நோயாளிகள் வருவதற்கு. இவரைப் போன்ற டாக்டர்களின் வருமானத்தை நினைத்தால் சற்றுப் பாவமாகவும் இருக்கிறது. ஒரு நாளைக்கு இவர் ஒருத்தரைப் பார்த்தாலே பெரிது என்று எண்ணிக்கொண்டு வரவேற்பில் இருந்த பெண்ணைப் பார்த்தேன். விக்டர் எனக்கு முன் சென்று அவளிடம், "தாரா" என்று சொன்னான்.

"உட்காருங்க" என்று சொன்னவளை உற்றுப்பார்க்க ஆரம் பித்தேன்.

நான் ஏதோ யோசிப்பதைப் புரிந்துகொண்ட விக்கி, என் கையைப் பிடித்திழுத்து சற்றுத் தள்ளி உள்ள ஒரு நாற்காலியில் அமர வைத்துவிட்டு என் காதருகில், "நீ என்ன சொல்லப்போற. விக்கி நான் இவளை அங்கே பார்த்தேன். இங்கே பார்த்தேன். அப்படித்தானே?"

'ஆமான்டான்னு' சொல்லத் தோன்றியது. இவன் நம்பவா போறான் என்று பேசாமல் தலையைக் கவிழ்ந்தேன்.

ஒரு நிமிடத்திற்குள் "உங்க ரெண்டு பேரையும் சார் உள்ளே கூப்பிடுறார்" என்று சொல்லி, கதவைப் பிடித்தபடி நின்றாள் அவள்.

அவளைக் கடந்து உள்ளே போனோம். அவள் பெர்ஃபியூம் நெடி மூக்கைத் துளைத்தது. நாங்கள் உள்ளே சென்றதும் அவள் கதவை மூடிவிட்டுப் போனாள்.

Dr. ரவீந்திரன், எங்களைப் பார்க்காமலே, அவருக்கு முன் இருந்த கம்ப்யூட்டர் திரையைப் பார்த்தவாறே, இடது கையின் ஆள்காட்டி விரலை உயர்த்தி, "குட் மார்னிங். ஒன் செகண்ட்" என்று சொல்லி எதையோ பார்த்தார். டாக்டர் வேறென்ன பார்ப் பார்? என்னுடைய கேஸ் ஃபைலைத் திறந்து பார்ப்பார் என்று நினைத்துக்கொண்டே அவரைப் பார்த்தேன்.

"ஓ இவரா?" என்று நான் முணுமுணுத்தது விக்டருக்கு நன்றாகவே கேட்டிருக்க வேண்டும். என்னை ஒருகணம் முறைத்துப் பார்த்துவிட்டு என்னை அழைத்துச்சென்று அவர் மேசைக்கு முன் இருந்த நாற்காலியில் உட்கார வைத்து, என் பக்கத்தில் அவனும் அமர்ந்துகொண்டான்.

"எஸ் விக்டர் சொல்லுங்க. நீங்க மிஸஸ் தாரா விக்டர். என்ன சாப்பிடலாம்? காஃபி, டீ, பெப்சி, கோக்?"

"நோ தேங்க்ஸ்" என்று நாகரிகமாக மறுத்துவிட்டு, "தாரா உனக்கு?" என்று என்னைப் பார்த்துக் கேட்டான் விக்டர்.

செயற்கையாகப் புன்னகைத்து, "வேணாம்" என்று சொல்லித் தலையசைத்தேன்.

Dr. ரவீந்திரனுக்கு ஒரு நாற்பது வயதிருக்கும். முன்னே பார்த்த போது கோட் சூட் அணிந்து இருந்தார். இப்போ டி-ஷர்ட் அணிந்து சிக்கென்று இருக்கிறார். நிறைய உடற்பயிற்சி செய்வார்போல் இருக்கிறது.

"உங்களுக்கு AMC தெரியுமில்ல?"

AMCக்கு நீங்கதான் குடும்ப டாக்டரா? அப்படின்னு கேட்க வார்த்தை உதடுவரைக்கும் வந்துவிட்டது. நல்ல காலம் கேட்கல.

"ஆமாம் டாக்டர். அப்பா அவரோட செகரடரி."

"டாக்டர் எல்லாம் வேண்டாம். நீங்க என்னை ரவீந்திரன்னே கூப்பிடுங்க. இல்லை இன்னும் ஷார்ட்டா ரவின்னு கூப்பிடுங் களேன்."

இவர் மனநல மருத்துவர். 'டாக்டர்' என்று அழைத்து, நோயாளியை பயமுறுத்த வேண்டாம் என்று இப்படிச் சொல்கிறார் என்று எண்ணி, "உங்கள நான் டாக்டர்னே கூப்பிடுறேன். உங்களுக்கு ஒன்னும் அதிலே வருத்தம் இல்லையே?"

"நோ. நோ. நோ. நீங்க எப்படி வேண்ணாலும் கூப்பிடலாம் தாரா."

நாங்க எப்படிச் சந்தித்தோம், எப்போ கல்யாணம் ஆச்சு என்று தேவைக்காகவோ அல்லது தேவையில்லாமலோ, வீண் பேச்சு வளர்த்துக்கொண்டு இருந்தார்.

"டாக்டர், எனக்கு என்ன பிரச்சனைன்னு சொன்னானா விக்கி?" என்று நேரடியாகவே கேட்டேன்.

டாக்டர் என் கேள்வியை எதிர்பார்த்திருக்க மாட்டார். "விக்டர் சொன்னார். கொஞ்சமா ஃபோன்ல சொன்னார்."

"இவங்க எல்லாம் நினைக்கிற மாதிரி, எனக்கு மனநிலை தவறல."

"யாருமே அப்படிச் சொல்லலையே தாரா."

"சொல்லாதவா இங்கே வந்து இருக்கோம் டாக்டர்."

நோயாளியே நேரடியாக அதைப் பற்றி பேசவே, டாக்டரும், "சரி சொல்லுங்க" என்றதும் விக்கி ஏதோ சொல்ல வாயெடுத்தான். "விக்கி. நான் சொல்றேன், இரு" என்று அவனை அடக்கிவிட்டு, "டாக்டர், என்ன பிரச்சனை தெரியுங்களா? நான் உங்களைப் பார்த்திருக்கேன். நீங்களும் என்னைப் பார்த்து பேசி இருக்கீங்க. அப்படின்னு நான் சொன்னா, நீங்க என்னைப் பத்தி என்ன நினைப்பீங்க?"

"நான் எதுவும் நினைக்க மாட்டேன் தாரா. ஆமா நாம எங்கே பார்த்திருக்கோம்?"

"ஒரு கடவுள் வழிபாட்டுக் கூட்டத்தில். என் பக்கத்தில் நீங்க நின்னுகிட்டு இருந்தீங்க. உங்க பக்கத்தில் உங்க மனைவி இருந்தாங்க."

"நானா? என் மனைவியா?" என்று அழகாகப் புன்னகைத்துக் கொண்டே, "யாரு அது என் மனைவி?"

"அதோ வெளியே இருக்காங்களே."

"ரெஜினாவா? ஓ நோ. எனக்கு இன்னும் கல்யாணமே ஆகல தாரா."

டாக்டர் சற்று அதிர்ந்துதான் போனார். திரும்பி விக்டரைப் பார்த்தேன். அவன் அழுகின்ற நிலைமைக்கு வந்துவிட்டான்.

"அது என்ன வழிபாட்டுக் கூட்டம் தாரா? கொஞ்சம் அதைப் பத்தி சொல்லுங்களேன்."

நான் பார்த்ததை, எனக்கு நேர்ந்ததை, டாக்டருக்குச் சொல்ல ஆரம்பித்தேன்.

பகுதி 2

முன்னை எத்தனை எத்தனை சன்மமோ?
மூடனாய் அடியேனும் அறிந்திலேன்
இன்னும் எத்தனை எத்தனை சன்மமோ?
என் செய்வேன்? கச்சி ஏகம்ப நாதனே!

- பட்டினத்து சுவாமிகள்

வட்டமான ஒரு உள்அரங்கம். அரங்கின் உட்புற சுற்றுச் சுவற்றுக்கு முன்பாக உருளை வடிவிலான உயரமான தூண்கள். சுவற்றுக்கும், தூண்களுக்கும் இடையிலான பகுதியில் கறுப்பு சீருடை அணிந்தவர்கள், சிலர் வேகவேகமாக நடந்து செல்கின்றனர். சிலர் தூண்களை ஒட்டினாற்போல் நின்றுகொண்டு அரங்கின் நடுவில் இருந்த மக்களைக் கண்காணிக்கின்றனர்.

ஒரு தூணுக்கு மறைவில் அதிர்ச்சி, ஆச்சரியம் கலந்த பயத்துடன் நின்றுகொண்டிருந்த நான் வெளியில் வந்தேன். பயத்தில் கைகள் உதறவே, விரல்களை உள்ளங்கையோடு மடித்துக்கொண்டேன். தூணின் மறுபக்கத்திலிருந்து சீருடையில் வந்த ஒரு காவலன், என்னைப் பார்த்து, "நீங்க ஏன் இங்கே இருக்கீங்க?" என்ற கேட்க, அதற்கு என்ன சொல்வது என்று தெரியாமல் நான் விழிக்கவே, அவன் மீண்டும், "ரொம்ப பயப்படறீங்க. கடவுள் மார்க்கமா?" என்று கேட்டான். நானும் குழப்பத்துடன், மெதுவாகத் தலையை மேலும்கீழும் ஆட்டினேன். "அப்போ ஏன் இங்கே நிக்கிறீங்க?" என்று சொல்லி, என் பதிலுக்குக் காத்திருக்காமல், என் வலதுகையின் மணிக்கட்டை அழுத்திப் பிடித்து, வேகமாக இழுத்துக்கொண்டு உள்அரங்கத்தின் மையப் பகுதியை நோக்கி அழைத்துச் சென்றான்.

உள்அரங்கத்தின் நடுநாயகமாக ஒரு வட்டவடிவிலான மேடை, சிவப்பு நிற வெல்வெட்டு துணியால் அலங்கரிக்கப்பட்டு

இருந்தது. மேடை ஏறுவதற்கு வசதியாக இரண்டு படிக்கட்டுகள் இருந்தன. படிக்கட்டுகளும் அரங்கத்தின் தரையும் சிவப்புக் கம்பள விரிப்புகளால் மூடப்பட்டு இருந்தன. உள்அரங்கம் முழுக்க சிவப்பு வண்ணத்தில் இருந்தது. மேடையின் நடுவில் நான்கு அடி உயர சாய்வு இல்லாத நாற்காலி, அதன் கால்களையும் மறைத்து சிவப்பு துணியால் மூடப்பட்டு இருந்தது. நாற்காலியின் மேல் இரண்டு சிறிய கண்ணாடிக் குப்பிகளும் அதன் மேல் பட்டைத் தீட்டப்பட்ட கண்ணாடி மூடிகளும் விளக்கு வெளிச்சம் பாய்ச்சப்பட்டு அந்த இரண்டு கண்ணாடிக் குப்பிகளும் வைரம் போல மின்னின. அந்த அரங்கம் மெல்லிய விளக்கு வெளிச்சத் தாலும், நூற்றுக் கணக்கான மக்களாலும் நிரம்பி இருந்தது.

என் கையைப் பிடித்து இழுத்துச் சென்றவன், ஒரு இடத்தில் நின்று, "உங்களைப் பார்த்தால், இளவயது போலத் தெரிகிறது. வயதானவர்களுக்குத்தான் இன்றைக்குக் கடவுள் மார்க்கம். கடவுள் விருப்பப்பட்டால், உங்களுக்கும் இன்று வாய்ப்பு கிடைக்கலாம்" என்று சொல்லிவிட்டு, ஒரு இடத்தில் நின்றிருந்த ஆட்களுக்கு இடையில் என்னை உள்ளே நுழைத்துவிட்டான். அந்தப் பகுதியில் இருந்தவர்கள் என்னை ஒரு தடவை பார்த்துவிட்டு மீண்டும் மேடையை நோக்கி முகத்தைத் திருப்பிக்கொண்டனர்.

மேடையைச் சுற்றி முதல் வட்ட வரிசையில் அறுபது, எழுபது வயதைக் கடந்தவர்கள், ஆண்களும் பெண்களுமாய் நின்றுகொண் டிருந்தனர். அவர்களைச் சுற்றி இருபது வயதுக்கு மேற்பட்ட பல வயதுடைய மக்கள் சூழ்ந்து நின்றனர். இளவயது சிறார்கள் ஒருவர்கூட அந்தக் கூட்டத்தில் இல்லை. அவர்களுக்கு அந்த அரங்கத்தில் அனுமதி இல்லை போலும். மேடைக்குச் செல்வதற்கு ஏதுவாக ஆறு பக்க வழிகள் இருந்தன. பெட்டியில் அடுக்கி வைத்தாற் போல ஆட்களும் ஒழுங்கு வரிசையில் நின்றனர்.

அந்த அரங்கில் உட்காருவதற்கு ஒரு நாற்காலிகூட இல்லை. எல்லோரும் நின்றுகொண்டே இருக்கின்றனர். சிலர் சிவப்பு வண்ணத்தினாலான, மூக்குவரை மறைத்த முகமூடி அணிந்து இருந்தனர். எல்லா முகமூடிகளும் ஒரே அச்சில் செய்திருக்க வேண்டும். பார்க்க ஒரே மாதிரியாக இருந்தது. முகமூடி அணிந் தவர்களில் சிலர் தான் யார் என்று தெரியக் கூடாது என்பதில்

கவனமாக இருந்தார்கள். விரல்களால் முகமூடியை முகத்தோடு அழுத்தி, சரிசெய்துகொள்கின்றனர். சிலர், என் முகத்தைப் பார்த்து விட்டு போ, எனக்குக் கவலை இல்லை என்பதுபோல் முகமூடி இல்லாமல் இருந்தனர். ஒருவருக்கு ஒருவர் மிக மெல்லியக் குரலில் பேசினாலும், அது அந்த அரங்கு முழுக்க சலசல என்று எதிரொலித்தது.

என் இடது பக்கத்தில் இருந்த பெண் எதுவும் பேசாமல், மேடையையே வெறித்துப்பார்த்துக்கொண்டிருந்தார். வலது பக்கத்தில் உள்ள ஆண், என்னைப் பார்த்ததும், தலையை ஒருமுறை தாழ்த்தி, புன்னகைத்து, நான் நிற்பதற்குச் சற்று வழிவிட்டு நகர்ந்துகொண்டார். பிறகு என்னைப் பார்த்து, "உங்களை நான் இரண்டு மூன்று முறை பார்த்திருக்கேன். உங்களுக்கு இது எத்தனையாவது கூட்டம்?" என்று கேட்டார். நான் பதில் பேசாமல் அவர் முகத்தைப் பார்க்கவே, அவருக்கு அந்தப் பக்கமாக நிற்கும் பெண்ணிடம் ஏதோ சொன்னார். அந்தப் பெண் பதிலுக்கு ஏதோ சொல்ல, "அப்படியா?" என்று சற்று உரக்க ஆச்சரியத்துடன் கேட்டு, தலையை உயர்த்தி பார்வையால் யாரையோ தேடினார். பிறகு என்னிடம் திரும்பி, "நீங்க இரட்டையர்தானே? உங்க உடன்பிறப்பு அங்கே நிக்கறாங்க" என்று சொன்னதும், நான் "எங்கே?" என்று கேட்டேன்.

"டாக்டர் அங்கேதான் என் பக்கத்தில் நீங்க நின்னுக்கிட்டு இருந்தீங்க. உங்க பக்கத்தில் அந்த ரெஜினா நின்னுக்கிட்டு இருந்தாங்க."

"இன்ட்ரஸ்டிங், ரியலி இன்ட்ரஸ்டிங். கன்டினியூ ப்ளீஸ்" என்று ஆர்வத்துடன் சொல்லி, நாற்காலியில் சாய்ந்துகொண்டு இருந்த டாக்டர் ரவீந்திரன், மேசைக்கு அருகில் வந்தார்.

நான் தொடர்ந்து விவரிக்க ஆரம்பித்தேன்...

2.2

"இடது பக்கமாக மூன்று வரிசைகள் தள்ளி எதிர் வரிசையில் நின்றுகொண்டிருந்த பெண்ணைக் கையால் காட்டாமல், தலையையும் கண் புருவத்தையும் உயர்த்திக் காட்டி, 'அங்கே போறதுன்னா போங்க' அப்படின்னு சொன்னீங்க. நான் 'இல்லை, இங்கேயே நிக்கிறேன்' என்று வேகமாக மறுத்தேன். சரின்னு சொல்லிவிட்டு பக்கத்தில் இருந்த ரெஜினாவிடம் மிக மெதுவான குரலில் பேசிக்கிட்டு இருந்தீங்க"

நீங்க காட்டிய அந்தப் பெண் பார்ப்பதற்கு என்னைப் போலவே இருந்தாள். என் அவிழ்த்துவிட்ட கூந்தலைப் போல அல்லாமல் தலைமுடியைத் தூக்கிக் கட்டியிருந்தாள். பளபளக்கும் ஒரு மெல்லிய நீலநிறத்தில் மேலாடையைப் போர்த்திக்கொண்டிருந் தாலும், அந்த மங்கிய வெளிச்சத்திலும் கழுத்துவரை மூடிய அவள் ஆடை மிக நன்றாகத் தெரிந்தது. மேலாடையின் நிறத்திலேயே தோள்பட்டையில் இருந்து தொங்கிக்கொண்டு இருந்த சிறிய தோல் கைப்பையை ஒரு கையால் பிடித்துக்கொண்டிருந்தாள்.

முகத்தில் அளவுக்கு அதிகமான ஒப்பனையுடனும், மினு மினுப்பு துகள்களையும் சேர்த்துப் பூசியிருந்தாள். தலையை அசைக்கும்போது, குட்டி குட்டி விண்மீன்கள் அவள் கன்னத்தில் விளக்கு வெளிச்சத்தால் மின்னியது. இவள் பெயர் என்னவாக இருக்கும்? அமிழ்தினி, முகைநகை, நறுமுகை, மென்மலர், வண்டார்குழலி அப்படி என்று எதாவது ஒரு தமிழ்ப்பெயராக வைத்திருப்பாளா? அல்லது, சுருக்கமாக இரண்டு மூன்று எழுத்தில் பெயர் வைத்திருப்பாளா? என்று அவளுக்குப் பெயர் சூட்ட நினைக்கும்போது, என் சாயலில் இருப்பவள், மேடையின் மேல் வைத்த பார்வையை விலக்காமல், தலையை மட்டும் பக்கத்தில் நிற்கும் ஆணின் பக்கம் சாய்த்து அவன் பேசுவதைக் கேட்டுக் கொண்டிருந்தாள். அவன் பேச்சு அவளை வெட்கத்திற்கு உள்ளாக்கி இருக்க வேண்டும். அவள் முகத்தில் தோன்றிய

புன்னகை, அவள் கன்னத்தில் வெட்கமாக வழிந்தோடியது. கன்னத்தில் பூசிய ரோஜா நிறச் சாயம், வெட்கத்துடன் சேர்ந்து போட்டியிட்டது. உன் பெயர் என்ன வேண்டுமானாலும் இருந்து விட்டு போகட்டும். இன்றுமுதல் நீ 'ரோஸ்' என்று அழைக்கப் படுவாய் என அவளுக்கு ஒரு காரணப்பெயரைச் சூட்டினேன்.

ரோஸ் யாராக இருப்பாள்? ஒருவேளை நடிகையாக இருப் பாளோ, இல்லை, சமுகத்தில் ஏதோ ஒரு பெரிய பொறுப்பில் இருப்பாளோ, அல்லது மிகவும் வசதிபடைத்தவளாக இருப்பாளோ என்று பலவிதமாகச் சிந்திக்கத் தொடங்கிவிட்டேன். எனது பள்ளி, கல்லூரி நாட்களில், எதை வாங்கித்தரக் கேட்டாலும், முடியாது என்று முதலில் மறுத்து, சண்டை போட்ட பிறகே வாங்கித்தரும் அப்பாவும், அம்மாவும் ஏனோ நினைவில் வந்துபோனார்கள். இவ்வாறாகப் பலவாறு யோசித்துக்கொண்டு, தலையை மெது வாகத் திருப்பி பார்வையை ஓடவிட்டேன்.

நான் சுடிதாரும் துப்பட்டாவும் அணிந்திருந்தேன். என்னைத் தவிர அரங்கில் இருப்பவர்கள் எல்லோரும் நன்றாக உடை அணிந்து இருந்தனர். மற்றவர்களின் தோற்றத்தைக் கண்டு சற்றே பொறாமைப் பட்டு, தலையைத் தாழ்த்தி என் உடைகளை ஒருகணம் பார்த்தேன். பொறாமை சற்று பெருமூச்சாக வெளிப்படவே, சிரமப்பட்டு அடக்கிக்கொண்ட நான் ஒன்றைக் கவனிக்கத் தவறவில்லை. நான் பார்த்தவரையில் கூடிநிற்பவர்கள் எல்லோரும், ரோஸைத் தவிர, ஏதோ ஒரு மனஅழுத்தத்தில் நின்றுகொண்டிருந்தனர். சிலர் ஒரு சக்திக்குக் கட்டுண்டதுபோல நிற்கின்றனர். பலர் கண்களை மூடி, உதடு அசைய ஏதோ முணுமுணுகின்றனர். இது என்ன கோயிலா? உருவம் இல்லாத வழிபாட்டுத் தலமா? கண்டிப்பாக இது ஒரு பொழுதுபோக்கும் இடமல்ல என்பது மட்டும் தெளிவாகத் தெரிகிறது. என்னை இங்கே நிறுத்திவிட்டு போனவன் கடவுள் மார்க்கமா என்று கேட்டானே, ஒருவேளை இங்கே இரண்டு பிரிவுகள் இருக்க வேண்டும். சிரித்துப் பேசிக்கொண்டு இருக்கும் ரோஸும் அவள் பக்கத்தில் நிற்கும் ஆணும் கண்டிப்பாகக் கடவுள் மார்க்கம் இல்லை. வேறு என்னவாக இருக்கும் என்ற பலமான யோசனையின் ஊடே, சுற்றும்முற்றும் பார்த்தாலும், என் பார்வை ரோஸின் மீதே அடிக்கடி விழுந்தது.

ரோஸின் பக்கத்தில் இருந்த ஆண், மேல்மண்டையில் முடியை அடர்த்தியாக வைத்து, பக்கங்களில், முடியின் அடர்த்தியைக் குறைத்து தலைமுடியை அழகுபடுத்தியிருந்தான். காதில், கல் வைத்த கம்மல் போட்டிருந்தது என் பார்வையில் பட்டது. இவனை எங்கோ பார்த்ததுபோல இருக்கிறதே என்று எண்ணி, அவனை உற்றுநோக்கத் தொடங்கினேன். அவன் ரோஸ் பக்கம் திரும்பி ஏதோ சொல்ல, அவன் முகம் இப்போது நன்றாகத் தெரிகிறது.

டேய் பீலா பிரேம். நீயா? நீயா ரோஸின் பக்கத்தில்? உனக்கு எத்தனை தடவை நான் செருப்பைத் தூக்கிக் காண்பித்திருப்பேன். கோபத்தினால் என் உடல் சூடேறி மார்பைத் தூக்கி இறக்கி பெரு மூச்சுவிட்டேன். நான் ஏன் கோபப்படுகிறேன்? ரோஸ், தாராவும் அல்ல. இவனும் பீலா பிரேம் அல்ல. இது என்னுடைய பூமியும் அல்ல. நானே இங்கு விருந்தாளி. விருந்தாளி நானா? யார் என்னை அழைத்தார்கள்? அழையா விருந்தாளி. இந்தப் பூமிக்குத் தள்ளப்பட்டிருக்கிறேன். நான் கோபப்பட என்ன இருக்கிறது என்று எண்ணி அமைதியானேன்.

2.3

“டைம் அவுட், டைம் அவுட் தாரா. சாரி ஃபார் தி டிஸ்டர்பன்ஸ். என்ன சொன்னீங்க? இது என்னுடைய பூமியும் அல்ல. நானே இங்கு அழையா விருந்தாளி. இந்தப் பூமிக்குத் தள்ளப்பட்டிருக்கிறேன். அப்படின்னா என்ன அது? எனக்குப் புரியல. அப்படி நீங்க கனவு கண்டீங்களா?” என்று சொல்லி டாக்டர் ரவீந்திரன் நான் பேசுவதைத் தடுத்தார்.

“அதைப் பத்தி விக்டர் சொல்லலையா டாக்டர்?” என்று சொல்லி விக்டரைப் பார்த்தேன்.

“நான் இந்தக் கதையெல்லாம் அவர்கிட்ட சொல்லலே. அந்த ஆக்சிடென்டுக்கு அப்புறம் பைத்தியம் பிடிச்ச மாதிரி பேசிக்கிட்டு இருக்கா. அப்படின்னு மட்டும்தான் சொன்னேன்.”

“விக்டர், நீங்க படிச்சவங்க மாதிரியா பேசுறீங்க. தயவுசெய்து அந்த வார்த்தையெல்லாம் இனி சொல்லாதீங்க” என்றார் டாக்டர் ரவீந்திரன் சற்று கோபத்துடன்.

“என்ன வார்த்தை டாக்டர்?” ஒன்றும் புரியாமல் கேட்டான் விக்டர்.

“இப்போ சொன்னீங்களே. ம்.ம். பைத்தியம் அப்படின்னு. ப்ளீஸ்.”

டாக்டர் என்னைப் பார்த்து, “சாரி தாரா. நீங்க மேலே சொல்லுங்க.”

நான் ஒன்றும் பேசவில்லை. என்னைச் சுற்றி உள்ளவர்கள் அடிக்கடி அந்தச் சொல்லை என்னிடம் சொல்பவர்கள்தான். ஆனால், அதை டாக்டர் இப்படிச் சொல்லும்போது உண்மையிலே அந்தச் சொல்லின் வலி என்னை வருத்தியது. விக்டரை முறைத்து வெறுப்பாகப் பார்த்தேன்.

நிலைமையைப் புரிந்துகொண்ட டாக்டர், எங்களைப் பழைய நிலைக்குக் கொண்டுவர, “தாரா, நாம ஒரு காஃபி சாப்பிடுவோம். ரெஜினா வீட்டு காஃபி. நீங்க ஒருதரம் குடிச்சிப்பாக்கணும்” என்று சொல்லி என் பதிலுக்குக் காத்திருக்காமல், “ரெஜினா, உள்ளே காஃபி கொண்டுவர்றீங்களா. மூணு கப் வேண்டும். தேங்க்ஸ்” என்று பக்கத்துக்கு அறையில் இருந்த ரெஜினாவுக்கு, தொலைபேசியில் அன்பாக உத்தரவிட்டார்.

எல்லோரும் அமைதியாக ரெஜினாவுக்காகக் காத்திருந்தோம். நான் கைபேசியில் எதையோ தேடிக்கொண்டிருந்தேன். விக்டர் அவன் இரு கைகளையும் மார்போடு கட்டிக்கொண்டு தவறுக்கு வருந்துபவன்போல அமைதியாக இருந்தான்.

நேரத்தை எப்படிக் கடத்துவது எனத் தெரியாமல், “கங்கிராட்ஸ் விக்டர். Ph.D. முடிச்சிட்டிங்கன்னு சொன்னீங்க. நௌ யு ஆர் டாக்டர் விக்டர். கங்கிராட்ஸ்.”

“தேங்க்ஸ் டாக்டர்.”

ரெஜினா காஃபி கோப்பைகள் அடங்கிய தட்டை ஒரு கையால் பிடித்துக்கொண்டு மறுகையால் கதவை திறந்து, கொஞ்சம் திறந்த கதவை முதுகால் பின்னுக்குத் தள்ளி உள்ளே வந்தாள். உண்மையிலே காஃபி மணத்தது. மூன்று கோப்பைகளை மேசையில் வைத்துவிட்டு, “பிஸ்கட் வேணுங்களா?” என்று பொதுவாகக் கேட்டாள்.

“லன்ச் டைம். எனக்கு வேண்டாம். உங்களுக்கு?” என்று எங்களைப் பார்த்து கேட்டார் டாக்டர் ரவீந்திரன்.

நாங்களும் மறுத்துவிட்டோம்.

“சேராவுக்கு கொஞ்சம் பர்ச்சேஸ் பண்ணனும். நான் கிளம்பறேன் சார்.”

“ஓ ஷுர். நான் ஷார்ப்பா அஞ்சி மணிக்கு உங்க வீட்டுக்கு வரேன்.”

“பாக்கலாம். பை” என்று எங்களுக்கு டாடா காண்பித்துவிட்டு சென்றுவிட்டாள் ரெஜினா.

“ரெஜினாவோட பொண்ணு சேரா. இன்னக்கி அவளுக்கு தேர்ட் பர்த் டே” என்றார் காஃபியைச் சுவைத்துக்கொண்டே.

“தாரா, நீங்க சொல்லுங்க. என்ன ஆக்சிடெண்ட்?”

நான் விக்டரைப் பார்க்க, ‘நீயே சொல்’ என்பது போல அவன் தலையை அசைத்தான்.

“எங்க ஜாதகம் பொருத்தமா இல்லேன்னு அப்பா முதலில் கல்யாணத்துக்குச் சம்மதிக்கல. கொஞ்சம் இழுபறிக்கு அப்புறம் தான் சக்ஸஸ் ஆச்சு. சர்ச்ல ஒரு தடவையும், இந்து முறைப்படி ஒரு தடவைன்னு ரெண்டு கல்யாணம் ஆச்சு. இரண்டு வாரம் சென்னையிலேதான் இருந்தோம். சரி ஹனிமூன் போகலாம்ன்னு இமய மலைக்குப் போனோம். முதல் இரண்டு நாட்கள் மகிழ்ச்சி யாத்தான் போச்சி. ஒருநாள் காலையிலே, நாங்க ரெண்டு பேர் மட்டும் ஹைக்கிங் போகலாம்னு போனோம். ஆர்வக்கோளாறில், ‘முடிஞ்சா நீ என்னை பிடிடா’ அப்படின்னு சொல்லி ஒரு சரிவில் நான் ஓட ஆரம்பித்தேன். கால் இடறி கீழே விழுந்து உருள ஆரம்பித்தேன். உருண்டுஉருண்டு, ஒரு பள்ளத்தில் விழுந்தேன். பள்ளம்ன்னா ஆயிரத்து ஐநூறு அடி பள்ளம்.”

“வாட்?” என்று டாக்டர் அதிர்ச்சியில் விக்டரைப் பார்த்துக் கத்தினார்.

“இவ விழுந்ததைப் பார்த்தேன். அவ்வளவுதான் சார் எனக்குத் தெரியும். அது காலைச் சூரியன் வெளிச்சமா, இல்லை பனி மேலே பட்டு சூரியன் மின்னுச்சான்னு எனக்குத் தெரியாது. ஒரு வெளிச்சம் தெரிஞ்சது. நான் அப்புறம் இவளைத் தேட ஆரம்பிச்சிட்டேன்.”

“எப்படிப் பொழச்சி வந்தீங்க தாரா? எனக்கு ரொம்பக் குழப்பமா இருக்கு. நீங்க கீழே விழுந்தீங்க. அதை விக்டர் பார்த்தாரு. அப்புறம் என்ன ஆச்சி?”

“எனக்கு நினைவுதெரிஞ்சா நான் ஒரு அறையிலே கீழே விழுந்து கிடக்கிறேன். என் உடல் தரையோடு இரும்பும் காந்தமும் ஒட்டி யிருப்பதுபோல ஒட்டிக்கிடக்குது. கை, கால் எதையும் அசைக்க முடியல. அய்யோ அய்யோன்னு முனகுறேன். என்னைச் சுத்திச் சுத்தி ஏதோ வெள்ளையா வெளிச்சம் வருது, போகுது. எவ்வளவு நேரம்ன்னு தெரியாது, கொஞ்சநேரம் கழிச்சி என் உடம்பைத்

தரை விடுவிச்சா மாதிரி இருந்தது. எழுந்து உட்கார்ந்தேன். அந்த அறை முழுக்க வெள்ளையா இருந்தது. அங்கே வேற வண்ணமே கிடையாது. மெல்லியக் கோடு மாதிரியான புகை, கோணல் மாணலாக என்னைச் சுத்திச்சுத்திப் போகுது. கொஞ்ச நேரத்தில் தெரிஞ்சிக்கிட்டேன், நான் அந்தக் கோடுகளோடு பேசுறேன்னு. நான் வாயைத் திறக்கலே, ஆனா, புரிஞ்சிக்க முடியுது. நான் தெரிஞ்சிக்கிட்டது என்னன்னா, அந்தப் புகைக் கோடுகள் எல்லாம் உயிர்கள், அல்லது ஒரு சக்தி அல்லது ஏதோ ஒன்று. நான் சரியா அவங்க கலம், விண்கலம் அல்லது ஏதோ ஒண்ணுலே விழுந்துட்டேன். அவங்க சொன்னது என்னன்னா, அவங்க பேரலல் யூனிவெர்ஸ் டிராவலர்ஸ். நாம இருக்கிற பேரண்டம், அது ஒரு யூனிவெர்ஸ் இல்லை. இது போல பல பேரண்டங்கள் இருக்கு. மல்டிவெர்ஸ் இருக்கு. டாக்டர் மல்டிவெர்ஸ், பேரலல் யூனி வெர்ஸ் பற்றி என்ன நினைக்கிறீங்க?"

டாக்டர் பேசவில்லை. அவர் வாயைச் சற்று திறந்து, முகவாய் கட்டையைத் தடவிக்கொண்டே, மேசையின் மீதிருந்த கம்ப்யூட்டர் திரையைப் பார்த்தார்.

"நீங்க என் கேஸ் ஃபைலைத்தானே பார்க்கிறீங்க?"

"நீங்க எம். எஸ். சி. ஆஸ்ட்ரோ ஃபிசிக்ஸ். டாக்டர் விக்டர் ஆஸ்ட்ரோ ஃபிசிக்ஸ்லே Ph.D. நீங்க ரெண்டு பேரும் எப்பவும் உங்க ஃபிசிக்ஸ் சப்ஜெக்ட் மட்டும்தான் பேசுவீங்களா? இல்லை மத்தபடி, சினிமா, அரசியல் அதுபத்தி எல்லாம் பேசுவீங்களா?"

விக்டர் வாயைத் திறக்கவில்லை.

"ஃபிசிக்ஸ் சப்ஜெக்ட் ஏதோ கொஞ்சம் பேசுவோம் டாக்டர்."

"நீங்க என்ன கேட்டீங்க தாரா? மல்டிவெர்ஸ், பேரலல் யூனி வெர்ஸ் அப்படின்னு. கொஞ்சம் தெரியும். உங்களுக்கு அதுபற்றி எந்த அளவுக்குத் தெரியும்?"

"கணக்கற்ற பேரண்டங்கள் இருக்கு டாக்டர். ஒவ்வொரு பேரண்டத்திலும், நாம் பார்க்கிற சூரியன், நிலா, நாம் வசிக்கிற பூமின்னு அப்படியே இருக்கும். ஆனால், அந்தப் பரிமாணத்தில் நான், நீங்க, இந்தப் பூமியின் நிகழ்வுகள் வெவ்வேறு கோணத்தில் இருக்கும்.

நீங்க இந்தப் பூமியிலே மனநிலை மருத்துவர். இன்னொரு பரிமாணத்தில் நீங்க மகாத்மாவாக இருக்கலாம். இன்னொரு பரிமாணத்தில் கொலைகாரனாக இருக்கலாம், இன்னொரு பரிமாணத்தில் நீங்க அரசியல்வாதியாக இருக்கலாம். இன்னொரு பரிமாணத்தில் நீங்க மனநிலை தவறிய நோயாளியாகக்கூட இருக்கலாம். அந்த உலகத்தில் நான் டாக்டராக இருக்கலாம். நீங்க என்கிட்டே மருத்துவம் பார்க்க வந்திருக்கலாம். நான் உங்களைப் பார்த்த இன்னொரு உலகத்தில் நீங்க யாருன்னு எனக்குத் தெரியாது. ஆனா உங்கப் பக்கத்தில் ரெஜினா மிக நெருக்கமா நின்னுக்கிட்டு இருந்தாங்க."

டாக்டரையே நோயாளியாகக்கூட இருக்கலாம் என்று நான் சொன்னது கேட்டு அவர் முகத்தில் வறட்சியான ஒரு சிறு புன்னகை மலர்ந்தது.

"இவ என்ன சொல்றான்னு உங்களுக்குப் புரியுது இல்ல டாக்டர் இப்போ? யாரைப் பார்த்தாலும் இது மாதிரி ஒரு கதை சொல்றா. இவ ஃபிசிக்ஸ் படிக்காம இருந்தா, இது மாதிரி கதை எல்லாம் விட மாட்டான்னு நினைக்கிறேன். டாக்டர், இவளைக் குணப்படுத்த முடியுமா?"

"கதை இல்லே விக்கி. நான் போய் பார்த்துட்டே வந்திருக்கேன்" என்று ஆத்திரத்துடன் சொன்னேன்.

"காம் டௌன் தாரா. அப்புறம் நீங்க ஒரு ஸ்பேஸ் ஷிப்லே இருந்தேன்னு சொன்னீங்களே. அது அப்புறம் என்ன ஆச்சு?"

"அவங்க மல்டிவெர்ஸ் பயணிகள். இந்தப் பேரண்டத்தில் இருப்பாங்க. வேறு ஒரு பேரண்டத்திற்குப் பயணம் போவாங்க. இப்படிப் பயணம் செய்துகொண்டே இருப்பாங்க. ஒரு தடவை நம்ம பூமியில் இருந்து அவங்க வெளியேறும்போது, அவங்க கலத்தில நான் விழுந்தேன். அவங்க என்னையும் சேர்த்து இழுத்துக் கிட்டு போய்ட்டாங்க. அவங்களோட நான் பயணம் போன இடம் தான், உங்களைப் பார்த்த இன்னொரு பேரண்டத்தில் இருக்கிற இன்னொரு பூமி."

என்னைப் பற்றி ஒரு தெளிவான முடிவுக்கு டாக்டர் வந்திருக்க வேண்டும். மேல்உதட்டைக் கடித்தவாறு, மூன்று விரல்களால்

மேசையின் விளிம்பில் மேளம் வாசித்தார். பிறகு, "மேலே சொல்லுங்க தாரா. அப்புறம் அங்க என்ன ஆச்சு?"

"நான் எங்கே விட்டேன்?" என்று சொல்லி, யோசிக்க ஆரம்பித்தேன்.

"அந்தப் பிரேமைப் பற்றி சொல்லிக்கிட்டு இருந்தே" என்று எடுத்துக்கொடுத்தான் விக்டர்.

"தேங்க்ஸ்."

நான் தொடர்ந்து சொல்ல ஆரம்பித்தேன்.

2.4

இந்தப் பூமியில் பீலா பிரேம் யாராக இருப்பான்? ரோஸின் அண்ணனாக இருப்பானோ, தம்பியாக இருப்பானோ, பக்கத்தில் இவ்வளவு நெருக்கத்தில், ரோஸ் வெட்கப்படுகிற அளவுக்குப் பேசுகிறான். கணவனாக இருப்பானோ? அய்யோ கடவுளே. இது என்ன கன்றாவி. கெட்ட கனவு என்பார்களே, அது இதுதானா? என்று யோசித்துக்கொண்டு இருக்கையில், மெலிதாக ஒலிக்கத் தொடங்கிய இசை, பலமாக ஒலிக்கத் தொடங்கி, அந்த அரங்கம் முழுக்க எதிரொலிக்கத் தொடங்கியது. மக்கள் எல்லோரும் பேசு வதை நிறுத்திவிட்டு, தலையை உயர்த்தி, அந்த மேடையின் மீதுள்ள கண்ணாடிக் கூரையின் குவிமாடத்தைப் பார்த்தார்கள். அரங்கின் வெளிச்சம் மேலும் குறைக்கப்பட்டு, மேடையின் மீதும் அதற்கு மேல் உள்ள மாடத்தின் மீதும் வெளிச்சம் பாய்ச்சப்பட்டது. சீருடை அணிந்தவர்களில் சிலர், மேடைக்கு அருகில் ஓடி வருகி றார்கள்.

சிவப்பு வெளிச்சம் பாய்ச்சப்பட்ட அந்த உயர்ந்த குவிமாடத்தில் மேடைக்கு ஒரு முப்பது அடி உயரத்தில் காற்றில் பெரிய கறுப்பு அங்கி அணிந்த ஆணோ அல்லது பெண்ணோ என்று அறிய முடி யாத ஒரு உருவம், எந்தவிதப் பிடிப்பும் இல்லாமல் அந்தரத்தில் மிதந்தது. நின்றுகொண்டிருந்தவர்கள் ஏதோ மந்திரத்தைச் சொல்ல ஆரம்பித்தார்கள். பக்கத்தில் இருந்த பெண் கேவி அழ ஆரம்பித்து விட்டார். இந்தப் பக்கத்தில் நின்றிருந்த நீங்களும் ஏற்ற இறக்கத் தோடு மந்திரம் சொல்ல ஆரம்பிச்சிட்டிங்க. அங்கிருந்த ஆண்கள் மந்திரம் சொல்வதும், பெண்கள் அழுவதும், அந்த இடத்தின் சூழ்நிலை முன்பு இருந்ததைவிட மொத்தமாக மாறிவிட்டது. ஒலித்துக்கொண்டு இருந்த இசையை மாற்றி, மனதைப் பிழியும் கம்பியில் இருந்து மீட்டப்பட்ட இசை மெலிதாக ஒலிக்கத் தொடங்கியது. பின்னணி இசையை மிக நேர்த்தியாகக் கோர்த்து இருக்கிறார்கள். இந்தக் கூட்டத்தோடு சம்பந்தப்படாத என்னையே அது ஏதோ செய்தது.

ஒரு மரண வீட்டுக்குத் துக்கம் விசாரிக்கச் சென்றால், இறந்து கிடப்பவர் நமக்குச் சொந்தம் இல்லாவிட்டாலும் சோகமான மன நிலைக்குத் தள்ளப்படுவோமே, அந்த நிலைக்கு வந்துவிட்டேன். இசை, பக்கத்தில் இருந்த பெண்ணின் விசும்பல், புரியாத மந்திரம் இவற்றுக்கு எல்லாம் கட்டுப்பட்ட என் மனம் மெதுவாகக் காற்றில் மிதக்கும் உருவத்தோடு ஒன்ற ஆரம்பித்துவிட்டது. என்னை அறியாமல் கண்களில் இருந்து கண்ணீர் வழிந்தது. கண்ணீரைத் துடைக்கக்கூட சக்தி அற்றவளாய், அந்த உருவத்தையே வெறித்துப் பார்த்துக்கொண்டிருந்தேன். ஓர் இடத்தில் நிலைகொண்டிருந்த உருவம், இப்போது மெல்ல கீழிறங்க ஆரம்பித்தது. இசைக்கு ஏற்றாற்போல அந்த உருவத்தின் மீது படும் வெளிச்சமும் மாறிக் கொண்டே இருந்தது. கழுத்துவரை நீளமான தலைமுடி, பார்ப்ப தற்கு, செயற்கை முடிபோலத் தெரிந்தது. முகத்தில் மீசை, தாடி இல்லாததால் ஆணா, இல்லை பெண்ணா என்று சந்தேகமாகவே இருந்தது. என்னை மறந்து நான் அந்த உருவத்தின் வசம் செல்வதை உணர முடிந்தது.

பூமியில் எத்தனை சாமியார்களை நீ பார்த்துள்ளாய். தாரா விழித்துக்கொள், தாரா விழித்துக்கொள், என்று ஆழ்மனது கட்டளை இட்டாலும், வெளி மனது அந்த உருவத்தோடு ஒட்ட முயற்சி செய்தது. இந்தப் போராட்டத்தில், ஆழ்மனம் வென்று, மிகவும் சிரமப்பட்டு கண் இமைகளை மூடிவிட்டேன். என் நிலைக்குச் சற்றுத் திரும்பினாலும் நான் நானாக இல்லை. நான் அவ்வளவு இளகிய மனது உள்ளவள் இல்லையே. ஒரு நிமிடத்தில் நான் இப்படி மாறிவிட்டேனே. பூமியிலேயே இவர்களைப் பார்த்து ஏளனம் செய்து இருக்கிறோமே, இங்கே ஏன் இந்தத் தடுமாற்றம் என்ற கேள்வியினூடே, என் கைகள் என்னை அறியாமல் என் துப்பட்டா துணியை எடுத்து என் முகத்தில் கட்டியது. கண்ணை மூடி, ஒரு சில வினாடிகள் மூச்சை அடக்கி, முழுவதுமாக என் நிலைக்குத் திரும்பினேன்.

அந்த உருவத்தைப் பார்ப்பதைத் தவிர்த்து, சுற்றும்முற்றும் என்ன நடக்கிறது என்று கவனிக்க ஆரம்பித்தேன். அரங்கின் மேடையும், கண்ணாடியாலான குவிமாடத்தையும் தவிர எங்கும் விளக்கு வெளிச்சம் இல்லை. தூண்களுக்குப் பின்னால் சற்று மங்கிய வெளிச்சம் தெரிகிறது. அங்கே சீருடை அணிந்திருந்த

ஒருவன், மூக்கையும் வாயையும் அடைத்த ஒரு முகக்கவசத்தைக் கழற்றி தனது மேல்சட்டைப் பையில் போட்டுக்கொண்டான். பிறகுதான் எனக்குப் புரிந்தது. அரங்கில் ஏதோ ஒரு காற்றைப் பரப்பி இருக்கிறார்கள். அது அந்த உருவத்தின் மீது ஒரு ஈர்ப்பை ஏற்படுத்தி இருக்கிறது. ஏமாற்றுக்காரர்கள். மனிதன் எந்தப் பிரபஞ்சத்தில் இருந்தாலும் அவன் சகமனிதனை ஏமாற்றியே பிழைக்கிறான்.

ரோஸ் இந்நேரம் என்னைப் போலவே இந்த ஏமாற்று வித்தையில் இருந்து தப்பித்து இருப்பாளா? இல்லை மந்திரம் சொல்லியிருப்பாளா? இல்லை என் பக்கத்தில் நிற்கும் பெண்ணைப் போல அழுதுகொண்டு இருப்பாளா? ரோஸ் பக்கம் பார்வையைத் திருப்பினேன். இருட்டில் ஒன்றும் தெரியவில்லை. இதற்குள் காற்றில் மிதந்த உருவம் மெதுவாக மேடையில் கால்பதித்தவுடன், மெல்லிய விளக்கு வெளிச்சம் அரங்கில் பரவத் தொடங்கிவிட்டது. அந்த உருவத்தைப் பற்றி கவலைப்படாமல் ரோஸைப் பார்த் தேன். கடவுளைப் பார்த்ததில் பரவசம் அடைந்தவளாகத் தெரிய வில்லை. அவள் முகம் வெளிறிப்போய் இருந்தது. அந்த உருவத் தையே வைத்த கண் வாங்காமல் பார்த்துக்கொண்டிருந்தாள். ஆனால், பீலா பிரேம், ரோஸை சிறிது நேரம் பார்க்கிறான். பிறகு அந்த உருவத்தைப் பார்க்கிறான். அவன் முகம் சற்று அமைதி இல்லாமல் இருப்பதுபோலத் தெரிகிறது. மனதை மயக்கும் இசை, பரப்பப்பட்ட வாயு, கறுப்பு அங்கி அணிந்த உருவம் ஆகிய இவற்றால் அவன் கலவரப்பட்டவனாகத் தெரியவில்லை. ரோஸைப் பற்றி அதிகம் கவலைப்பட்டவனாகத் தெரிகிறான். பீலா அவளது கணவனாகத்தான் இருக்க வேண்டும். பீலா பிரேம் இவளது கணவன் என்ற நினைப்பு, இவ்வளவு நேரம் நான் ரோஸின் மீது வைத்திருந்த மரியாதையைச் சுத்தமாகத் தகர்த்தது. காரணமில்லாமல் அவள்மீது சற்று வெறுப்பு வந்தது. நான் அவள்மீது காட்டும் வெறுப்பு என்பது என்மீது காட்டும் வெறுப்பாகும். இது என்ன வேடிக்கை. நான் அவள் இல்லை. இங்கே நடக்கும் நிகழ்வுகளுக்கு நானோ, ரோஸோ பொறுப்பாக முடியாது. இந்த உலகத்தில் பிரேம் நல்லவனாகக்கூட இருக்கலாம். அமைதி தாரா, அமைதி என்று என்னைத் தேற்றிக்கொண்டேன்.

பக்கத்தில் இருந்த பெண் இன்னும் அழுதுகொண்டிருந்தாள். இப்போது அந்தச் சாமியார் அல்லது மதகுரு பேச ஆரம்பித்தார். "குழந்தைகளே" என்று அழைத்ததும் கூட்டம் ஆர்ப்பரித்தது. பக்கத்தில் இருந்த பெண், "கடவுளே" என்று கதறியழ ஆரம்பித்தார். அந்த உருவம் யார் என்ற சந்தேகம் சுத்தமாக நீங்கிவிட்டது எனக்கு.

மனிதன் எல்லாப் பரிமாணத்திலும் இப்படித்தான் இருப்பானா என்ற சலிப்புடன் அவர் சொல்வதைக் கேட்க ஆரம்பித்தேன். வட்ட மேடையில் மெதுவாக நடந்து, ஒவ்வொரு பக்கமாகச் சென்று, "குழந்தைகளே" என்றதும் கூட்டம் ஓவென்று ஆர்ப் பரித்தது. கைகளை உயர்த்தி மக்களை அமைதிப்படுத்திவிட்டு கணீரென்ற குரலில் பேச ஆரம்பித்தார். "நேற்று நான் கடவுளுடன் பேசினேன். கடவுளே ஏன் என் மக்களை இவ்வளவு துயரத்துக்கு உள்ளாக்குகிறாய்? அவர்கள் என்னை நாடிவந்த பின்பும் ஏன் இந்தச் சோதனை என்று கேட்டேன். அதற்கு அவர் சொன்னார், மகனே, துயரப்படும் மக்களுக்கு நான் நேரடியாக வந்து ஆறுதல்படுத்த முடியாது. அதனால்தான் உன்னை அனுப்பியுள்ளேன். அவர்களை நீ ஆட்கொள், ஆறுதல் அளி என்றார். நம்முடைய நோக்கம் மிக புனிதமானது. அது தெரியாத சில ஓநாய்கள் நம்மைச் சிதைக்கப் பார்க்கிறது. அந்த ஓநாய்களின் சட்டம் என்னை நம்பாத ஓநாய் களைத்தான் கட்டுப்படுத்தும். நாம் கடவுளின் குழந்தைகள். நான் உங்களைக் காப்பேன்." கூட்டம் மீண்டும் ஆர்ப்பரித்தது.

"கோடிக்கணக்கான விண்ணப்பங்கள் வந்தாலும், ஆயிரம் பேரைத்தான் கடவுள் தேர்வுசெய்து இங்கே அனுப்பி உள்ளார். இப்போதும் நீங்கள் கடவுளை நெருங்கிவிட்டதாக நினைத்துக் கொள்ளாதீர்கள். நீங்கள் கடக்கவேண்டிய தூரம் மிக அதிகம். நமக்கு இங்கே அதிக நேரம் இல்லை. இப்போது இரண்டு குழந்தைகளைக் கடவுளிடம் சேர்க்கிறேன்" என்று சொல்லிவிட்டு, மேடையின் ஒரு படிக்கட்டின் மீது கால்வைத்து கீழே இறங்கி, அங்கே நின்றிருந்த ஒரு வயதான தம்பதியினரை இரண்டு கைகளாலும் பிடித்து மேடையின் மேல் ஏற்றினார். கூட்டம் ஓவென்று கதறி அழுதது. "கடவுளிடம் சேருங்கள்" என்று சொல்லி, ஒரு கண்ணாடிக் குப்பியைத் திறந்து அந்தப் பெண்மணியின் வாயில் ஏதோ ஒரு திரவத்தை ஊற்றினார். வயிற்றைப் பிடித்துக்கொண்டு கீழே உட்கார்ந்த பெண், தரையில் மெல்ல சரிந்தார். சில வினாடிகள்

கால்களை உதறியவர், சலனமற்று, பேச்சு மூச்சு இல்லாமல் இருந்தார். கூட்டம் ஓவென மேலும் கதறி அழுதது.

எனக்கு ஒன்றுமே புரியவில்லை. அந்த வயதான பெண் இறந்து விட்டாளா? ச்சே ச்சே இருக்காது. இது ஏதோ ஒரு நாடகம். மீண்டும் அவளை எழுந்து நடமாடச் செய்வார் என்று எண்ணி எல்லோரையும்போல மேடையை பார்த்துக்கொண்டிருந்தேன். இதற்குள் உடனிருந்த இருந்த பெரியவர், முழங்காலிட்டு கீழே அமர்ந்து, வாயைத் திறந்து காட்டினார். சாமியார் இன்னொரு குப்பியை எடுத்து அவர் வாயில் ஊற்றினார். ஒரு முப்பது வினாடிகளில் அவரும் சலனமற்று அடங்கினார். கதறி அழும் கூட்டத்தை இரு கைகளையும் உயர்த்தி அமைதிப்படுத்தி, "குழந்தைகளே, இன்று ஒரு அதிசய நாள். வழக்கமாக இதுபோன்ற கூட்டங்களில் நான் இரண்டு பேரைத்தான் கடவுளிடம் சேர்ப்பேன். ஆனால், மேலும் ஆறு பேரை தெரிவு செய்து கடவுளிடம் சேர்க்க உள்ளேன். எட்டு பேருக்கும் இன்று ஆனந்தத் திருநாள்" என்று அவர் சொன்னதும், மக்களின் ஆரவாரத்திற்கு இடையே ரோஸ் நிற்கும் பக்கத்தில் இருந்து ஒரு சீருடை அணிந்தவர், சிறு வண்டி ஒன்றைத் தள்ளிக்கொண்டு வந்தார். சிவப்புத் துணி போர்த்தப்பட்ட அந்தத் தள்ளு வண்டியின் மேல் சில கண்ணாடிக் குப்பிகள். மக்கள் ஒருசேர கை தட்டி அந்த வண்டியை வரவேற்றார்கள்.

வண்டி ரோஸ் அருகில் செல்லும் நேரம், சைரன் போன்ற ஒலி அரங்கு முழுக்க அலறியது. மேடையின் மீது பாய்ச்சப்பட்ட வெளிச்சம் நிறுத்தப்பட்டு மேடை இருளானது. மேடையைத் தவிர்த்து அரங்கம் முழுக்க விளக்கு எரியத் தொடங்கியது. "ஓநாய்கள் சூழ்ந்துவிட்டார்கள். எல்லோரும் அமைதியாக வெளி யேறுங்கள்" என்று ஒலிபெருக்கியில் ஒரு அறிவிப்பு வந்தது. வெளியேறும் வாயில் கதவுகள் திறக்கப்பட்டு வெளி வெளிச்சம் அரங்கினுள் நுழைந்தது.

'அமைதியாக வெளியேறுங்கள்' என்ற அறிவிப்புக்கு எல்லா பூமியிலும் ஒரே பொருள்தான்போல இருக்கிறது. மேடைக்கு அருகில் நின்றிருந்தவர்கள் முண்டியடித்து கூட்டத்தை வெளி யேறும் வழிக்குத் தள்ளுகின்றனர். வெளியேறும் வாயிலின்

அருகில் இருந்தவர்கள் எளிதாக வெளியில் ஓடினார்கள். பக்கத்தில் நின்றிருந்த பெண்ணின் அழுகை எங்குப் போனது என்று தெரியவில்லை. எல்லோரையும் தள்ளிக்கொண்டு வாயிலை நோக்கி ஓட முயற்சிக்கிறார். இப்போது எனக்கும் அந்தப் பெண் மணிக்கும் இடையே நிறைய இடைவெளி இருந்தது. எப்படியோ தள்ளிக்கொண்டு வாயிலை நோக்கி வேகமாக நகர்கிறார். அடிப் பாவி! எப்படிக் கதறி அழுதாய். இது மாதிரி நிகழும் என்று அவர் எதிர்பார்த்திருக்க வேண்டும். அதற்காகத்தான் நடந்து செல்லும் வழியின் பக்கத்தில் முதல் ஆளாக நின்றார். நானும் அந்த வழியின் பக்கத்தில்தான் நின்றிருந்தேன். மற்றவர்களைவிட என்னாலும் சற்று எளிதாக வெளியில் செல்ல முடியும்.

உள்ளே என்ன நடக்கிறது? வெளியில் சென்றால் என்ன நடக்கும்? ஏன் ஓடுகிறார்கள்? எங்குச் செல்வது? அந்தச் சாமி யார்? என்ன ஆனான்? என்று ஒன்றும் புரியாமல் மேடையைப் பார்த் தேன். இப்போது மேடையின் மீதும் வெளிச்சம் இருந்தது. சாமி யாரைக் காணவில்லை. மாயமாக மறைந்துவிட்டான். வரும்போது அவன் வந்த விதம் என்ன. அந்தரத்தில் இருந்து ஒவ்வொரு அடி யாகக் கீழே இறங்கி வந்தானே, ஒரு நொடிக்குள் மறைந்து விட்டானே. கூட்டத்தோடு கூட்டமாகக் கலந்திருப்பானா என்று பார்த்தாலும் அந்தக் கறுப்பு அங்கியைக் காணவில்லை. அவனது நீண்ட முடி அவனை எளிதில் அடையாளம் காட்டிவிடும். அப்படி யாரும் என் கண்ணில் படவில்லை. மேடையில் அந்த வயதான தம்பதியர் அப்படியே விழுந்து கிடந்தனர். இறந்துவிட்டார்களா என்று ஒருகணம் எண்ணத் தோன்றியது. கண்டிப்பாக இருக்காது என்று என்னை நானே ஆறுதல்படுத்திக்கொண்டு, எனக்கு இங்குத் தெரிந்த ஒரே ஆள் ரோஸ்தான். சரி அந்த பீலாவும் தெரியும். அவர்கள் என்னைப் பார்க்காதவாறு அவர்களைத் தொடர்வது என்று முடிவு செய்து, எனது துப்பட்டாவால் மூக்கையும், வாயையும் மறைத்துக்கொண்டேன்.

மேடையை நோக்கிச்சென்ற அந்தச் சிறிய தள்ளுவண்டி ரோஸின் பக்கத்தில் இருந்தது. தள்ளிக்கொண்டு வந்தவனைக் காணவில்லை. தூணுக்கு முன்பும் பின்பும் நின்றிருந்த சீருடை அணிந்த ஒருத்த னையும் காணவில்லை. திருட்டுப் பயல்களா, இப்படி இவர்களை அம்போ என்று விட்டுவிட்டு ஓடிவிட்டீர்களே என்று அவர்களைச்

முதன் மொழி ✦ 57

சபித்தேன். 'ஓநாய்கள்' என்று அவர்கள் குறிப்பிடுவது காவல்துறை அல்லது இந்த நாட்டின் சட்டமாக இருக்க வேண்டும். இந்தக் கூட்டம் நடத்துபவர்கள், சட்டத்திற்குப் புறம்பானவர்களாக இருக்க வேண்டும். இல்லை என்றால் ஏன் மறைய வேண்டும். மாட்டிக் கொண்டது நானும் இந்த அப்பாவிகளும்தான். இந்தப் பூமியில் எனக்கு அடைக்கலம் கொடுக்க, ஆறுதல்படுத்த ரோஸ் ஒருத்தி யால் மட்டும்தான் முடியும். அல்லது இவளே என்னைக் காவலர் களிடம் பிடித்துக்கொடுத்து விட முடியும். எது எப்படியோ நானாக இருக்கும் இவளை நம்புகிறேன். என்னை எல்லோரும் வெளியேறும் வாயிலை நோக்கி பின்னுக்குத் தள்ளினாலும், நான் மிகச் சிரமப்பட்டு ரோஸ் இருக்கும் இடத்திற்கு நம்பிக்கையுடன் முன்னேறிச் சென்றேன்.

தள்ளுவண்டியின் அருகில் இருந்த சிலர், அந்த வண்டியின் மேல் இருந்த கண்ணாடிக் குப்பிகளை எடுக்க ஒருவரை ஒருவர் தள்ளிக்கொண்டு வண்டியை நோக்கிச் செல்கின்றனர். பிரேமும் தன் இடது கையால் ரோஸின் ஒரு கையைப் பிடித்துக்கொண்டு குப்பியைக் கைப்பற்ற முயன்றான். இது கோயிலில் கொடுக்கும் தீர்த்தம் போல ஏதோ ஒன்றாக இருக்க வேண்டும். இதற்காகவா அடிதடி? ஆனால் இந்தத் தீர்த்தம் பெறுவதில் ரோஸுக்கு விருப்பம் இல்லை என்று தெரிகிறது. ரோஸ் அவனைப் பின்னுக்கு இழுத்தாள். அவள் இழுப்பையும் மீறி, தள்ளுமுள்ளு, கைகலப்பு இவற்றை எல்லாம் வெற்றிகரமாகக் கையாண்டு ஒரு குப்பியைக் கைப் பற்றிவிட்டான். ரோஸ் ஓவென்று கதறி அழ ஆரம்பித்தாள். பிரேம் அந்தக் குப்பியை எடுத்துவிட்டான் என்று குதூகலப்படுவது போலத் தெரியவில்லை. ரோஸின் இன்னொரு கையால், அவன் சட்டையைப்பற்றி இழுத்துக் கதறுகிறாள். குப்பியை அவள் பறிக்க முயன்றதால், அவன் குப்பியை விரல்களால் கெட்டியாக மூடியிருந்ததால், ரோஸால் குப்பியைத் தொட முடியாத உயரத் துக்குக் கையைத் தூக்கிப் பிடித்துக்கொண்டான். தள்ளுமுள்ளில் கீழே விழுந்த ஒரு குப்பியை எடுக்க தரையில் சிலர் கட்டி உருண்டனர். குப்பியைக் கைப்பற்றிய சிலர், குப்பியுடன் இடையில் இருந்த ஆட்களைத் தள்ளிவிட்டு மேடையை நோக்கிச் சென்றனர். ரோஸ் அவனைப் பின்னுக்கு இழுத்தாலும், அவளையும் இழுத்துக் கொண்டு மேடையை நோக்கிச் சென்றான் பிரேம்.

கைதட்டி ஆரவாரம் செய்து வரவேற்பு அளிக்கப்பட்ட தள்ளு வண்டி இப்போது மேலே இருந்த சிவப்புத் துணியும் உரிக்கப் பட்டு வெறும் வண்டியாக்கப்பட்டது. எனக்கு முன்னால் இருந்த அந்த வண்டியை ஓர் ஓரமாகத் தள்ளிவிட்டு எப்படியோ நான், இப்போது ரோஸுக்கு மிக நெருக்கத்தில் வந்துவிட்டேன். அடை யாளம் தெரியாதபடி துப்பட்டாவைக் கண்களைத் தவிர்த்து முகத்தை மூடி நன்கு இழுத்து கட்டிக்கொண்டேன். குப்பியுடன் மேடை ஏறியவர்கள் அவசரகதியில் குப்பியைத் திறந்து, திரவத்தை வாயில் ஊற்றி சுருண்டு விழுந்தனர்.

ரோஸ் அவனைப் பின்னுக்கு இழுப்பதால் அவன் சற்று சிரமப் பட்டு மேடை ஏற முற்பட்டான். "வேண்டாம் தோஷ், வேண்டாம் தோஷ். குடிக்காதே" என்று அழுகையுடன் கத்தினாள் ரோஸ். முதன் முறையாக ரோஸின் குரலைக் கேட்ட நான் ஒருகணம் ஆடிப்போனேன். அப்படியே அது என் குரலைப்போலவே இருந்தது. ரோஸைப் பிடித்திருந்த கையை விடுவித்துக்கொண்டான் தோஷ் என்று இந்த உலகில் அறியப்படுகின்ற பிரேம். ரோஸின் பக்கம் திரும்பிய தோஷை மிக நெருக்கத்தில் பார்த்தேன். அவன் முகத்தில் எந்த ஒரு சலனமுமில்லை.

"வேண்டாம் தோஷ்" என்று இருகைகூப்பி வேண்டிக்கொண்ட ரோஸை, தன் ஒரு கையால் அவள் இரு கைவிரல்களையும் பிடித்துக்கொண்டான். குப்பியைப் பிடித்திருந்த கையின் கட்டை விரலால் குப்பியின் மூடியைத் தட்டித் திறந்தான். பிறகு அவளை இறுக்கமாக அணைத்துக்கொண்டு, அவன் வாயருகில் குப்பியைக் கொண்டுபோனவன், ரோஸ் எதிர்பார்க்காத வண்ணம், அவள் வாயில் ஊற்றினான். கொஞ்சம் திரவத்தை வெளியே துப்பினாள் ரோஸ். மீதி உள்ள திரவத்தை அவள் உள்ளே விழுங்க ஏதுவாக அவள் தலைமுடியை தரைப் பக்கமாக இழுத்து, அவள் முகத்தை மேலே உயர்த்தினான். அவள் விழுங்கிவிட்டாள் என்பதை உறுதி செய்துகொண்டு அவளைப் பிடியிலிருந்து விலக்கினான். தரையில் தொப்பென்று விழுந்தாள் ரோஸ். மிக வேகமாக, மேடையை விட்டு கீழிறங்கி, வெளிவாசலை நோக்கி ஓடினான் தோஷ்.

இவை எல்லாம் சில வினாடிகளுக்குள் நிகழ்ந்துவிட்டது. இந்தத் திரவத்தைக் குடிப்பதால் நினைவு தப்புமா, இல்லை

முதன் மொழி 59

மரணம் சம்பவிக்குமா, இவர்கள் விழிப்பார்களா, என்ன விளைவு ஏற்படும் என்று ஒன்றும் புரியாமல் அந்த வயதான தம்பதியினரைப் பார்த்தேன். அவர்கள் இறந்துவிட்டது போலத் தெரியவே, பதற்றத்துடன் கீழே அமர்ந்து ரோஸின் தலையை என் மடிமீது வைத்தேன். அவள் கால்கள் விட்டுவிட்டு இழுக்க ஆரம்பித்தாலும், முழு திரவத்தையும் அவள் குடிக்காததால், அவளுக்கு இன்னும் கொஞ்சம் நினைவு இருந்தது. என் முகத்தை இவளுக்குக் காட்டுவதா? இல்லை வேண்டாமா? என்ற ஒரு சிறு குழப்பத்தில் இருந்தேன்.

‘நீ யார்? நீ ஏன் என் தலையை உன் மடிமீது வைத்துள்ளாய்’ என்ற கேள்வி ரோஸின் கண்களில் தெரிந்தது. ஏதோ பேச முயற்சித்தும் அவளிடம் இருந்து ஒரு சொல்கூட வெளியில் வரவில்லை. எனக்கு என்ன பேசுவது என்றும் தெரியவில்லை. என் மரண வலியை நானே வெளியில் இருந்து பார்ப்பதுபோல நெஞ்சு அடைத்தது. என் கண்களில் இருந்து உருண்ட கண்ணீர் முகத்தை மூடி இருந்த துப்பட்டாவை நனைத்தது. இவ்ள் ஏன் எனக்காக அழுகிறாள் என்று ரோஸ் நினைத்திருக்க வேண்டும். சட்டென்று ஒரு கையால் என் முகத்தை மூடி இருந்த துப்பட்டாவை இழுத்தாள் ரோஸ்.

என் முகம் அவளைப் பேரதிர்ச்சிக்குள்ளாக்கி இருக்க வேண்டும். அவள் கால்கள் இழுப்பதை நிறுத்திவிட்டன. கண்களைச் சுருக்கி என் முகத்தை ஒரு சில வினாடிகள் உற்று நோக்கினாள். மிகவும் சிரமப்பட்டு, “ரெமி” என்று சொன்னாள். தன் தோள்பட்டையில் மாட்டியிருந்த சிறிய தோல்பையை எடுத்து என் கையில் கொடுத் தாள் ரோஸ். என் ஒரு கன்னத்தைத் தொட்டுப்பார்த்து, பிறகு இரு கன்னத்தையும் ஒரே கையால் பிடித்த அவளுடைய கை, தரையில் விழுந்தது. நான் அவளை “ஹலோ ஹலோ” என்று சொல்லி உலுக்கினேன். கை மணிக்கட்டைப் பிடித்து நாடி பார்த்தேன். நெஞ்சு கனத்து, ரோஸின் கையை அவள் மார்பின் மீது மெதுவாக வைத்தேன். ரோஸின் தலையை, என் மடியில் இருந்து எடுத்து தரையில் வைத்தேன். இப்போது பாதி கூட்டம் வெளியேறிவிட்டது. மீதம் உள்ளவர்கள் முட்டிமோதி வெளி வாசலுக்கு ஓடுகின்றனர். மேடையின் கீழிருந்த சிலர், என்னைப் பார்த்து, “போ போ. வெளியே போ” என்று கத்த, நான் மிரட்சியுடன் எழுந்து

மேடையைவிட்டு கீழிறங்கினேன். ஏதோ நினைத்துக்கொண்டு, மீண்டும் மேடை ஏறி, ரோஸின் சிறிய கைப்பையை அவள் கை வழியாகக் கழற்றி, என் தோள்பட்டையில் மாட்டிக்கொண்டேன். துப்பட்டாவால் முகத்தை மறைத்து, வெளியேறும் வழியை நோக்கி அமைதியாக நடக்க ஆரம்பித்தேன்.

வாயில் ஏதோ ஒரு விஷத்தை ஊற்றிக் கொன்றானே, அந்த மிருகத்தின் பெயர் தோஷ் என்று தெரிகிறது. தோஷ் யாராக இருக்கும்? கணவனா? இல்லை நண்பன் என்ற பெயரில் வந்த எதிரியா? பிரேம் நீ எல்லா பூமியிலும் கெட்டவன்தானா? ரெமி என்று சொன்னாளே. அது அவள் பெயரா? அந்தச் சாமியின் பெயர் ரெமியா? இவள் அப்பா அல்லது அம்மாவின் பெயர் ரெமியா? அவள் என்னிடம் சொன்ன ஒரே வார்த்தை 'ரெமி'. இதை வைத்துக்கொண்டு இந்தப் பெயர் தெரியாத பூமியில் எப்படிக் காலம் தள்ளுவது. பலவிதமான சிந்தனையில், கனத்த நெஞ்சத்துடன், நான் மட்டும் அந்தக் கூட்டத்தில் மெதுவாக நடந்தேன். எல்லோரும் அவசரகதியில் முண்டியடித்து என்னை முன்னுக்குத் தள்ளினாலும், அவர்களுக்கு வழிவிட்டு மெது வாகவே நடந்தேன். அப்படி மற்றவர்களுக்கு வழிவிட்டாலும், அந்தக் கூட்டம் என்னை வாசலுக்குத் தள்ளியது.

வெளியே வந்ததும் சூரிய வெளிச்சத்தால் கண்கள் கூசவே, மற்றவர்களுக்கு வழிவிட்டு ஒரு ஓரமாக நின்றேன். தலையைக் குனிந்து கண்களை மெதுவாகத் திறந்து, பின்பு மூடி, சூரிய வெளிச்சத்துக்கு, என் கண்களைப் பழக்கப்படுத்தினேன். அது பிற் பகல் நான்கு அல்லது ஐந்து மணி இருக்கும். ஆனாலும், சூரிய வெளிச்சம் பளார் என்று இருந்தது. அரங்கை ஒட்டியுள்ள சுற்றுச் சாலையில் வரிசைவரிசையாக கார்கள் நின்றன. அவை எல்லாம் நீல வண்ணத்தில் இருந்தது. அந்த வாகன ஓட்டிகளும் ஒரே மாதிரி யான நீல வண்ண சீருடை அணிந்திருக்கவே, அவை எல்லாம் வாடகை வண்டிகளாக இருக்கும் என்று நினைத்துக்கொண்டேன். இந்த மக்களுக்காகவே இந்த வாடகை வண்டிகள் நின்றிருக்க வேண்டும். எங்குச் செல்வது என்று புரியாததால் அங்கேயே ஓரமாக ஒரே இடத்தில் நின்றேன். பத்து நிமிடத்தில் எல்லோரும் களைந்து சென்றுவிட்டனர். முகத்தில் மூடி இருந்த துப்பட்டாவை விலக்கித் தோளில் போட்டு சரி செய்துகொண்டேன்.

முதன் மொழி 🌿 61

வாசல் வழியாக யாரும் வெளியே வராததால், பெரும்பாலான வண்டிகள் வெளியேறிவிட்டன. இப்போது ஒரு சில வண்டிகளே இருந்தன. நானும் ஒரு காரில் ஏறிச் செல்லலாமா. எங்குப் போக வேண்டும் என்று கேட்டால் என்ன சொல்வது? சரி எதாவது ஒரு லாட்ஜிக்குச் செல்லலாம். ஹோட்டல், லாட்ஜ் எல்லாம் இந்த உலகத்தில் உண்டா? அப்படியே இருந்தாலும், பணம் இல்லாமல் யார் உள்ளே சேர்ப்பார்கள்? ட்ரைவர்களை நம்பலாமா? நம் முடைய பூமியின் இந்தியாவைப் போல அல்லாமல், இங்குள்ள மனிதர்கள் மிக நாகரிகமாக இருக்கிறார்கள். இங்குப் பணம் தேவைப்படுமா? பணமோ அல்லது ஏதோ ஒரு கார்டு வேண்டும். பின்னே என்ன பண்டமாற்று முறையிலா வர்த்தகம் செய்வார்கள். தோளில் தொங்கிக்கொண்டு இருந்த கைப்பை நினைவுக்கு வரவே, அதை ஒரு கணம் பார்த்தேன். அப்போது திடுதிடுவென்று ஆட்கள் ஓடிவரும் சத்தம் கேட்கவே, தலையை உயர்த்திப் பார்த்தேன். நூற்றுக்கணக்கான சீருடை அணிந்தவர்கள், அரங்கை நோக்கி ஓடி வந்தனர்.

வெள்ளை நிறத்தில் கைச்சட்டையும், கால் சட்டையும் ஒன்றாக இணைத்துத் தைத்த ஆடையை அணிந்திருந்தனர். இவர்கள் காவலர்களாக இருக்க வேண்டும். அரங்கினுள் இருந்த ஆட்கள் வெளியேறும்வரை பொறுத்திருந்து இப்போது உள்ளே நுழை கின்றனர். நான் ஒருத்திதான் இங்கே நிற்கிறேன். என்னை கைது செய்வார்களோ? இல்லை இங்கேயே சுட்டுக் கொல்வார்களோ? அவர்கள் இடுப்பில் இருபுறமும் உள்ள பையில் ஏதோ ஒரு ஆயுதம் இருந்தது. அது துப்பாக்கியாக இருக்க வேண்டும். எங்கே ஓடுவது? உள்ளேயா? வெளியே ஓடுவதா? இல்லை கைகளை உயர்த்திச் சரண் அடைவதா? என்ற குழப்பத்தில் அங்கேயே அசையாமல் நின்றேன்.

2.5

ஓடிவந்த காவலர்களில் இருவர் என் அருகில் வந்தனர். மற்றவர்கள் உள்ளே சென்றனர்.

ஒரு காவலர், "ஏன் இங்கே நிக்கிறே?" என்று அதட்டிக் கேட்டார்.

பதில் பேசாமல் நான் இருவர் முகத்தையும் பார்த்தேன். அவர்கள் இருவரும் ஒருசேர, என்னைத் தலைமுதல் கால்வரை பார்த்துவிட்டு, சந்தேகத்துடன் ஒருவரை ஒருவர் பார்த்துக்கொண் டனர். என்னுடைய ஆடை அவர்களை ஆச்சரியப்படுத்தி இருக்க வேண்டும்.

"எங்குப் போகணும்?" இது இன்னொரு காவலர். அவர் கண் களையே சில வினாடிகள் பார்த்தேன். பார்த்துவிட்டு இன்னொரு வரைப் பார்த்தேன். "இந்தக் கூட்டத்துக்கு இந்தப் பெண் புதிய வளாக இருக்கும் தோழரே" என்று என் முகத்தைப் பார்த்துக் கொண்டே இன்னொருவருக்குப் பதில் சொன்னார்.

"இது உனக்கு முதல் கூட்டமா?"

ஆமாம் என்று சொல்லி தலையை ஆட்டத் தோன்றியது. நான் ஆமாம் என்று சொல்ல, என்னைச் சிறையில் அடைத்தால் என்ன செய்வது என்ற பயத்தில் அமைதியாகக் கேள்வி கேட்ட காவ லரையே பார்த்தேன்.

"அப்படித்தான் நானும் நினைக்கிறேன். முதல் கூட்டம், உள்ளே நடந்ததைப் பார்த்து பயத்துல பேச்சு வரலே. ஏம்மா இந்த ஆள் பின்னாடியெல்லாம் போறீங்க. எவ்வளவு சொன்னாலும் கேக்க மாட்டேங்கறீங்க" என்று என்னைப் பார்த்து திட்டிவிட்டு, "தோழரே முகத்தைப் படிங்க" என்று ஒரு காவலர் இன்னொரு காவலருக்கு கட்டளை இட்டார்.

உடனே அந்தக் காவலர், தன் இடுப்பில் இருந்த பையில் இருந்து ஒரு பொருளை எடுத்தார். அது துப்பாக்கி இல்லை.

கைக்கு அடக்கமான ஸ்கேன்னர். அதை என் முகத்திற்கு முன்பாக நீட்டினார். அதன் பின்புறம் ஒரு சிறிய திரை இருந்தது. ஒரு மணியோசை போல சத்தம் வந்தவுடன் அதைக் கீழிறக்கி அதிலிருந்த திரையை இருவரும் பார்த்தனர். அதில் தமிழ் எழுத்துகளில் முகவரி போல ஏதோ தெரிந்தது. நான் முதல் வரியைத்தான் படித்தேன். 'ரெமி தச்சர்' என்று இருந்தது.

ஓ, இங்கே என் பெயர் ரெமியா? மனதில் பச்சென்று ஒட்டிக் கொள்ளக்கூடிய பெயர். பிறகு சைகை காட்டி ஒரு வாடகை வண்டியை அழைத்தார். வண்டி அவர்கள் அருகில் வந்து நின்றவுடன், ஒரு காவலர் என்னுடைய கையைப் பிடித்து இழுத்துச் சென்றார். 'கையை விடுங்க சார்' அப்படின்னு சொல்லத் தோணுச்சு. பேசி மாட்டிக்கொள்ள வேண்டாம் என்று அமைதியாக அவருடன் சென்றேன். வண்டி வந்தவுடன் தன் கையில் வைத்திருந்த அந்த ஸ்கேனரை வண்டியில் இருந்த ஒரு ஸ்கேனருடன் பொருத்தி, ஒரு சிறு மணியோசை வந்தவுடன் வண்டியின் பின்புற கதவைத் திறந்தார். நானும் மறுப்பு ஏதும் தெரிவிக்காமல், உள்ளே அமர்ந்தவுடன் கதவை மூடினார். பிறகு தன் கையை உயர்த்தி, இருவிரலால் போ போ என்று சைகை காண்பித்தார். வாடகை வண்டி அந்த இடத்தை விட்டு நகர்ந்தது.

ரெமியின் பெயருக்குப் பக்கத்தில் தச்சர் என்று படித்தேனே. தச்சர் என்றால் என்ன? இவளின் குடும்பப் பெயரோ? தச்சு வேலை செய்பவர்களோ? மிஸ்டர் ராமசுப்பு அப்பா, இந்த உலகத்தில் நீங்க என் அப்பாவாக இருந்தால், நீங்களோ, இல்லை என் முன்னோர்களோ தச்சு வேலை செய்பவர்கள். அங்கே எவ்வளவு ஜாதிப் பெருமை பேசுவீங்க. விதிப்படித்தான் பிறப்பு அமையும் அப்படின்னு சொல்வீங்களே. இங்கே என் சாயலில் இருக்கும் பெண்ணின் விதியைப் பார்த்தீர்களா? ஒருவேளை இது அந்தக் கொலைகாரன் தோஷின் குடும்பப் பெயராக இருக்குமோ? ரெமி தோஷைத் திருமணம் செய்து இருப்பாள் என்று நினைக்கும்போதே நெஞ்சு திக் என்று அடைத்தது.

வண்டி எங்குப் போகிறது என்றும் தெரியவில்லை. முதல் தடவையாக ஒரு வெளி ஊருக்குச் சென்றால், வண்டியின் உள்ளமர்ந்து சாலையின் ஓரத்தைப் பார்த்துக்கொண்டு போவோமே,

அந்த உணர்வில் இருந்தேன். வெளியில் சாலைகளைப் பார்த்தால் சென்னையைப் போல அல்லாமல், வளர்ந்த மேற்கத்திய நாட்டின் சாலையைவிட மிக நேர்த்தியாக, அழகாக இருந்தது. ஓட்டுநர் எதுவும் பேசவில்லை. இவர் என்னை எங்கு அழைத்துச்செல்கிறார் என்றும் தெரியவில்லை. எனக்குள் இருந்த பயம் என்னவென்றால் அந்தக் காவலர் என்னை இதில் ஏற்றிவிட்டார். ஒருவேளை இது காவல் நிலையம் செல்லுமோ? சரி, இவருடன் பேச்சு கொடுக்க லாம் என்று எண்ணி, “ட்ரைவர்” என்றேன். அவர் பதிலுக்கு ஒன்றுமே சொல்லாமல் காரை ஓட்டுவதில் கவனமாக இருந்தார். மீண்டும் “ட்ரைவர்” என்றேன். அவருக்கு முன்பு இருந்த ஒரு திரையில் என் முகம் தெரிந்தது.

“என்ன சொன்னீங்க?” என்று என் பக்கம் திரும்பாமலே, திரையைப் பார்த்துக் கேட்டார்.

“வேர் ஆர் வி கோயிங்?” என்று கேட்டேன்.

அவர் முகத்தைத் சுருக்கி, “ஆங். என்ன பேசுறீங்க. புரியல” என்றார்.

இவருக்கு ஆங்கிலம் தெரியாது போலிருக்கு என்று நான், “நாம எங்கே போறோம்?” என்று கேட்டேன்.

“இது என்ன கேள்வி. உங்கே வீட்டுக்குத்தான். அந்தக் கடவுளை நீங்க பார்க்க போறது உங்க நம்பிக்கை. ஆனா, அங்குப் போறவங்க, சுயநினைவு இழக்கிறதா கேள்விப்பட்டிருக்கேன். இப்போ நேராவே நான் பார்க்கிறேன்.”

ஓகோ இதுவும் எனக்குச் சாதகம்தான் என்று எண்ணி அவரிடம் “எஸ், ஐ ஆம் நாட் கொய்ட் ஆல்ரைட்” என்றேன்.

“நீங்க என்ன பேசறீங்க? நீங்க எந்த நாடு? தமிழ் பேசறீங்க. குறுக்கே ஏதோ பேசறீங்க. ஒன்னும் புரியலையே” என்று அவன் சொன்னதும்தான் எனக்குப் புரிந்தது. என்னிடம் பேசிய எவரும் ஓர் ஆங்கிலச்சொல்கூட பேசவில்லை.

“இது ஒரு வேற்றுநாட்டு மொழி. உங்களுக்குப் புரியாது” என்றேன்.

இவரிடம் பேசி மாட்டிக்கொள்வதைவிட பேசாமல் இருப்பதே நல்லது என்று நினைத்து அமைதியானேன். கார் போய்கொண்டே இருக்கிறது. வேடிக்கை பார்ப்பதைத் தவிர்த்து யோசனையில் ஆழ்ந்துவிட்டேன்.

இங்கே என் முடிவு எப்படி இருக்கும்? தோஷ் என்னையும் கொல்வானா? தேவதைகளே, அல்லது தேவர்களே, நீங்கள் மீண்டும் வருவீர்களா? இங்கே ஒவ்வொரு நிமிடமும் நெஞ்சு பட படவென்று அடிக்கின்றது. பலி மேடையில் ஏறி, பொசுக்கென்று எட்டு பேர் செத்துப்போயிட்டாங்க. என் கண்ணெதிரிலேயே என்னை ஒருவன் விஷம் ஊற்றிக் கொல்கிறான்.

மலையின் மேலிருந்து கீழே விழுந்த நான் அங்கேயே இறந்து விட்டேனா? இல்லை என் ஆவி இப்படிச் சுற்றுகிறதா? பாவம் விக்கி. இந்நேரம் என்ன ஆனானோ? 'நான் ஒருக்கால் செத்துட்டா நீ என்ன பண்ணுவே விக்கி?' அப்படின்னு கேட்டதுக்கு, அவன் முகத்தைச் சோகமாக வச்சிக்கிட்டு, 'உன் தங்கச்சியைக் கல்யாணம் செய்துப்பேன்' அப்படின்னு அவன் சொல்ல, ரெண்டு பேரும் லூசு மாதிரி சிரிச்சிக்கிட்டோமே. பெண்களை மயக்கும் விதத்தில் அவன் ஒரு மாயக் கண்ணன்தான். இந்நேரம் வேறு ஒரு பெண் பின்னால் சுற்ற ஆரம்பித்திருப்பானோ? இல்லை நான் இறந்த சோகத்தில், அவனும் கீழே குதித்து உயிரை மாய்த்துக்கொண் டிருப்பானோ?

நான் இமய மலையில் இறந்துவிட்டதை அவன் எப்படி சென்னையில் இருக்கும் என் அம்மா, அப்பாகிட்டே சொல்லி யிருப்பான்? அம்மா எப்படித் துடிதுடித்து இருப்பார். நான் அப்பவே சொன்னேன், அந்தப் பையன் ஜாதகம் சரியில்லை என்று அம்மாவை, அப்பா அப்பவும் திட்டுவாரே. அப்பா பேச்சு எல்லாம் திட்டுகிற மாதிரி இருக்கும், ஆனால், பாசக்கார மனுஷன். தான் வாழும் காலத்திலேயே தனக்குப் பிறந்ததை இழக்கும் எந்த உயிரினமும் தனது கடைசி காலம்வரை நிம்மதியாக வாழ முடி யாது. எப்படித்தான் அவங்க மிச்ச காலத்துக்கு வாழ்வாங்களோ. சௌமி, அய்யோ சௌமியா. சுற்றத்தை நினைத்து, நெஞ்சு மிக பாரமாகி, யார் தோளிலாவது சாய்ந்து அழ வேண்டும்போல இருந்தது. எனக்கு ஆறுதல் சொல்லக்கூட இந்த உலகத்திலே ஒருத்தரும் இல்லையே, என்று நினைத்துக்கொண்ட நான் மூச்சை உள்ளிழுத்து, உள்ளிழுத்து விசும்ப ஆரம்பித்தேன்.

திரையின் வழியாக என்னைப் பார்த்த கார் ஓட்டுநர் நான் அழுவதைப் பார்த்து அதிர்ச்சி அடைந்து, வண்டியின் வேகத்தைக் குறைத்து, "என்னம்மா ஆச்சு? வண்டியை நிறுத்தவா?"

விசும்பலுடன் நான், "வேண்டாம். போங்க".

"எதுக்கு அழறீங்க? உங்களுக்குத் தெரிந்த யாராச்சும் அங்கே அந்த மேடையில் இறந்துபோய்ட்டாங்களா?"

நான்தான் அங்கே இறந்துவிட்டேன் என்பதை இவருக்கு எப்படிச் சொல்வேன். நான் வேறு ஒரு பரிமாணத்தில் இருந்து இங்கே வந்திருக்கிறேன் என்று சொன்னால், இவரால் எப்படி நம்ப முடியும்? என்னை ஏற்கனவே ஒருமாதிரியாகப் பார்க்கிறார். பார்த்தா நல்ல மனுஷன் மாதிரிதான் இருக்கார். உடனே தோஷ் நினைவு வந்தது. சிரிக்கச்சிரிக்க பேசிக்கிட்டு இருந்தான். இப்படிப் பண்ணிட்டானே. எவனையும் நம்பக் கூடாது. ஆமாம் என்று சொல்லாமலும், இல்லை என்று சொல்லாமலும் அவரையே பார்த்தேன்.

"நான் உங்களை ஒன்று கேட்கவா?" என்று தயக்கத்துடன் கேட்டார்.

"ம்" என்றேன்.

"மன்னிக்கவும். உங்களுடைய உடை, தோற்றம் எல்லாம் பார்த்தால், நீங்க நகரத்தின் அந்தப் பகுதியில் வசிக்கும் ஆள் போலவே தெரியவில்லையே!"

"இல்லை, நான் அந்தக் கூட்டத்திற்குச் சென்று வந்ததில் இருந்து நான், நானாகவே இல்லை" என்று சமாளித்தேன்.

"அங்கு ஆட்களின் மனதைத்தான் மாற்றுவார்கள் என்று நினைத்தேன். ஆடையைக் கூடவா மாற்றுவார்கள்?"

இந்த ஆடையைப்பற்றி இவருக்கு என்ன தெரியும். நானும் விக்கியும் தேனிலவு போவதற்காகக் கடைகடையாக ஏறி இறங்கி வாங்கியது. இவருக்கு என்ன பதில் சொல்வது, எவ்வளவு பணம் கொடுப்பது என்றும் தெரியவில்லை. இந்த வண்டியில் ஒரு மீட்டரும் இல்லை. சரி பேச்சை மாற்றுவோம் என்று எண்ணி, "வீடு போய்ச்சேர எவ்வளவு நேரம் ஆகும்? உங்களுக்கு எவ்வளவு பணம் தரணும்?"

"இன்னும் ஒரு அரை மணி நேரம் ஆகும். பணம் உங்க கணக்கில் இருந்து தானாக எனக்கு வரும். நீங்க இந்த உலகத்திலேயே இல்லை. வீட்டிற்குப் போனவுடனே, ஓய்வு எடுங்க. அப்படியும் பழைய நிலைமைக்கு நீங்க திரும்ப வரலேனா, கட்டாயம் மருத்துவரைப் பாருங்க. அப்புறம் இன்னொன்று. இதுபோன்ற கூட்டத்தை நீங்க தவிர்ப்பது நல்லது. அப்புறம் உங்கள் விருப்பம்."

இந்தப் புதிய உலகம், என் இறந்த காலம், நான் இறந்துபோன காலம், எல்லாம் சேர்ந்து என்னை அழுத்தியது. கல்லூரி நாட்களில் நோட்டுப் புத்தகத்தின் முதல் பக்கத்தில், 'வந்த துன்பம் எதுவென்றாலும் வாடி நின்றால் ஓடுவதில்லை – கவியரசர்' என்று குண்டுகுண்டாக எழுதி இந்த வரிகளுக்கு வண்ணத்தில் பெட்டி கட்டி வைத்திருப்பேனே, நானா இப்படி? மிக உச்சமாக என்ன நிகழும்? உயிர் போகும். ஏற்கனவே போன உயிர்தானே. மீண்டும் போகட்டும். முடிந்தவரை வாழ்வோம், என்று மனதைத் திடப் படுத்திக்கொண்டு, இந்தப் பூமியில் எனக்குக் கிடைத்த ஒரே பொருளான ரெமியின் கைப்பையைத் திறந்து பார்த்தேன். அதில் ஒரு பளபளப்பான உள்ளங்கையில் அடங்குகிற அளவில் ஒரு இரும்புத் தகடு இருந்தது. ஒருபுறம் அழகாகச் சிரிக்கும் ரெமி. மறுபுறம் வெறுமையாக இருந்தது. பெயரோ, எண்ணோ எதுவும் இல்லை.

பல அடுக்கு மாடிகள் நிறைந்த பகுதிக்குள் கார் நுழைகிறது. ஒவ்வொரு மாடியும் ஐம்பது, அறுபது அடுக்கு உயரத்தில் நிற் கிறது. அடித்தளங்கள் கடைகளாலும், அலுவலகங்களாலும் நிரம்பி இருக்கிறது. ஒரு தெருவில் நுழைந்து, அடுத்த குறுக்குத் தெருவின் சந்திப்பில் உள்ள உயர்ந்த கட்டடத்தின் முன் கார் நிறுத்தும் இடத்தில், கார் நிற்கிறது. இதுதான் நான் இறங்க வேண்டிய இடமாக இருக்கலாம். இறங்கி எங்குச் செல்வது? இந்த உயர்ந்த கட்டடத்தில் ஒரு ஐநூறு வீடுகள் இருக்கலாம். நான் எந்த வீட்டுக்குச் செல்வது?

"இதுதான் நான் இறங்க வேண்டிய இடமா? எனக்கு எல்லாம் மறந்துவிட்டது."

ஓட்டுநர் திரும்பி என்னைப் பார்த்துவிட்டு, முன் உள்ள திரையை மீண்டும் ஒருதடவை பார்க்கிறார். "52இ உயர்ந்த

கட்டட வீதி (கிழக்கு), கலங்கரை" என்று திரையில் தெரிந்ததைப் படித்துவிட்டு, "இதில் அப்படித்தான் காட்டுகிறது."

தலையை உயர்த்தி அந்தக் கட்டடத்தை அண்ணாந்து பார்த்தேன். கழுத்து வலித்தது. "ஒரு உதவி செய்றீங்களா அண்ணா? கொஞ்சம் என் வீட்லே போய் விடறீங்களா?"

"அது சரி" என்று சொல்லிச் சலித்துக்கொண்டார். "உங்களைப் பார்த்தாலும் வருத்தமா இருக்கு. சரி வாங்க."

இவர் என்னுடன் ரெமியின் வீடுவரை வருவதில் இரண்டு நன்மைகள் இருக்கு. ஒன்று இவர் என் வீட்டை எப்படியாவது காண்பிப்பார். இன்னொன்று இப்போ அந்த வீட்டில் தோஷ் இருந்தான்னா, இவரால் நான் காப்பாற்றப்படலாம்.

ஒருவேளை தோஷ் இல்லாமல் ரெமியின் அப்பா, அம்மா அல்லது யாராவது ஒருவர் இருந்தால், எப்படிச் சமாளிப்பது. சரி பார்ப்போம் என்று நினைத்து காரை விட்டு கீழே இறங்கி, அந்த டிரைவரின் பின் நடந்து அந்த மாளிகையின் உள்ளே சென்றேன்.

உள்ளே வரவேற்பறையில் இருந்த நபர் எங்கள் இருவரையும் பார்த்தார். அவர் என் முகத்தை நெருக்கத்தில் பார்ப்பதைத் தவிர்க்க, சற்றுத் தள்ளி நின்றுகொண்டேன். ஓட்டுநர் அவரிடம் சென்று பேசினார். "அய்யய்யோ ரெமிக்கா அப்படி ஆயிற்று!" என்று அவர் சற்று உரக்கச் சொன்னது என் காதில் விழுந்தது. ஓட்டுநர் திரும்ப வந்து, "52இ போங்க" என்றார்.

"கொஞ்சம் வீடுவரைக்கும் வர முடியுமா?" என்றேன் கெஞ்சுகின்ற குரலில்.

எதுவும் பேசாமல், 'சரி வா' என்பது போல சைகை செய்து லிஃப்ட் நோக்கி நடந்தார்.

லிஃப்ட் ஒவ்வொரு மாடியாக மேலே ஏறும்போது நெஞ்சு திக்திக் என்று அடித்தது. நான் பதற்றமாக இருப்பதைப் பார்த்த ஓட்டுநர், "அமைதியாக இருங்க. போய் ஓய்வு எடுங்க."

"எங்க அம்மா, அப்பாவைப்பற்றி ஏதாவது சொன்னாரா அவர்?" என்று பொய்யான அழுகையுடன் கேட்டேன்.

"நீங்க ஒரு ஆளுதான் அங்கே இருக்கீங்கன்னு சொன்னார்."

முதன் மொழி 69

கீழ்உதட்டைப் பிதுக்கி 'இது தேறாது' என்பது போலத் தலையை ஆட்டினார்.

52ஆம் மாடி வந்தவுடன் முன்னே சென்று, 52இ என்ற இலக்கம் தாங்கிய வீட்டின் கதவின் முன் நின்றார். கதவுக்குப் பக்கத்தில் ஒரு சிறிய பெயர்ப்பலகையில் 'ரெமி தச்சர்' என்று அழகாகப் பொறிக்கப்பட்டிருந்தது.

"உள்ளே போங்க."

நான் தலையைச் சொரிந்து அவரையே பார்க்கவே, "திறப்பு, திறப்பு" என்று சொல்லி கையை நான்கு விரலை உயர்த்திக் காட்டி னார்.

'ஓ சாவியா?' என்று நினைத்துக்கொண்டு, ரெமி கொடுத்த பையை ஆராய்ந்தேன். அவரே கையை விட்டு, அந்த இரும்புத் தகடை எடுத்து கைப்பிடியில் அருகில் காண்பித்து, கைப்பிடியைத் திருகி, கதவைத் திறந்து, உள்ளே போங்க என்று சைகையில் சொன்னார்.

"தேங்க்ஸ் அண்ணா."

"ஆங்" என்று புரியாமல் என்னிடம் அந்த இரும்புத் தகடைத் திணித்தார்.

"மிக்க நன்றி அண்ணா."

"ம்... ம்" என்று சொல்லி அவரே வெளிப் பக்கமாகக் கதவை மூடிக்கொண்டு போனார். கதவின் உள்பக்கமாக ஒரு திரை தெரிந்தது. அதில் அவர் லிஃப்ட் நோக்கி நடந்து செல்வது தெரிந்தது. ரொம்ப நல்ல மனிதர். வீடுவரைக்கும் வந்து விட்டுட்டுப் போறாரே என்று எண்ணிக்கொண்டே திரும்பிப் பார்க்கிறேன். பிரமித்துப் போனேன்.

ஒரு பெரிய வரவேற்பறை. எட்டு பேர் அமரக்கூடிய சோபா போடப்பட்டு இருந்தது. சோபாவின் ஒரு கோடியில் ஒரு சிறிய தண்ணீர் ஊற்று பொங்கிக்கொண்டு இருந்தது. அந்த அறையை ஒட்டி இரண்டு அறைகள். இரண்டிற்கும் கதவு பொருத்தி இருந்தது. எனக்கு நேரே கதவில்லாத இன்னொரு அறை. அந்த அறையில் ஒரு பால்கனி தெரிந்தது. அந்தப் பால்கனி அறையில்

எதிர் எதிராக இரண்டு சோபாக்கள் இருந்தது. சக்கரம் வைத்த ஒற்றை நாற்காலியும் இருந்தது. அந்த நகரின் உயர்ந்த கட்டடங்கள் அந்த மாலை வேளையில் விளக்குகளால் மின்னத் தொடங்கியது.

பால்கனிக்கு தமிழில் என்ன சொல்வார்கள் என ஒரு வினாடி யோசித்தேன். தெரியவில்லை. அந்த நகரின் காட்சி என்னை ஈர்க்கவே, அந்த அறைக்குச் சென்று பால்கனியில் நின்றேன். கைப்பிடி சுவரைப் பிடித்துக்கொண்டு கீழே எட்டிப் பார்த்தேன். தலை கிறுகிறுத்தது. பிறகு நாற்காலியைப் கைப்பிடிச் சுவருக்கு அருகில் இழுத்து, அதில் அமர்ந்து நகரை வேடிக்கைப் பார்த்தேன். மனம் அமைதியானது. சிறிது நேரம் பார்த்துக்கொண்டிருந்தேன். பசி வயிற்றைக் கிள்ளியது. இந்த வீடு ஒரு பொருட்காட்சிபோல இருக்கிறது. இதில் ஏதாவது உணவு இருக்குமா என்று கேள்வி யுடன், அடுத்த அறைக்குச் சென்றேன். அது சமையல் அறை. ரெமி சமையல் செய்வதுபோலத் தெரியவில்லை. ஆனால், அங்கே ஒரு பழக்கூடை இருந்தது.

ஒரு பெரிய ஆரஞ்சுப் பழத்தை எடுத்துக்கொண்டு, அடுத்த அறைக்குச் சென்றேன். அது படுக்கை அறை. அறையின் நடுவில் ஒரு கட்டில். சுவற்றின் நிறத்திற்கேற்ப, மெத்தை மஞ்சள் நிற வெல்வெட்டால் மூடப்பட்டு இருந்தது. மெல்லிய துணி ஒன்று படுக்கையைச் சுற்றி உயர்த்திக் கட்டப்பட்டு இருந்தது. அறையின் ஒரு மூலையில் ஒரு மேசையும் ஒரு நாற்காலியும் இருந்தது. மேசையின் மீது ஒரு பளப்பளப்பான உலோகத்தாலான பிரமிட் வடிவ ஒரு சிறிய கையடக்கப் பொருள் இருந்தது. அதைத் தொட, அதன்பின் பக்கத்தில் ஒரு நீலத்திரை போன்ற வெளிச்சம் காற்றில் தெரிந்தது. அது டேப்லெட் போன்ற கருவியாக இருக்கலாம் என்று நினைத்தேன். ஆனால், திரை வெறுமையாக இருந்தது. ஒரு வேளை இது இரவு நேர விளக்காக இருக்கலாம் என்று எண்ணி அதை அங்கேயே வைத்துவிட்டேன்.

அதற்குப் பக்கத்தில் மெல்லிய சிவப்பு நிற துணி சுற்றப்பட்ட ஒரு கோப்பு இருந்தது. அதை எடுத்து பிரித்துப் பார்த்தேன். உள்ளே இரண்டு அச்சடிக்கப்பட்ட தாள்கள். அது ஒரு நீதிமன்றத் தீர்ப்பு. ரெமியின் தந்தையின் தொழிலில் இருந்து அவர் இறப்புக்குப் பின்னர், ரெமி தச்சருக்கு கதிரம் 150 கோடி சேரவேண்டியது

என்று தீர்ப்பாகி இருந்தது. இந்தப் பணத்தின் பாதுகாப்புக்கு தோஷ் என்ற வழக்குரைஞரைக் கண்காணிப்பாளராக நீதிமன்றம் நியமித்திருந்தது. கதிரம் என்பது இந்த நாட்டு நாணயமாக இருக்க வேண்டும்.

ஒருவேளை இந்தப் பணத்திற்காகத்தான் ரெமியைக் கொலை செய்தான் என்று நினைக்கையில் வருத்தமாக இருந்தது. மேசையின் முதல் அலமாரியை இழுத்தேன். அதில் ஒரு சிறிய கன செவ்வக வடிவிலான தங்க நிறத்தில் ஒரு பொருள் இருந்தது. ஓ தங்கக்கட்டி என்று ஆர்வத்துடன் கையில் எடுத்துப் பார்த்தேன். எடை மிகக் குறைவாக இருந்தது. இது தங்கமாக இருக்க வாய்ப்பில்லை. என்ன இது என்று யோசிக்கும் போது, பொறி தட்டியது. மேசையின் மேல் இருக்கும் அந்த இரவு நேர விளக்கு என்று நினைத்தேனே, அதன் மேல்பக்கம் இது சரியாகப் பொருந்தும். அந்த உலோகத்துண்டை எடுத்து, அந்த டேப்லெட் மீது பொருத்தினேன். காற்றில் நீலத் திரை மீண்டும் தோன்றியது. அதில் ஏகப்பட்ட எண்கள் தெரிந்தது. திரையைச் சுட்டு விரலால் மேலும்கீழும் இழுத்தேன். அது அவளின் வங்கிக் கணக்கு. அதில் மொத்த இருப்புக் கதிரம் 223 கோடி எனக் காட்டியது. ரெமியாகிய நான் இங்கே பெரிய பணக்காரி என்று ஆச்சரியப்பட்டு அந்தத் திரையை மேலும் கீழும் இழுத்து பார்த்துக்கொண்டிருந்தேன். பிறகு அந்தத் தங்கக்கட்டியை வெளியே எடுத்தால், திரை வெறுமையானது. வெளியே எடுத்து, மீண்டும் பொருத்தி, மீண்டும் வெளியே எடுத்து அதனுடன் சற்று நேரம் விளையாடிக்கொண்டிருந்தேன். வெளிக்கதவு திறக்கும் சத்தம் கேட்டது.

2.6

ஐயோ! யாரோ வருகிறார்கள். என்ன செய்வது என்று தெரியாமல் அந்தத் தங்கக்கட்டியை எடுத்துக்கொண்டு ஒளிவதற்கு இடம் தேடினேன். கட்டில் அடியைத் தவிர பதுங்குவதற்கு அந்த அறையில் ஒன்றும் இல்லை. ஓடிச்சென்று கட்டிலுக்கு அடியில் பதுங்கிக்கொண்டேன். நான் வந்த அவசரத்தில், மேசையின் மீது வைத்த ஆரஞ்சு பழம் கீழே விழுந்து உருண்டது. உருண்டு சரியாக படுக்கை அறை வாசலின் வழியில் நின்றது. உள்ளே வந்தவன் கதவைச் சாத்திவிட்டுத் திரும்பினான். அவன் முகத்தைப் பார்த்தேன். கொலைகார தோஷ். பயத்தில் தொண்டைக்குழி அடைத்தது.

உள்ளே நுழைந்தவன் சுற்றும் முற்றும் நோட்டமிட்டான். அதைப் பார்த்தால் அவன் இந்த வீட்டிற்கு இதற்கு முன் வந்தவன்போலத் தெரியவில்லை. நேராக வந்தவன் வரவேற்பறையில் இருந்த சோபாவின் மேல் இருந்த, நான் வைத்துவிட்டு வந்த ரெமியின் கைப்பையை எடுத்து யோசிக்க ஆரம்பித்தான். மாட்டிக்கொண்டோமே என்று பயத்தில் இந்துக் கடவுள்களையும், இயேசுவையும் ஒருசேரக் கூப்பிட ஆரம்பித்தேன். பையைத் திறந்து, உள்ளே என்ன இருக்கிறது என்று பார்த்துவிட்டு, மீண்டும் அங்கேயே வைத்துவிட்டான். நடந்து சென்று என் பார்வையில் இருந்து மறைந்தான். என்னைப் போலவே அந்தப் பால்கனி அறைக்கு, பின்னர் சமையல் அறைக்குச் சென்று இருக்க வேண்டும். கடைசியாக என் அறைக்கு வந்தான். வழியில் கிடந்த ஆரஞ்சுப் பழத்தை எடுத்துப் பின்னால் திரும்பிப் பார்த்தான். என் நெஞ்சு படபடத்தது. மூச்சின் சத்தத்தைக்கூட வடிகட்டி வெளியே விடுகிறேன்.

மேசையைப் பார்க்கிறான். அந்த நீலத்திரை வெளிச்சம் இன்னும் காற்றில் தெரிந்தது. உள்ளே யாரோ இருக்கிறார்கள்

என்று அவன் கண்டிப்பாக உணர்ந்து இருக்க வேண்டும். பழத்தைக் கீழே உருட்டிவிட்டு மேசைக்கு அருகில் சென்றான். அந்தக் கருவியைக் கையில் எடுத்துப் பார்த்தான். பிறகு மேசையின் மீது எதையோ தேடினான். என் கையில் இருக்கும் பொருளைத்தான் தேடுகிறான் என்று புரிந்துகொண்டேன். மேசையின் ஒரு அலமாரியைத் திறந்தான். இன்னொன்றைத் திறந்து கீழே கொட்டினான். சில பொருட்களுடன், சில காகிதங்களும் தரையில் விழுந்தது. இவன் குனிந்து எதையும் எடுக்கக் கூடாது. இவன் குனிந்தால் நான் கண்டிப்பாக அகப் பட்டுக்கொள்வேன். கீழே கிடக்கும் பொருளை எடுக்க இவன் குனியக் கூடாது என்று நான் வேண்டாத தெய்வம் இல்லை. அவன் ஷூ அணிந்த காலால் ஒரு கற்றைத் தாள்களை மிதித்துக் கொண்டு அறையை நோட்டமிடுகிறான். மேல் இருந்த ஒரு வண்ணத் தாளில் ஒரு புகைப்படம் இருந்தது. தீயைத் தொட்டவள் போலப் பதறி மீண்டும் பார்த்தேன். அந்தப் புகைப்படத்தில் விக்டர் சிரித்தபடி இருந்தான்.

ஷூ சற்று விலகியது. தோஷ் மெத்தையின் மீது ஏறினான். இப்போது விக்டர் முழுமையாகத் தெரிந்தான். ஓர் உயரமான நாற்காலியில், ஒரு காலைத் தரையில் ஊன்றி, இன்னொரு காலை, நாற்காலியின் கால் வைக்கும் ஒரு கட்டையின் மீது வைத்து, கோட் சூட் அணிந்து கம்பீரமாக உட்கார்ந்து இருந்தான் விக்டர். இவன் அழகை ரசிப்பதா? இல்லை தலைக்கு மேல் இருக்கும் ஒரு கொலைகாரனுக்குப் பயப்படுவதா என்று குழப்பம் இருந்தாலும் விக்டர் என்னை ஈர்த்தான். அவன்மீது இருந்த காதல் கண்ணீராய் உருண்டது. தோஷ் மெத்தையில் இருந்த விரிப்புகளை எடுத்துத் தரையில் வீசினான். அது விக்டரை மறைத்தது. இப்படியும் அப்படியும் மெத்தையில் தேடுகிறான் என்பது மெத்தையின் அசைவில் இருந்து தெரிகிறது. ஒரு நிமிடத்தில் அவன் தேடுவது கிடைக்காததால், “ஓ” என்று உரக்க வெறி பிடித்தவன்போலக் கத்தினான். கைகளால் மெத்தையை மாறிமாறிக் குத்தினான். மெத்தையில் அப்படியே சாய்ந்துவிட்டான் போல இருக்கிறது. அமைதியாக இருக்கிறது அந்த அறை.

ஐந்து நிமிடம் கழித்து மீண்டும் மேசைக்குச் சென்றான். மேசையை இழுத்து அதன் பின்புறம் ஏதாவது இருக்கிறதா என்று

தேடினான். ஆத்திரத்தில் மேசையில் இருந்த பொருட்களைக் கீழே தள்ளினான். அந்த டேப்லெட் கருவியும் கீழே விழுந்தது. வெளியே சென்றான். சமையல் அறையில் உருட்டும் சத்தம் கேட்டது. அவன் வீசியெறிந்ததில், சமையல் அறையில் இருந்த பொருட்கள் சில வெளியே நடுஅறைக்கு வந்தது. மூடியிருந்த மெத்தை துணியை விலக்கி, விக்டரின் படத்தைப் பார்க்கலாமா என்று ஆசையாய் இருந்தது. அமைதி தாரா! அமைதி! என்று என் ஆர்வத்துக்குத் தடை போட்டேன். வெளியில் என் பார்வைக்கு மீண்டும் வந்த தோஷ் இரண்டு கைகளையும் இடுப்பில் வைத்துக் கொண்டு தலையை மேலே தூக்கி யோசித்தான். படுக்கை அறைக்குள்ளே இருந்த இன்னொரு அறைக்குச் சென்றான். அது குளியல் அறையாக இருக்க வேண்டும். அங்கேயும் பொருட் களைப் போட்டு உடைத்தான். வெளியே வந்து, நடந்து செல்லும் போது காலடியில் இருந்த ஆரஞ்சு பழத்தை, கால்பந்தை உதைப்பதுபோல எட்டி உதைத்தான்.

பிறகு கதவைத் திறந்து வெளியே சென்றான். வெளியே சென்றவன் எப்போது வருவான் என்று தெரியாததால், கட்டிலுக்கு அடியிலேயே பதுங்கிக்கொண்டு விக்டர் புகைப்படம் இருந்த அந்தத் தாளை மட்டும் எடுத்து, அது என்னவென்று படிக்க ஆரம் பித்தேன். அது மாரி வள்ளல் மன்றம் நடத்தும் ஒரு நன்கொடை விழாவிற்கான அழைப்பிதழ். உலகப் பாதுகாப்புக் கழகத்தின் தலைவராகத் தேர்ந்தெடுக்கப்பட்ட திரு. பதுமன் செல்லிக்குப் பாராட்டு விழா மற்றும் நிதி அளிப்பு விழா என்று அச்சிட்டு இருந்தது. சித்திரை 14 அன்று விழா நடைபெறும் என்றும் அழைப்பிதழ் வைத்து இருப்பவர்களுக்கு மட்டுமே அனுமதி என்று சிறிய எழுத்தில் கீழே அச்சிடப்பட்டு இருந்தது. விக்டரின் புகைப்படத்தின் கீழே திரு.பதுமன் செல்லி என்றும் அச்சிடப் பட்டு இருந்தது. விக்டர், நீ இங்கே, இந்த உலகம் தெரிந்த ஒரு அமைப்பின் தலைவன் என்று நினைக்கையில் மகிழ்ச்சியாக இருந்தது.

"தாரா, கொஞ்சம் நில்லுங்க. எனக்குச் சில கேள்விகள் இருக்கு."

"எஸ் டாக்டர்."

“முதல் கேள்வி என்னைப் பத்தி. நான் உங்க பக்கத்தில் நின்னுக்கிட்டு இருந்தேன். நான் யாரு அந்த உலகத்திலே?”

“எனக்குத் தெரியாது டாக்டர். அதற்குப் பிறகு உங்களை நான் பார்க்கவேயில்லை.”

“நீங்க கட்டிலுக்கு அடியில் ஒளிஞ்சிக்கிட்டு இருந்தேன்னு சொன்னீங்க. அது கொஞ்சம் ஓல்ட் ஃபேஷன் மாதிரி தெரியல.”

“டாக்டர் நான் என்ன கதையா சொல்றேன்? அங்க ஒளியரத்துக்கு இருந்த ஒரே இடம், அந்தக் கட்டில்தான்.”

“அது இல்லை தாரா. நீங்க வேற எங்கேயாவது போய் ஒளிந்திருக்கக் கூடாதா என்ற ஆதங்கத்தில் கேட்டேன். அவன் பேர் என்ன சொன்னீங்க. ஆம். தோஷ். அவன் கட்டிலுக்குக் கீழே குனிஞ்சி பார்த்திருந்தான்னா, உங்க நிலைமை என்ன ஆயிருக்கும்? விக்டர், நீங்க அங்கே ஒரு வேர்ல்டு லீடர்.”

“டாக்டர், உங்களுக்குப் பிரச்னை என்னான்னு புரியுது இல்ல இப்போ?” விக்டர் சற்றுக் கடுப்புடன் கேட்டான்.

“தாரா சொல்றத கேக்கறதுக்கு நல்லாத்தானே இருக்கு. உங்களுக்குப் போர் அடிச்சா, கொஞ்சம் வெளியே போயிட்டு வாங்களேன் விக்டர்.”

எழுந்திருக்க முயன்ற விக்டரை நான் கோபத்துடன் முறைத்துப் பார்க்க, அவன் அமர்ந்துவிட்டான்.

“நீங்க மேலே சொல்லுங்க தாரா. அப்புறம்.”

தோஷ் திரும்பி வந்துவிடுவானோ என்ற பயத்தில் நான் அங்கேயே சிறிது நேரம் அப்படியே படுத்து இருந்தேன். பசி வயிற்றைப் பிசைந்தது. பயத்துடனே வெளியே வந்தேன். வீடு முழுக்க கலைந்து இருக்கும் பொருட்களை எடுத்து ஒழுங்கு படுத்தலாமா என்றுகூட நினைத்தேன். அவன் திரும்ப வந்துட்டா என்ன செய்வது என்று அப்படியே வைத்துவிட்டேன். சமையல் அறை சென்றேன். தண்ணீர் நிரப்பிய கண்ணாடிக் குடுவைகள் நிறைய இருந்தன. அது தண்ணீரா என்று சோதனை செய்து, குடித்துவிட்டு, இரண்டு பழங்களை எடுத்துக்கொண்டு விடுவிடு என்று நடந்து மீண்டும் படுக்கை அறைக்கே வந்தேன்.

ஷூ தடம் பதிந்த அந்த அழைப்பிதழை மீண்டும் ஒருதரம் படிக்க ஆரம்பித்தேன். விக்டரின் உருவத்தைப் பார்த்ததும் நெஞ்சு கனத்தது, கண்ணீர் பார்வையை மறைத்தது. ஒரு விரலால் கண்ணீரைத் துடைத்துக்கொண்டு படிக்க ஆரம்பித்தேன். பதுமன் என்ற பெயர் உனக்கு நன்றாக இருக்கிறது விக்டர் என்று வாய் விட்டு சொல்லி என் இரு விரலை முத்தமிட்டு அந்தப் படத்தின் மீது வைத்தேன். ச்சீ என்ன இது. இவன் விக்டர் இல்லையே. இவனுக்கு இங்கே வேறு காதலி இருக்கலாம். திருமணம் நடந்து குழந்தை இருக்கலாம். சிறு தவறு ஒன்றைச் செய்துவிட்டு வெட்கப்படும் ஒரு குழந்தையைப் போல வெட்கப்பட்டேன்.

பதுமனை எப்படியாவது சந்திக்க வேண்டும். அவனுடன் பேச வேண்டும். இந்த விழாவிற்குக் கண்டிப்பாகப் போக வேண்டும். இது முடிந்துவிட்டதா என்று தெரியவில்லை. கடிகாரம், நாட் காட்டி என்று எதுவும் இந்த வீட்டில் இல்லை. சிறிது நேரம் யோசித்துவிட்டு, இந்த டேப்லெட்டில் ஏதாவது தெரியலாம் என்று எண்ணி அதில் தங்ககட்டியை வைத்தேன். நீலத்திரையில் சித்திரை 13வரையிலான கையிருப்பு 223 கோடி கதிரம் எனக் காட்டியது. இந்த விழா நாளைக்குத்தான், இப்போது தூங்குவோம்

என்று எண்ணி கட்டிலில் சாய்ந்தேன். இங்கே தூங்கிவிட்டால், நான் தூங்கும்போது தோஷ் வந்தால் என்ன செய்வது என்ற பயத்தில் கட்டிலுக்கு அடியில் சென்று படுத்துக்கொண்டேன்.

அறையில் சூரிய வெளிச்சம் வரும்வரை குழந்தையைப் போலத் தூங்கி எழுந்தேன். அங்கிருந்த குளியல் அறை, நான் சென்னையில் வசித்த வீட்டின் பாதி அளவு இருந்தது. அதில் உள்ள ஒரு அலமாரியில் நூற்றுக்கணக்கான ஆடைகள் தொங்கிக் கொண்டு இருந்தது. எங்க அப்பா இதைப் பார்த்தால் மயக்கம் போட்டே விழுந்திருப்பார். பெண்கள் எந்த உலகத்தில் இருந்தாலும் ஆடைகளை வாங்கிக் குவிப்பார்கள்போல இருக்கிறது. குளித்துவிட்டு ரெமியின் ஆடையை அணிந்துகொண்டு, விழா விற்கு எந்த ஆடையில் போவது என்று சிறிது நேரம் குழம்பி, பின் தேட ஆரம்பித்தேன். இவள் விருந்துக்குச் செல்வதற்காகவே நிறைய ஆடைகள் வைத்திருக்கிறாள். அதில் மனதுக்குப் பிடித்த ஒன்றைத் தெரிவு செய்து, எப்படி அந்த இடத்துக்குச் செல்வது என்று யோசித்துக்கொண்டிருந்தேன்.

மதிய வேளையில் மணி சத்தத்துடன், "ரெமி. ரெமி வீட்லே இருக்கீங்களா?" என்று நீலத்திரையில் நேற்று கீழே வரவேற்பு அறையில் பார்த்த நபர் தோன்றினார். இவருக்குப் பதில் அளிப்பதா வேண்டாமா என சற்று குழப்பம். மீண்டும், "ரெமி வீட்லே இருக்கீங்களா?"

"எஸ்" என்றேன்.

அவர் முகத்தைச் சுருக்கி, "நீங்க இன்னும் சரியாகல போல இருக்கு."

ஓ என் ஆங்கிலமா? "நான் இப்போ பரவாயில்லை. என்ன வேணும் உங்களுக்கு?"

"ஒரு வண்டியோட்டிகிட்டே இருந்து தகவல் வந்தது. இன்னும் அரைமணி நேரத்தில் உங்களுக்காக ஒரு வண்டி வரும். கீழே இறங்கி வாங்க."

திரை மறைந்தது. டெலிஃபோனும் இதுதானா? இதில் மற்ற வர்களை எப்படிக் கூப்பிடுவது எனத் தெரியவில்லை. அந்த ஆராய்ச்சியை அப்புறம் பார்த்துக்கொள்ளலாம். எப்படிச் செல்வது

என்ற சிக்கல் தீர்ந்தது. நேற்று பார்த்த ரெமியைப் போலவே சற்றுத் தூக்கலாகவே முக அலங்காரம் செய்துகொண்டு அந்த ஆடையில் கண்ணாடியில் பார்த்தேன். என்னைக் காணவில்லை. ரெமியைத்தான் பார்த்தேன். அந்த ஆடையில் அவள் அழகு எனக்கே சற்றுப் பொறாமையாக இருந்தது.

ரெமியின் கைப்பையை எடுத்துக்கொண்டு வெளியே வந்தேன். மீண்டும் தோஷ் வந்தால், அந்தத் தங்கக்கட்டியை எடுத்துச் செல்லலாம். அதைப் பத்திரப்படுத்த வேண்டி, உள்ளே சென்று, அதை எடுத்துக்கொண்டு கீழே வந்தேன்.

வரவேற்பு அறையில் இருந்த நபர் என்னைப் பார்த்ததும், 'வெளியே' என்பது போல கையைக் காண்பித்தார். வெளியே வந்ததும் வாசலில் ஒரு பெரிய வாகனம். நான் நேற்று பயணம் செய்ததைவிடப் பெரிய வண்டி. ஓட்டுநர் கதவைத் திறந்து, தலையைக் குனிந்து வணங்கிவிட்டு உள்ளே போங்க என்பது போல கையைக் காண்பித்தார். இந்த மரியாதை, தாராவுக்கோ, ரெமிக்கோ அல்ல, பணத்திற்கு என்று தெரிந்துகொண்டேன்.

ஒரு சிறிய அரங்கத்தின் முன் நிறுத்திவிட்டு, மீண்டும் தலை வணங்கி என்னை இறக்கிவிட்டார். விக்டரை, பதுமனைக் காணப்போகிறோம் என்ற நினைப்பில் நெஞ்சு படபடத்தது. உன்னுடன் பேச வேண்டும், தனியாக வர முடியுமா என்று கூப்பிட்டு, விக்டர் காதலைச் சொன்ன அந்த நாளில் நெஞ்சு படபடத்ததே, அதே நிலைமையில் இருந்தேன். வாசலில் இருந்தவர் என் அழைப்பிதழைப் பார்த்து, 'எண் 5' என்று சொல்லித் தலைவணங்கி உள்ளே அனுப்பினார்.

இது பணக்காரர்களின் உலகம். நான் இப்போது ஒரு பெரிய பணக்காரியைப் போல நடந்துகொள்ள வேண்டும். யாரையும் மதிக்காமல் திமிராக இருக்க வேண்டுமா, அல்லது வேறு எப்படி நடிப்பது என்ற சிறு குழப்பத்தில் உள்அரங்கத்திற்கு நடந்தேன். எதிரில் வந்தவர்களை நான் கவனிக்கவில்லை. என்னைக் கடந்து போனவர்கள், "ரெமி" என்று ஒருதடவை கூப்பிட்டதற்குத் திரும்பாமல், மீண்டும் கூப்பிடவே, திரும்பிப் பார்த்தேன்.

அங்கே ஒரு இளவயது தம்பதியினரில் அந்தப் பெண் ஓடி வந்து என் கையைப் பிடித்துக்கொண்டாள். "உனக்கு எதுவும் ஆகலயே ரெமி?"

அவள் எதைக் கேட்கிறாள் என்பதைப் புரிந்துகொண்டேன். "ஏன் அப்படிக் கேக்கறீங்க?" என்று தெரியாததுபோலக் கேட்டேன்.

"இல்லை, ஏதோ ஒரு கெட்ட செய்தி கேள்விப்பட்டேன்."

"என்ன செய்தி?"

"அதை விடு. நீ நல்லா இருக்கே. அப்புறம் அந்த வழக்கு உன் பக்கம் தீர்ப்பாயிருக்கு. வாழ்த்துகள்." அவள் கணவர் என்று சொல்லி உடன் இருந்தவரை அறிமுகப்படுத்தினாள். ஏதேதோ பேசினாள். ஒன்றுக்கும் பதில் சொல்லாமல் சிரித்தே மழுப்பினேன். இவளைப்போல வேறு யாரையாவது நான் இங்குச் சந்தித்தால், என் குட்டு எளிதில் உடைந்துவிடும். பேசாமல் திரும்பிப் போய்விடலாமா என்றுகூட யோசித்தேன். விக்டரை அல்லது பதுமனைத் தூரத்தில் இருந்தாவது பார்த்துவிட்டுச் செல்வது என்று முடிவெடுத்து உள்ளே நுழைந்தேன். நூறு பேர் அமரக்கூடிய அரங்கம் அது. உள்ளே நுழைந்தவுடன், ஒருவர் தலைவணங்கி, என் அழைப்பிதழைப் பார்த்து எண் 5ஆம் இருக்கைக்கு அழைத்துச் சென்று அமர வைத்தார்.

என் இருக்கை முதல் வரிசையில் இருந்தது. மேடைக்கும் எனக்கும் அதிகத் தூரம் இல்லை. மேடைமீது மூன்று அலங் காரமான நாற்காலிகள். மேடை அதிக வெளிச்சத்தில் இருந்தது. பார்வையாளர்களின் பகுதி வெளிச்சம் மிகவும் குறைவாக இருந்தது. நான் முதல் வரிசையில் இருந்தாலும் மேடையில் இருப்பவர்கள் என்னை அடையாளம் கண்டுகொள்வது அவ் வளவு எளிதல்ல என்ற நம்பிக்கையில் விழாவை, பதுமனை எதிர்பார்த்துக் காத்திருந்தேன்.

யாரோ ஒருவர் மேடையின் ஒரு பக்கத்தில் இருந்து வந்தார். எல்லோருக்கும் வணக்கம் தெரிவித்துவிட்டு முதலில் இருந்த நாற்காலியில் அமர்ந்துகொண்டார். அடுத்ததாக இன்னொரு பக்கத்தில் இருந்து தோஷ் நுழைந்தான். தூக்கிவாரிப்போட்டது எனக்கு. இது எப்படிச் சாத்தியம்? நான் எங்குப் போனாலும் இவனையே பார்க்கும்படி நேர்கிறதே என்று பயந்து தலை கவிழ்ந்து மேடையைப் பார்ப்பதைத் தவிர்த்தேன்.

"எல்லோருக்கும் வணக்கம். இந்த மாலைப்பொழுதில் உங்களை வரவேற்பதில் பெருமகிழ்ச்சி அடைகிறேன். மாரி

வள்ளல் மன்றத்தின் சட்ட ஆலோசகராகத் தொடர்ந்து ஆறு ஆண்டுகளாகப் பணிபுரிவதில் மிக்க மகிழ்ச்சி. என் இனிய நண்பரும், வழக்குரைஞருமான திரு. பதுமன் செல்லி உலகத்தின் உயர்ந்த அமைப்பான உலகப் பாதுகாப்புக் கழகத்திற்குத் தலை வராகத் தேர்ந்து எடுக்கப்பட்டுள்ளார். நம்முடைய கதிர் நாட்டைச் சேர்ந்த ஒருவர், முதன் முதலாக அந்த அமைப்பின் தலைவராகத் தேர்ந்தெடுக்கப்பட்டுள்ளார்.

அவர் போட்டியின்றி தேர்ந்தெடுக்கப்பட்டார் என்பது அவர் மீது உலக நாடுகள் வைத்திருக்கும் நம்பிக்கையைக் காட்டுகிறது. மாரி வள்ளல் மன்றத்தின் அழைப்பை ஏற்று விழாவிற்கு வந்து சிறப்பு செய்யவிருக்கும் திரு. பதுமன் செல்லியை வருக வருக என்று வரவேற்கிறேன்" என்று தோஷ் பேசி முடித்ததும் இன் னொரு மூலையில் இருந்து மேடைக்கு வந்தான் பதுமன்.

தோஷ் நான் இங்கு இருப்பதை உணர்திருக்க மாட்டான். இல்லையென்றால் இவ்வளவு துணிச்சலாகப் பேசுவானா? நான் இங்கே இருப்பதை அவன் தெரிந்துகொண்டால் அவன் என்னை என்ன செய்வான்? எனக்கு என்ன நிகழும்? என்னைத் தூக்கிச் சிறையில் போடலாம். ரெமியை நான்தான் கொன்றேன் என்றும் தோஷ் வாதாடலாம். அவன் இங்குச் செல்வாக்கு மிகுந்தவன். பதுமனுக்கு நண்பன். அவன் வாய்ச்சொல் அரங்கேறும். நான் ஒரு அபலை, இந்த உலகத்துக்கு வந்த அகதி. இருந்தாலும் விக்டரைப் பார்த்ததும் எனக்கும் ஒரு தெம்பு வந்தது. இந்த உலகம் என்னை இங்கேயே கொன்றுபோட்டால்கூடக் கவலை இல்லை. என் பூமியில் மரணமடைந்த, அல்லது தூக்கி வீசப்பட்ட நான், என் காதலனை, கணவனை, என் நெஞ்சில் இருப்பவனை நேரே காண்கிறேன். என் பூமியில் எந்த உயிர்க்கும் வாய்க்காத ஒரு வாய்ப்பு எனக்குக் கிடைத்திருக்கிறது. என் கண்கள் குள மானது. கண்ணீர் என் முக ஒப்பனையைக் கலைத்துவிடும் என்ற சிறு அச்சத்தில் வந்த கண்ணீரை அடக்கிக்கொண்டேன். இந்த உலகத்தின் நியாய தர்மங்களைப் பார்த்துவிடுவோமடி என்ற துணிவு வந்தது.

எல்லோரும் எழுந்து நின்று கைதட்டி பதுமனை வரவேற் றார்கள். நானும் எழுந்து நின்று வெறி பிடித்தவள்போலக்

கைகளைத் தட்டினேன். பதுமன் எல்லோரையும் வணங்கி விட்டு, உட்காருங்கள் என்று சைகை காண்பித்தான். மக்கள் விடாமல் கைதட்டிக்கொண்டே இருந்தார்கள். ஒருவழியாகப் பார்வையாளர்கள் அமர்ந்ததும் அவன் பேசத் தொடங்கினான், மன்னிக்கவும் தொடங்கினார்.

"இந்த விழாவிற்கு ஏற்பாடு செய்த இனிய நண்பர் தோஷுக்கு நன்றி. நானும் அவரும் இளமைக் காலத்தில் இருந்து நண்பர்கள். நான் இந்தப் பதவிக்குத் தேர்ந்து எடுக்கப்பட்டதும் எனக்கு வந்த முதல் வாழ்த்து என் நண்பரிடம் இருந்துதான்."

அடப்பாவி! உன் நண்பன் யார் என்று சொல். நீ யாரென்று சொல்கிறேன். ஏனோ, அந்தப் பழமொழி என் நினைவுக்கு வந்தது. நேற்று இரவில் இருந்து உன் நினைவாகவே இருந்தேன். ஒரு நிமிடத்தில் அதைச் சிதைத்துவிட்டாயே.

"மாரி வள்ளல் மன்றத்தினருக்கும், மற்றும் தோஷ் அழைப்பை ஏற்று இங்கு வருகை தந்திருக்கும் அவரது நண்பர்கள் அனைவருக்கும் என் நெஞ்சார்ந்த நன்றிகள். உலகத்தின் மறுகோடியில் விண்கற்களின் தாக்குதலால் இரண்டு நாடுகள் மிகப் பெருத்த சேதாரம் அடைந்திருக்கின்றன என்பது நம் எல்லோருக்கும் தெரியும். பெரும்பாலான மக்கள் தங்கள் வீடுகளை இழந்து முகாம்களில் வசிக்கின்றனர். பாதிக்கப்பட்ட மக்களுக்கு அடிப்படை வசதி வழங்க நமக்குப் பணம் தேவைப்படுகிறது. இது தான் அதற்கான முதல் நிதியளிப்புக் கூட்டம். இன்னும் பல நிதியளிப்புக் கூட்டங்கள் நடத்தி, நம் இலக்கான பணம் நூறு கோடி கதிரம் சேர்க்க வேண்டும். என் அலுவலக உறுப்பினர்கள் இப்போது உங்களிடம் வருவார்கள். தாராளமாக நிதி வழங்குங்கள்."

பதுமன் பேசிக்கொண்டு இருக்கும்போதே, நான் அமர்ந்திருக்கும் வரிசையின் முதல் இருக்கையின் அருகில் ஒரு சிறு வண்டி தள்ளிக்கொண்டு இருவர் வந்தனர். அவர்கள் என்ன பேசுகிறார்கள், என்ன செய்கிறார்கள் என்று இருட்டில் சரியாகத் தெரியவில்லை. ஒரு நிமிடத்தில், மேடையில் பெரிய திரையில் திரு. கார்க்கை, கதிரம் நூறு ஆயிரம் என்று திரையில் தோன்றியது.

மேடைக்கு மேலும் கீழும் இருந்தவர்கள் கை தட்டினார்கள். அடுத்து திருமதி நன்னாகை, கதிரம் நூறு ஆயிரம் என்று ஓடியது. கை தட்டினார்கள். ஐந்தாவதாக நான். நெஞ்சு திக்திக் என்று அடித்தது. என்னிடம் பணம் இல்லை. என்ன சொல்வது? சரி சௌமியா பணம் நூறு ஆயிரம் கதிரம் என்று சொல்லிவிடுவோம். சௌமியா யார் என்று இவர்களுக்குத் தெரியவா போகுது. பணம் பின்னர் பார்த்துக்கொள்ளலாம். திரு.சல்லி மாறன், கதிரம் ஐம்பதினாயிரம் என்று ஓடியது. என் பக்கத்து இருக்கைக்கு வரும்போதுதான் கவனித்தேன். அந்த இரண்டு உறுப்பினர்களும், ரெமியின் வீட்டில் பார்த்த பிரமிட் வடிவ டேப்லெட் சாதனத்தை வைத்து இருக்கிறார்கள். பக்கத்தில் இருப்பவர் தங்கக்கட்டி போன்ற உலோகத்துண்டை கொடுத்ததும், அவர் நூறு ஆயிரம் என்று சொன்னார். உடனே திரையில் திரு. அம்மூவன், கதிரம் நூறு ஆயிரம் என்று ஓடியது.

அந்த இடத்தில் இருந்து எழுந்து ஓடிவிடலாம் என்று எழுந்தேன். அதற்குள் அந்த உறுப்பினர்கள் என்னைப் பார்த்து புன்னகைத்தது அந்தப் பாதி இருட்டிலும் எனக்குத் தெரிந்தது. அதே சமயத்தில், திரையில் செல்வி ரெமி தச்சர் என்று தெரிந்தது. திரையை தோஷ்தான் முதலில் படித்தான். முகம் இருளடைந்து கண்களைச் சுருக்கி என்னைப் பார்த்தான். பார்த்தவுடனே அவன் உடலில் சற்று நடுக்கம் ஏற்படுவதை நான் கவனித்தேன். ஒரு உறுப்பினர் என்னை நோக்கி கையை நீட்டினார். நான் மேடையையே பார்க்கவே, "அம்மா" என்றார். பையைத் திறந்து அந்த உலோகத்தை எடுத்து அவரிடம் கொடுத்தேன். திரையில் என்னிடம் இருந்து பணம் வராததால், பதுமன் திரையைப் பார்த்துவிட்டு என்னைப் பார்த்தார்.

அந்த உலோகத் துண்டை டேப்லெட் மீது வைத்து, "எவ்வளவு?" என்று கேட்டார்.

நான் மேடையைப் பார்த்துக்கொண்டிருந்தேன். மாட்டிக்கொண்டேன், என்ன செய்வது என்று ஒருகணம் புரியவில்லை.

"அம்மா கதிரம் எவ்வளவு?" இன்னொருவரும் கேட்டார்.

"நூறு கோடி" என்று ஒரு வேகத்தில் சொல்லிவிட்டேன்.

இரண்டு உறுப்பினர்களும் அதிர்ச்சியுடன் ஒருசேர, "என்னது?" "ஆமாம் நூறு கோடி" என்றேன் தீர்க்கமாக.

திரையில் செல்வி ரெமி தச்சருக்குப் பக்கத்தில் கதிரம் நூறு கோடி என்று தெரிந்தது. கைதட்டலால் அரங்கம் அதிர்ந்தது.

2.8

பதுமன் தலைக்கு மேலே கைகளை உயர்த்தி, துள்ளிக் குதித்து, ஆரவாரம் செய்கிறார். பேய் அறைந்ததுபோல நின்று இருக்கும் தோஷைக் கட்டிப்பிடிக்கிறார். விளக்கு வெளிச்சம் என்மீது பாய்ச்சப்பட்டது. பதுமன் பின்னால் திரும்பிப்பார்த்து பெயரைப் படித்து, “செல்வி தச்சர், மேடைக்கு வாருங்கள்” என்றார். கைதட்டு அடங்கியதாகத் தெரியவில்லை. அந்த உலோகத் தகட்டை வாங்கி பையில் பத்திரப்படுத்திக்கொண்டேன். ஒரு தடவை நன்றாக மூச்சை உள் இழுத்து, மேடை ஏறினேன்.

அரங்கத்தில் உள்ளவர்கள் எல்லோரும் எழுந்து நின்று கை தட்டிக்கொண்டே இருக்கின்றனர். பதுமன் கையை உயர்த்தி அரங்கத்தை அமைதியாக்கினார். “இது என்னுடைய முதல் நிதி சேர்ப்புக் கூட்டம். நாங்கள் இதுபோன்ற ஒரு நூறு கூட்டங்களை ஏற்பாடு செய்ய வேண்டும் என்று நினைத்திருந்தோம். ஆனால், முதல் கூட்டத்திலேயே நாங்கள் எங்கள் இலக்கை அடைந்து விட்டோம். உலகத்தில் இவ்வளவு பெரிய கொடையாளி இருக்கின்றார் என்பது யாருக்கும் தெரியாது. செல்வி தச்சர் அவர்களுக்கு நான் அல்ல, இந்த உலகமே நன்றி சொல்லக் கடமைப்பட்டிருக்கிறது.

அவர் வெளித்தோற்றத்தைப் பார்த்தால் பேரழகியாகத் தெரிகிறார். ஆனால், உள்ளே அவர் விண்ணில் இருந்து வந்த ஒரு வானமங்கை” பதுமன் பேசிக்கொண்டே இருக்கிறார். நான் தோஷை வைத்த கண் வாங்காமல் முறைத்தபடி நின்றேன்.

பதுமன் என்னைப் பார்த்து, “செல்வி ரெமி, நீங்கள் ஓரிரண்டு வார்த்தைகள் பேச வேண்டும்.”

நான் அமைதியாக இருக்கவே, “தயவுசெய்து, எனக்காக” என்று கேட்டுக்கொண்டார்.

“எல்லோருக்கும் மாலை வணக்கம். விக்டருக்கு, மன்னிக்கவும், திரு. பதுமனுக்கு என்னுடைய வாழ்த்துகள். எனக்கு மேடையில் பேசி பழக்கம் இல்லை. எனக்கு என்ன பேசுறதுன்னே தெரியல. பதுமன் என்னை பேரழகி என்றார். ஒருவரின் உருவத்தைப் பார்த்து அவரை நம்பினால் நாம் ஏமாற்றப்படலாம். வஞ்சிக்கப் படலாம். ஏன் நாம் கொலைகூடச் செய்யப்படலாம். பணத்தை நாம் காப்பாற்றுகிறோம். அது நம்மைச் சில சமயங்களில் காப்பாற்றலாம். ஆனால், எல்லாச் சமயங்களிலும் அது நம்மைக் காப்பாற்றாது. பணம் நமக்கு நண்பர் கூட்டத்தைச் சேர்த்துத் தரும். எச்சரிக்கையாக இருக்க வேண்டும். சில நரிகளும் உள்ளே நுழைந்துவிடும். ஒருவனை நம்பி உடன் சென்றால், உன் நம்பிக்கைக்கு உரியவன் உங்களைக் கொலை செய்யலாம். மன்னிக்கவும், நான் ஏதேதோ பேசுகிறேன். நாம் அளிக்கும் இந்த நன்கொடையால், இந்தப் பணத்தால், எவ்வளவோ மக்கள் நன்மை அடையப்போகிறார்கள் என்று நினைக்கும்போது ஏற் படும் மகிழ்ச்சி ஈடில்லாதது. நன்றி, வணக்கம்.”

கூட்டம் அமைதியாக இருந்தது. பதுமன் கைகளைத் தட்ட ஆரம்பித்த பிறகு எல்லோரும் கைதட்டினார்கள். திரும்பிப் பார்த்தால் தோஷைக் காணவில்லை.

“எங்கள் இலக்கை நாங்கள் அடைந்துவிட்டதால், இப்போது மேலும் நிதி தேவையில்லை. மீண்டும் உங்களை இது போன்ற ஒரு நல்ல நிகழ்ச்சியில் சந்திக்கிறேன்” என்று பதுமன் முடித்துக் கொண்டார்.

மேடையில் இருந்த இன்னொருவர், “எல்லோரும் அடுத்து நடைபெறும் நடன விருந்தில் மறுப்பு சொல்லாமல் கலந்து கொள்ள வேண்டும்” என்று சொல்லிவிட்டு என்னையும், பது மனையும் பார்த்து, “நீங்களும்தான்” என்று அழைப்பு விடுத்தார்.

அங்கிருந்த மக்கள் பதுமனைவிட என்னைத்தான் கொண் டாடினார்கள். பதுமனும் என்னிடம் அதிகம் பேசினார். உண வுடன் கூடிய நடனம். நடனம் என்றால் பெரிதாக ஒன்றும் இல்லை. ஆணும் பெண்ணும் ஒருவரை ஒருவர் தொடாமல் நின்றபடியே மேல்உடம்பை மட்டும் ஆட்டிக்கொண்டு ஏதோ பேசிக்கொள்கிறார்கள். இந்த நடனத்தை ஒரு நிமிடத்தில்

கற்றுக்கொள்ளலாம். ஆண்கள் என்னுடன் நடனமாடப் போட்டி போட்டார்கள். ஆனால், நான் அடிக்கடி பதுமனுடன் மட்டுமே நடனமாடிக்கொண்டிருந்தேன்.

நான் பதுமனுடன் நடனமாடவே விரும்புகிறேன் என்று மற்ற ஆண்கள் நினைத்திருக்க வேண்டும். என்னிடம் வர வில்லை. பதுமனும் என்னைத் தவிர வேறு யாருடனும் நடனம் ஆடாமல் என்னுடன் மட்டுமே இருந்தார். அதற்கு நான் அளித்த பெருந்தொகை மட்டுமே காரணமாக இருக்க முடியாது. என்னைப் பேரழகி, விண்ணில் இருந்து வந்த தேவதை, அப்படி, இப்படி என்று வர்ணித்ததை எண்ணி சற்றுக் கர்வமாக இருந்தது. என் பாதுகாப்பை இவர் உறுதிசெய்ய முடியும் என்ற நம்பிக்கையில், உரிமையுடன் பதுமனிடம், "நான் உங்களுடன் தனியாகப் பேச வேண்டும்" என்றேன்.

"அதற்கென்ன, வாருங்கள்" என்று சொல்லி உணவை எடுத்துக் கொண்டு ஆட்கள் அதிகம் இல்லாத மூலைக்குச் சென்றோம். இங்கே உணவு என்பது காய்களும் பழங்களும்தான். ஒருவேளை, இந்த உலகத்தில், எல்லோரும் இதையேதான் சாப்பிடுவார்களா என்று தெரியாது. ரெமியின் வீட்டிலும் பழங்களும், காய்களும் தான் இருந்தது. தட்டில் இருந்த ஒரு திராட்சைக் கொத்தை எடுத்து தலையை உயர்த்தி அப்படியே கடித்துத் தின்ன முயன்றார். நான் அவரையே பார்க்க, என் தலைக்கு மேலே திராட்சைக் கொத்தைக் கொண்டுவந்தார். அந்தக் கொத்தில் இருந்த ஒரு பழத்தை வாயால் கடித்து இழுத்துத் தின்றேன். பிறகு அதேபோல அவரும் வாயால் கடித்து இழுத்துத் தின்றார். இதற்கு எங்கள் பூமியில் என்ன பொருள் தெரியுமா என்று கேட்கத் தோன்றியது. விக்டரும் நானும் ஒருதடவைகூட இப்படி விளையாடியது இல்லை.

"ஏதோ பேசணும்ன்னு சொன்னீங்க."

"எனக்கு ஒரு உதவி தேவைப்படுகிறது."

"என்ன அது? இன்னொரு பழம் வேண்டுமா?" சிரித்துக் கொண்டே.

"நான் ஒரு பெரிய இக்கட்டில் இருக்கிறேன். என் பாது காப்புக்குக் காவலர்கள் வேண்டும். ஏற்பாடு செய்ய முடியுமா?"

"அப்படியென்றால்?"

"என் உயிருக்கு அச்சுறுத்தல் இருக்கிறது. அதற்குப் போலீஸ் பாதுகாப்பு வேண்டும்."

"யார் பாதுகாப்பு? புரியல."

"காவலர்கள் பாதுகாப்பு. நான் கொல்லப்படலாம்."

"நம்ப முடியவில்லை. நீங்கள் உண்மையாகத்தான் சொல்றீங்களா? மேடையில் உங்க பேச்சு கேட்டு நான் அதிர்ந்து போனேன். நான் மட்டும் அல்ல, அங்கிருந்த எல்லோரும்தான். நம் நாட்டில் குற்றங்கள் கிடையாதே. அதுவும் கொலைக் குற்றம் சொல்றீங்க. நீங்கள் நல்ல மனநிலையில்தானே இருக்கீங்க? இல்லையென்றால் உங்கள் நிதியளிப்பு செல்லாது."

"குற்றங்கள் கிடையாது என்று யார் சொன்னது? என் கண்ணாலேயே பார்த்தேன்."

"நீங்கள் அரசாங்கத்தால் கேள்வி கேட்கப்படலாம். எங்கே பார்த்தீங்க?"

"அது ஏதோ ஒரு வழிபாட்டுக் கூட்டம். விஷம் ஊற்றிக் கொன்றார்களே."

"ஓ அந்தக் கிறுக்கர்களா. அவர்கள் எல்லாம் அரசாங்கத்தால் தேடப்படுபவர்கள். என் நண்பன் தோஷ்கூட யாரோ ஒருவனின் சீடன். எவ்வளவோ சொன்னேன். கேட்க மறுக்கிறான்."

நான் பார்த்ததைச் சொன்னால் இவர் நம்பவா போகிறார். விஷம் ஊற்றினான், அப்புறம் எப்படி நீ இங்கே இருக்கிறீர்கள் என்று கேட்டால் என்ன சொல்வது? சரி பேச்சை மாற்றுவோம் என்று எண்ணி, "என்னிடம் இருக்கும் ஏகப்பட்ட சொத்துக்கு நான் ஒரே வாரிசு. எனக்குப் பிறகு அது என்னவாகும்?"

"அரசாங்கம் உங்கள் சொத்துக்கு ஒரு கண்காணிப்பாளரைப் போட்டு இருக்குமே?"

அதுதான் பிரச்சினை என்று எப்படிச் சொல்வது. "அதில் போடப்பட்ட நபரின் மீது எனக்கு நம்பிக்கை இல்லை. அதை நான் மாற்ற முடியுமா?"

"ஓ அவ்வளவுதானே. நானே ஒரு வழக்குரைஞன். தகவல் கருவி என் பையில் இருக்கு. அதில் நீங்கள் பதிவு செய்தால், நாளையே நான் நீதிமன்றம் சென்று முறையாகப் பதிவேற்றம் செய்வேன். வேறு யாரைப் போடப்போகிறீர்கள்?"

உங்கள் பெயரைப் போடலாம் என்று சொல்ல நினைத்தேன். இவரைப் பற்றி முழுமையாகத் தெரியாது. "தனிப்பட்ட ஒரு நபருக்குப் பதிலாக ஒரு நிறுவனத்தைப் போடலாமா?"

"புரியல."

"என் உயிருக்கு ஏதாவது ஒரு ஆபத்து நிகழ்ந்தால், என் சொத்துகள் இந்த நிறுவனத்தைச் சென்று அடைய வேண்டும் என்று எழுதலாமா?"

"தாராளமாக, வயதானவர்கள்தான் அதுபோல பதிவுசெய்து பார்த்திருக்கிறேன். நாளைக்கு என் அலுவலகம் வாங்க. அங்கே பதிவுசெய்து அப்படியே நீதிமன்றம் செல்லலாம். நான் மட்டும் நீதிமன்றம் சென்றாலே போதுமானது. நீங்கள் வரத் தேவையில்லை."

இன்று இரவு என்ன ஆகும் என்று தெரியவில்லை. தூங்கும் போது அவன் வந்தால் என்ன செய்வது என்ற பயத்தில் "இப்போதே பதிவு செய்யலாமா?" என்று கேட்டேன்.

"உங்களைப் புரிஞ்சிக்கவே முடியல. இங்கே நிறைய ஆட்கள் இருக்கிறார்கள்."

"நீங்க என் வீட்டுக்கு வாங்களேன்?"

ஒரு வேகத்தில் சொல்லிவிட்டேன். சட்டென்று என் கண்களைப் பார்த்தார். ஒரு சின்ன சிரிப்புடன் "விருந்து முடிந்தவுடன் போவோம். வேறு ஏதாவது பேசணுமா?"

விருந்தில் நிலைகொள்ளாமல் இருந்தேன். இந்த உலகத்தில் விக்டர் நல்லவனா கெட்டவனா தெரியாது. இவன் கூட்டாளி ஒரு கொலைகாரன். இவன் எப்படியோ? இவனை விட்டாலும் எனக்கு வேறு வழி தெரியவில்லை. சரி நம்புவோம் என்று எண்ணி விருந்து முடியும்வரைக் காத்திருந்தேன்.

பிறகு எனக்காக நின்ற ஒரு காரில் அவரும் ஏறிக்கொண்டார். கார் ஓட்டுநர் என்னை முகவரி கேட்கவில்லை. திரையில் என் முகவரி தெரிந்தது. வழியில் பதுமன் என்னென்னமோ கேட்டார். ரெமியைப் பற்றி எனக்குத் தெரிந்தது ஒன்றே ஒன்று. அவள் அப்பாவின் பெரும் சொத்து ஒரு வழக்கிற்குப் பிறகு அவளுக்கு வந்து இருக்கிறது. அதைத் தவிர எனக்கு அவளைப் பற்றி ஒன்றும் தெரியாது.

"உங்களுக்குத் திருமணம் ஆகவில்லை என்று நினைக்கிறேன்."

ஆமாம் என்று சொல்வதா, இல்லை என்று சொல்வதா, வேறு ஒரு உலகத்தில் நீதான் என் கணவன் என்று சொல்வதா, ஒன்றும் புரியாமல் அமைதியாக இருந்தேன்.

"மன்னிக்கவும்."

"பரவாயில்லை. உங்களுக்கு?" என்று கேட்டேன்.

"இல்லை. ஒரு நல்ல துணைக்காகக் காத்திருக்கிறேன்."

நான் அவரைப் பார்க்க, அவர் என்னைப் பார்க்க, ஏதோ ஒன்று பற்றி எரிந்தது. மற்ற உறவுகளைப்பற்றி கேட்டார். நானும் சளைக்காமல் அப்பா, அம்மா பூமியில் எனக்குத் தெரிந்தவர்களைப்பற்றி சொல்லிச் சமாளித்தேன். கார் பயணத்தில் அநியாயத்திற்கு வழிய ஆரம்பித்துவிட்டார். நீ அவ்வளவுதானா? ஓர் உலகப் புகழ் ஆண் என்னிடம் வழிகிறான் என்று நினைக்கும் போது கர்வமாக இருந்தது. ஆனால், அதே சமயம் விக்டரும் இதுபோலத்தான் இருப்பானா என்று நினைத்ததும் சற்று கோபமாகவும் இருந்தது.

அந்தப் பத்திரம் எழுதி முடித்தவுடன் என்ன செய்வது? இவர் என்னோடு எவ்வளவு நேரம் ரெமியின் வீட்டில் இந்த இரவில் இருக்க முடியும். இங்கேயே தூங்கிவிட்டு காலையில் போ என்று சொன்னால் இவர் என்னைப் பற்றி என்ன நினைப்பார்? தோஷ் அந்த வீட்டின் சாவியை வைத்திருக்கிறான். இவர் சென்றவுடன், இரவில் நான் தனியாளாக என்ன செய்வது? அந்த வீட்டைவிட்டு வெளியேறி, ஏதாவது ஒரு லாட்ஜில் சென்று தங்குவோம். லாட்ஜிக்குத் தமிழில் என்ன சொல்வது என்று யோசிக்க ஆரம்பித்தேன்.

வீட்டின் அருகே கார் நின்றது. காரில் இருந்து இறங்கி பலநாள் நான் அங்கு குடியிருந்தது போல வேகமாகக் கட்டடத்திற்குள் நுழைந்து சரியாக என் வீட்டிற்குள், மன்னிக்கவும், ரெமியின் வீட்டிற்குள் சென்றோம்.

தோஷ் இறைத்துவிட்டுச் சென்ற பொருட்களையெல்லாம் பார்த்துவிட்டு என்னை ஒரு பார்வை பார்த்தார். அந்தப் பார்வை, 'இந்தப் பெண்ணின் பேச்சும் சரியில்லை. அழகான வீடும் இப்படி அலங்கோலமாக இருக்கிறது. இந்தப் பெண் ஒரு மாதிரி தானோ' என்பதுபோல இருந்தது.

இவர்கள் காஃபி, அல்லது டீ குடிப்பதாகத் தெரியவில்லை. ரெமியின் வீட்டிலும் நான் அவற்றைப் பார்க்கவில்லை.

"ஏதாவது சாப்பிட வேண்டுமா?"

"வேண்டாம், இப்போதுதானே சாப்பிட்டோம்."

அந்த முன் இரவு வேளையில் அந்த நகரின் அழகிய விளக்கு வெளிச்சம் பால்கனியில் மின்னியது.

"என்ன ஒரு அழகான காட்சி!"

"என்ன?"

"வெளிமாடம்" என்று சொல்லி பால்கனியைக் காண்பித்தார்.

பால்கனிக்குப் பெயர் தமிழில் மாடமா என்று யோசிக்கும் போதே, "வாங்க போவோம்" என்று சொல்லிக்கொண்டே பால்கனிக்கு நடந்தார்.

"என்ன அழகு! என்ன அழகு!" என்று அந்த நகரின் காட்சியில் பதுமன் லயித்தார்.

"உங்க வீடு இங்கே எங்கே இருக்கிறது பதுமன்?"

"நான் நகரத்தின் மேற்குப் பகுதியில இருக்கேன். இங்கிருந்து பார்த்தால் தெரியாது. உங்க எதிர்வீட்டு மாடத்தில் இருந்து பார்த்தால் தெரியும். அதோ ஒரு ஊதா வண்ணத்தில் மின்னுகிறதே ஒரு உயரமான கட்டடம், அந்தக் கட்டடத்தின் 29ஆம் மாடியில் இரண்டு ஆண்டுகள் நான் வேலை செய்திருக்கிறேன். அங்கிருந்து உங்கள் வீட்டைப் பார்த்தால் அழகாகத் தெரியும்."

"அப்படியா?"

கண்ணுக்குத் தெரியும் ஒவ்வொரு கட்டடத்திற்கும் நம்ம ஊர் கைடு போல ஒரு கதை சொன்னார். இடுப்பு உயர சுவற்றின் கைப்பிடி கம்பியைப் பிடித்திருந்த என் சுண்டு விரல் மீது லேசாக அவர் விரல் பட்டது. தெரியாமல் தொட்டு இருக்கலாம் என்று நினைத்து நான் என் கையை நகர்த்தவில்லை. அவர் அந்தக் கட்டடம், இந்தக் கட்டடம் என்று பேசிக்கொண்டே போகிறார். விக்டரிடம் இருந்து வார்த்தை அவ்வளவு எளிதில் வராது. அவன் வாயில் இருந்து வார்த்தைகளைப் பிடுங்க வேண்டும். எப்போதும் எதையோ யோசித்துக்கொண்டே இருப்பான். ஆனால், இவரிடம் நான் ஒரு சொல் பேசினால், ஓராயிரம் சொல் வந்து விழுகிறது. வக்கீல் இவர், பேசாமல் இருந்தால் எப்படி வக்கீலாக முடியும்? எல்லா உலகத்திலும் பேசுறவனுக்குத்தான் பெருமை. அதை செயலில்கூட காட்ட வேண்டாம், ஆனால் பேசுகின்றவனை உலகம் நம்பும், கொண்டாடும் என்று இவருக்கும், விக்டருக்கும் குணாதிசயங்களில் ஒற்றுமை, வேற்றுமை கண்டுபிடித்துக்கொண்டு இருக்கும்போது, மீண்டும் என் கைமீது அவர் விரல் தொட்டது. அது தெரியாமல் தொட்டது போலத் தெரியவில்லை.

இவரிடம் எனக்கு முதலில் சற்று ஈர்ப்பு வந்தது உண்மைதான், இல்லை என்று சொல்லவில்லை. 'அலோ மிஸ்டர், நீங்க இந்த உலகத்தின் விக்கியாக இருக்கலாம். ஆனால், நீங்கள் என் விக்கி இல்லை. இந்த உலக நியதிப்படி நீங்க ரெமி மேலே ஆசைப்படலாம். ஆனால், நான் ரெமி இல்லை' ஒரு சிந்தனை இப்படி ஓடுகிறது.

'தாரா, நீ இந்த உலகத்திற்குத் தள்ளப்பட்டு இருக்கிறாய். உன்னால் எப்படி பூமிக்குத் திரும்ப முடியும்? இந்த உலகம்தான் இனி உன் வாழ்விடம். நீ இங்கேயே வாழ்ந்து செத்து மடிய வேண்டியதுதான். ஓர் ஆள் மாறாட்டம் நிகழ்ந்துவிட்டது. விக்டருக்கும் இவருக்கும் பெரிய வேறுபாடு இல்லை. விக்டருக்கு கோட் சூட் போட்டால், அப்படியே இவரைப் போலவே இருப்பான். இவருக்கு ஒரு முழு நீள கைச்சட்டையும், தொப்புளுக்கு மேலே தூக்கி, பெல்ட் போட்டு கால்சட்டையும்

போட்டால், இவர் அப்படியே உன் விக்கிதான். எந்த உலகத்தில் இருக்கும் எந்த ஒரு பெண்ணுக்கும் இப்படி ஒரு வாழ்வு கிடைக்காது', இப்படி ஓடுகிறது இன்னொரு சிந்தனை.

'அது எப்படி நியாயமாகும் தாரா? நீ இவருக்கு சரி என்று சொல்லி, இவரையே திருமணம் செய்துகொண்டாய் என்றே வைத்துக்கொள்வோம். சில வருடங்கள் கழித்து, உன்னைப் போலவே விக்கியும் இந்தப் பூமிக்கு வருகிறான் என்று ஒரு பேச்சுக்கு வச்சிக்கிட்டா, உன் நிலைமை என்னவாகும்? உனக்கு இரண்டு கணவனா? ஊரறிய ஐந்து புருஷன் கட்றது எல்லாம் புராணத்தில் மட்டும்தான். இந்தச் சமூகம் ஒருவன் பல தாரங் களை மணமுடிக்க அனுமதிக்கிறது. எங்கேயாவது ஒரு பெண் ஊரறிய இரண்டு புருஷனைக் கல்யாணம் கட்டிக்கிட்டு இருக் காளா? அதைவிடு. உன் பூமியிலே விக்கி ரெட்டை பிறவின்னு வச்சிக்கோ. விக்கியோட கூடப்பிறந்தவன் விக்கியைப் போலவே இருக்கான்னா, இவனும் விக்கியைப் போலத்தானே இருக்கான்னு, நீ அவன்கூட சரசம் பண்ணுவியா? நீ ஆமான்னு சொன்னா, அதுக்கு உங்க ஊர்ல வேற பேரு? கற்பு, தாலி, அப்படி, இப்படின்னு இருக்கிற எல்லா வெங்காயத்தையும் தள்ளி வச்சிட்டு பார்த்தாக்கூட, நீ இவருக்குச் சரின்னு சொல்றது, நியாய ரீதியில் சரியாப் படல'.

பொட்டில் அறைந்தாற்போல என்னுள் இருந்த தாரா சொல்லவே, கைப்பிடி சுவற்றின் கம்பியில் பிடித்திருந்த என் கைகளை எடுத்து என் மார்போடு கட்டிகொண்டு சற்றுத் தள்ளி நின்றுகொண்டேன். பதுமன் புரிந்துகொண்டார் என்று நினைக் கிறேன்.

பதுமன் பேச்சை மாற்றி, "நீங்கள் இந்த வீட்டை எவ்வளவு கொடுத்து வாங்கினீங்க?"

"எனக்குத் தெரியாது. அப்பா கொடுத்தது."

"அப்படியா!"

"இது எவ்வளவு போகும் இப்போ?" ஒரு ஆர்வத்தில் கேட்டேன்.

"ஒரு படுக்கை அறை உள்ள வீடு, நகரின் இந்தப் பக்கத்தில், சுமார் ஆறு கோடி கதிரத்திற்குப் போகும்."

இந்த உலகத்தில், இந்த நாட்டில், இந்த நகரத்தில், பண அளவு பற்றி எனக்கு எதுவும் தெரியாததால், "இந்த நாட்டில் எவ்வளவு கதிரம் இருந்தால் வசதியாக வாழ முடியும்?" என்று கேட்டேன்.

"இது என்ன கேள்வி. அது உங்கள் வாழ்க்கை முறையைப் பொறுத்தது."

"நீங்கள் பணக்காரரா?"

அந்தக் கேள்வியை அவர் எதிர்பார்க்கவில்லை. சில வினாடிகள் யோசித்தார். பிறகு, "நான் வசதியாகத்தான் வாழ்கிறேன்."

"என் கேள்விக்கு மன்னிக்கவும். நான் கேட்க நினைத்தது, இந்த நாட்டில் எவ்வளவு பணம் இருந்தால் பணக்காரர் என்று."

"மூன்று கோடி கதிரத்திற்கு மேல் இருந்தால், நீங்கள் பணக் காரர் என்று அரசாங்கம் சொல்கிறது."

ரெமியிடம் பணம் 220 கோடி கதிரத்திற்கு மேல் என டேப்லட் காட்டியது நினைவுக்கு வந்தது. 100 கோடி கதிரம் கொடுத்தது போக, இன்னும் பணம் 120 கோடி என்னிடம் இருக்கிறது. இந்த வீட்டில் இருந்து வெளியேறி, தோஷ் பார்வையில் இருந்து மறைந்து எங்காவது சென்று வாழ வேண்டும் என்று வருங் காலத்தைப் பற்றி எண்ண ஓட்டம் ஓடியது.

"ரெமி, நீங்க ஏதோ பதிவு செய்ய வேண்டும் அப்படின்னு சொன்னீங்க?"

"மறந்தே போய்விட்டேன். வாங்க உட்கார்ந்து பேசுவோம்" என்று சொல்லி, அந்த பால்கனி அறையில் இருந்த ஒரு சோபாவில் நான் உட்கார்ந்து, என் தோளில் இருந்த கைப்பையை எடுத்து, என் பக்கத்தில் வைத்தேன். என் எதிர் சோபாவில் அவர் அமர்ந்து, அவர் எடுத்து வந்த பையை எங்களுக்கு நடுவில் இருந்த ஒரு சிறு மேசைமீது வைத்தார். பிறகு அவர் பையில் இருந்த பிரமிட் வடிவ டேப்லட்டை வெளியே எடுத்து வைத்தார்.

"செல்வி ரெமி தச்சர். பெயர் சரிதானே?"

"ம்."

“உங்கள் அசையும் மற்றும் அசையா சொத்துகள் யாவையும், உங்கள் இறப்பிற்குப் பிறகு, நீங்க சொல்லவிருக்கும் நபருக்கோ, அல்லது ஒரு நிறுவனத்திற்கோ சென்றடையும். யாருக்குச் செல்ல வேண்டும்?”

“உலக பாதுகாப்புக் கழகத்திற்குச் செல்ல வேண்டும்.”

“அப்படியா! மிக்க மகிழ்ச்சி” என்று சொல்லிக்கொண்டே, அவர் கொண்டுவந்த டேப்லெட்டின் மீது அவருடைய தங்கக் கட்டியை வைத்து என் பக்கம் திருப்பினார். நீலத் திரையில் நான் தெரிந்தேன். திரையின் அடிப்பகுதியில் ‘ரெமி தச்சர்’ என்றும் ரெமியின் முகவரியும் தெரிந்தது.

“திரையில் தெரியும் உங்க பெயரும் உங்க முகவரியும் சரியா என்று பாருங்க. சரியா இருந்தா, நான் சொல்வதை, நீங்க அப்படியே திரும்பச் சொல்லுங்க.”

“என்ன சொல்லணும்?”

ரெமி தச்சராகிய நான், செம்மை வருடம், சித்திரை 14ஆம் நாள் முன் இரவு ஒன்பது மணிக்கு, வழக்குரைஞர் பதுமன் செல்வி முன்னிலையில், நல்ல மனநிலையில் சொல்வது என்னவென்றால், என் பெயரில் இருக்கும் அசையும் மற்றும் அசையா சொத்துகள் யாவும் என் இறப்புக்குப் பிறகு, உலகப் பாதுகாப்புக் கழகத்திற்குச் சேர வேண்டியது, என்று பேசி முடித்ததும், அந்தத் தங்கக் கட்டியை எடுத்துப் பையில் பத்திரப்படுத்திக் கொண்டார்.

“நான் கையெழுத்து போட வேண்டுமா?”

“கையெழுத்தா? எதற்கு?”

“நீதிமன்றத்தில் நான் கையெழுத்து போட வேண்டுமா என்று எனக்குள் ஒரு குழப்பம்.”

“நீங்கள் வரத் தேவையில்லை ரெமி. இதை நான் நாளையே நீதிமன்றம் சென்று பதிவுசெய்து உங்களுக்கு ஒரு நகல் அனுப்புகிறேன்.”

இப்போது இவர் கிளம்பப் போகிறார். உலகப் பாதுகாப்பு இருக்கட்டும், என் பாதுகாப்புக்கு என்ன வழி என்னவென்று

தெரியவில்லை. இவரிடம் இங்கே எங்கேயாவது லாட்ஜ் இருக்கிறதா என்று எப்படிக் கேட்பது. எனக்குத் தெரிந்த இன்னொருவர், இந்தக் கட்டடத்தின் கீழே வரவேற்பறையில் இருக்கும் அந்த மனிதர்தான். இவருடன் கீழே சென்று, அவரிடம் கேட்டு லாட்ஜிக்குச் செல்ல வேண்டியது என்று நினைத்துக் கொண்டிருந்தேன்.

அப்போது கதவு திறக்கும் சத்தம் கேட்கவே, நானும் பதுமனும் யாரது என்று பார்த்தோம். அங்கே தோஷ் உள்ளே நுழைந்து, கதவை மெதுவாக மூடினான்.

2.9

"வா தோஷ்" என்று அன்போடு கூப்பிட்டார் பதுமன்.

என்னையும் பதுமனையும் பால்கனி அறையில் பார்த்துவிட்டு, தோஷ் திரும்பிச்செல்ல முற்பட்டான்.

பதுமன் எழுந்து நின்று, "தோஷ், நண்பா உள்ளே வா" என்றார்.

தோஷ் தயங்கித்தயங்கியே நாங்கள் இருக்கும் அறைக்கு வந்து, அந்த அறையின் வாயிலில் நின்றுகொண்டான்.

"உனக்கு ரெமியைத் தெரியுமா தோஷ்? ரெமி உங்களுக்கு தோஷை தெரியும் என்று சொல்லவே இல்லை. இந்த முன்னிரவு வேளையில் கதவைத் திறந்துகொண்டு அவரே உங்கள் வீட்டுக்கு வரும் அளவுக்கு நீங்க நண்பர்கள் என்று சொல்லவேயில்லை."

"பதுமன், இவ ரெமி இல்லை."

"என்ன தோஷ், உங்க கடவுள் கூட்டத்திற்குப் போயிட்டு வந்தீங்களா? ஒரு மாதிரியா பேசுறீங்க."

"இவ ரெமி இல்லை பதுமன்."

இதற்கு மேல் நான் அமைதியாக இருக்கக் கூடாது என்று எண்ணி, "அப்படியே, ரெமிக்கு என்ன ஆச்சுன்னு சொல்லு."

தோஷ் அமைதியானான்.

நான் சற்று உரக்க, "சொல்லு, ரெமிக்கு என்ன ஆச்சுன்னு சொல்லு?"

"உங்க ரெண்டு பேருக்கும் ஏதாவது சண்டையா? அப்போ நான் கிளம்பறேன்."

"நீங்க கிளம்புங்க பதுமன்."

"தயவுசெய்து என்னைக் காப்பாத்துங்க பதுமன்" என்று கெஞ்சினேன் நான்.

“பதுமன், இன்னைக்குக் காலையிலே ரெமியை மருத்துவ மனையில் அவளுடைய ஒரே பாதுகாவலன் என்ற முறையில் நான்தான் அடக்கம் செய்தேன்.”

“என்னது?” பதுமன் உரக்கக் கேட்டான்.

“அப்படியே, ரெமி எப்படி செத்துப்போனாள்னு சொல்லு தோஷ்.”

“நீங்க ரெண்டு பேரும் சேர்ந்து ஏதோ விளையாடுறீங்க.”

“இல்லை பதுமன். வழிபாட்டுக் கூட்டத்தில், ரெமி நஞ்சு அருந்தி, நேற்று மாலை கடவுளிடம் போய்சேர்ந்துட்டா.”

“இவன் பொய் சொல்றான். அந்தக் கூட்டத்தில் நடந்த குழப் பத்தைப் பயன்படுத்தி, விஷம் எடுத்து ரெமியின் வாயில் ஊற்றிக் கொலை செய்தான். அவள் இறப்பதற்கு முன், எனக்கு இந்த வீட்டின் சாவியை, திறப்பை, கொடுத்தாள். நான் உள்ளே இருக்கும் போது, நேற்று இவன் இங்கே வந்து, எதையோ தேடினான். இங்கிருந்த பொருட்களை எல்லாம் இறைத்துத் தேடினான்” பயமும் அழுகையும் கலந்து குரல் உடைந்து சொல்லிவிட்டேன்.

“குழப்பமா இருக்கு. அப்போ நீ யார்?” பதுமன் கேட்டார்.

“நான் யார் என்பது பிறகு சொல்கிறேன். அது உண்மையா என்று கேளுங்கள் இவனை.”

“தோஷ் இது உண்மையா?”

தோஷ் என்னைப் பார்த்து, “நீ யாருன்றது எனக்குத் தேவை யில்லாதது. அந்தத் தகவல் தட்டைக் கொடுத்துவிடு. நான் வந்த வழியே போகிறேன்.”

பதுமனுக்குப் புரிந்துவிட்டது என்று நினைக்கிறேன். தோஷையே முறைத்துப் பார்த்தார்.

“பதுமன், இவள் ரெமியின் பணத்தில் இருந்து 100 கோடி கதிரம் எடுத்துக் கொடுத்துவிட்டாள். மீதி உள்ள பணம் 120 கோடியில் ஆளுக்குப் பாதி. நீ என்ன சொல்றே?”

என்னால் ஒரு ஆணையே சமாளிக்க முடியாது. இவர்கள் இருவரும் கூட்டுசேர்ந்து என்னை இங்கேயே கொன்றுபோட் டால், இந்த உலகத்தில் என்னைத் தேட யார் இருக்கிறார்கள்.

"என்ன சொல்றே பதுமன்?"

நானும் கேட்டேன், "என்ன சொல்றீங்க பதுமன்?"

"நீ ரெமின்னு ஒரு பெண்ணைக் கொலை செய்தாயா தோஷ்?"

தோஷ் அமைதியாக இருக்கவே, "தகவல் கருவி உங்களை ரெமி தச்சர்ன்னு காட்டுது. நீங்க யார்?" என்று என்னைப் பார்த்துக் கேட்டார் பதுமன்.

"அந்த மேடையில் நீங்க என்ன சொன்னீங்க. நான் விண்ணில் இருந்து வந்த வானமங்கைன்னு. இப்போதைக்கு அப்படியே நினைச்சிக்குங்க. ரெமியின் பணத்தை ஒரு கெட்டவன் தொட விட மாட்டேன்."

"பொய் சொல்றா பதுமன் இவ."

"டேய் வாயை மூடு. கொலை செஞ்சியிருக்கே தோஷ். நம் நாட்டில் அதுக்கு என்ன தண்டனை தெரியுமில்லே. சொத்துக்கு அடுத்த வாரிசு யாருன்னு பதிவு பண்ணிட்டாங்க. அது என் பையிலே இருக்கு. நீ செய்த கொலைக்கு நாளைக்கு அரசாங்கம் உன்னைத் தேடி வரும்."

"நான் இப்பவும் சொல்றேன், இவகிட்ட இருக்கும் தகவல் தட்டு, அப்புறம் நீ வச்சியிருக்கிற தகவல் தட்டு, இரண்டும் என்கிட்ட கொடு. நான் ரெமியைக் கொலை செய்ததற்கு எந்த ஆதாரமும் கிடையாது."

"கொடுக்க மறுத்தா?"

"ரெமிக்கு என்ன ஆச்சோ, அதுதான் உனக்கும் நிகழும்."

"என்ன மிரட்டலா தோஷ்? நான் இப்போவே அரசாங்கத்தைக் கூப்பிடுறேன்" என்று சொல்லி, பிரமிட் டேப்லட்டை வெளியில் எடுக்க முயன்றார்.

தோஷ் பாய்ந்து சென்று, பதுமனிடம் இருந்து அவர் பையைப் பறிக்க முயன்றான். அதை அவர் பலமாகப் பிடித்துக்கொள்ள, அவருக்கும் இவனுக்கும் ஒரு இழுபறி ஏற்பட்டது. அப்படியும், இப்படியும் ஒருவரை ஒருவர் இழுக்க, அந்தச் சிறிய அறையில் அவர்கள் என்னை இடிக்காதவாறு நான் ஒதுங்கி நின்றேன். பதுமன் தன் நெஞ்சோடு சேர்த்து அவர் பையைக் கட்டிக்கொண்டார்.

தோஷ் பின்புறம் இருந்து பதுமனின் கழுத்தை இரு கைகளாலும் நெரித்தான். பதுமன் பையைக் கீழே போட்டுவிட்டு மூச்சுவிட முடியாமல் துடித்தார்.

நான் தோஷின் பின்புறம் சென்று என் பலம்கொண்ட மட்டும் அவன் முதுகில் குத்தினேன். தோஷின் பின்புறம் இருந்து, நான் அவன் கையை இழுக்க, அந்த நேரத்தில், பதுமன் தோஷின் கையை விலக்கி, திமிறித் தள்ளினார். தோஷும் நானும், அந்த இடுப்பளவு சுவற்றில் சாய்ந்து, நிலைதவறி, சுவற்றின் அந்தப் பக்கம் விழுந்து, நான் சுவற்றுக்கு மேலே இருந்த கம்பியைப் பிடித்து வெளிப்புறமாகத் தொங்கினேன். என் கால் அருகில் பால்கனியின் மழைநீர் வெளியேறும் ஒரு குழாயின் ஆணியில் அவன் கோட் மாட்டிக்கொண்டு அந்தரத்தில் ஊஞ்சல் ஆடினான். அவன் கையாலோ, காலாலோ, தொட்டுப் பிடித்துக்கொள்ள அவன் அருகில் எந்தப் பிடிப்பும் இல்லை. நாங்கள் இருவரும் ஓர் ஆயிரம் அடி உயரத்தில் தொங்கிக்கொண்டு இருக்கிறோம்.

"பதுமன் என்னைக் காப்பாற்று" என்று பயத்தில் அலறினான் தோஷ்.

பதுமன் ஓடிவந்து, என்னை ஒரு கையால் பிடித்துக்கொண்டு, "தோஷ், அசையாமல் இரு" என்று சொல்லி, இன்னொரு கையால் அவனை எட்டிப்பிடிக்க முயன்றார். நான் பதுமனைப் பார்த்தேன்.

குடிக்காதே என்று தடுத்தவளின் வாயில் நஞ்சை ஊற்றி ரெமியை, என்னை, துடிக்கத்துடிக்க கொன்றவன். பதுமனை, விக்டரைக் கொல்லப் பார்த்தவன். ஒருவேளை, பதுமன் இவனைக் காப்பாற்றலாம். நான் இவனை மன்னிக்கத் தயாராக இல்லை. என் வலது காலால், பலம் கொண்ட மட்டும், ஆணியில் மாட்டி யிருந்த அவன் சட்டையைத் தள்ளி விட்டேன். அவன் கீழே விழுந்து சிதற சில வினாடிகள் பிடித்தது.

"ஐயோ. என்ன காரியம் செஞ்சே நீ" கண் கலங்கினார். அவர் எனக்காக அழுகிறாரா, இல்லை தன் நண்பனுக்காக அழுகிறாரா தெரியாது. என்னை மேலே இழுக்க முயல, "விக்கி" என்று நான் அழைத்தேன்.

அவர் என்னைப் பார்க்க, "நான் போகிறேன்" என்றேன்.

"பிடி, அழுத்திப் பிடிச்சுக்கோ."

"நான் போகிறேன்."

"புரியல, யார் நீ? எங்கே போகப்போறே?"

"நான் விண்ணில் இருந்து வந்த வானமங்கை" என்று சொல்லி அவர் பிடியில் இருந்து என்னை நானே விடுவித்துக்கொண்டு கீழே விழுந்தேன். பதுமன் என் பார்வையில் இருந்து ஒவ்வொரு அடியாக மறைந்துகொண்டிருந்தார்.

2.10

நான் சொல்வதையே கேட்டுக்கொண்டு இருந்த டாக்டர் ரவீந்திரன், நான் பேசுவதை நிறுத்தியவுடன், விக்டரைப் பார்த் தார். என்ன சொல்வது என்று தெரியாமல் விக்டர் என்னைப் பார்த்தான்.

"இப்போ என்ன சொல்றீங்க டாக்டர்?" விக்டர் தொண்டை யைக் கனைத்துக்கொண்டு உடைந்த குரலில் கேட்டான்.

"உங்க கேள்வி எனக்குப் புரியுது. நாம அதைப் பத்தி நிறைய பேசணும்."

"தாரா, நான் டாக்டர்கிட்டே கொஞ்சம் தனியா பேசணும்."

"விக்கி, நான் ரொம்பத் தெளிவா இருக்கேன். நீ எதைக் கேக்கணுமோ, இல்லை, எதைச் சொல்லணுமோ, தெளிவா, நான் இருக்கப்பவே சொல்லலாம். அதே போல டாக்டர், நீங்களும் வெளிப்படையாகப் பேசலாம். இங்கு நோயாளின்னு கொண்டுவரப்பட்டது நான். என்னுடைய பிரச்சினையை, நான் இல்லாத போதுதான் பேச முடியும்ன்னா, விக்கி கார் சாவியைக் கொடு. நான் வீட்டுக்குப் போறேன். நீ ஆட்டோ புடிச்சி வீட்டுக்கு வா" என்று சொல்லி எழுந்தேன்.

"நோ, நோ. அதுக்கு அவசியமே இல்லை தாரா. அவங் களுக்குப் பின்னாடி நாம பேசறத அவங்க விரும்பல. ஆகவே, நீங்க சொல்ல வந்ததை சொல்லலாம் விக்டர்."

விக்டர் தயங்கினான்.

"விக்கி, உண்மையிலேயே எனக்கு ஒரு வருத்தமும் இல்லை. பேசு."

தயங்கியபடியே, "இவ அந்த விபத்துக்குப் பிறகு, கற்பனை உலகில் இருந்தது மாதிரி கோர்வையாகச் சொல்லிக்கிட்டு இருக்கா. இவங்க அம்மா சொல்றாங்க, இவ சின்ன வயசில்

இருந்தே கதை எல்லாம் ரொம்ப நல்லா சொல்வாளாம். கதை புத்தகம் நிறைய படிப்பாளாம். தான் படிச்சக் கதையை எழுத்து விடாம அப்படியே திரும்பச் சொல்வாளாம். பார்த்த ரெண்டு மணி நேர சினிமாவை, மூணு மணி நேரம் கதையா சொல்வாளாம்."

சற்று நிறுத்தி, என்னைப் பார்த்து, "சாரி தாரா. அதுக்குதான் நான் இவர்கிட்டே தனியே பேசணும்னு சொன்னேன்."

"விக்கி, நீ இப்போ சொன்னது எதுவுமே பொய் இல்லை. ஒருத்தரைப் பத்தி தப்பா, பொய் சொல்லவேண்டி இருந்தாதான் அவருக்குப் பின்னாலே பேசணும். இது எல்லாம் உண்மை தான்."

"இப்போ நான் சொல்லப்போறது, உனக்குப் பிடிக்காம போகலாம்."

நான் சிரித்துக்கொண்டே, "அப்படியா, ப்ளீஸ். சொல்லு சொல்லு."

"டாக்டர், அந்த உலகத்திலே தோஷ்ன்னு ஒருத்தனைச் சொன்னாளே, அவன் வேறு யாரும் இல்லை. இவங்க தெருவிலே இருக்கிற பிரேம்தான். என்ன கொஞ்சம் பொறுக்கி மாதிரி பெண்களைச் சீண்டுவான். இவ பின்னாலேயும் சுத்தினானாம். அந்தத் தெருவில் அவனுக்கு நல்ல பேர் கிடையாது. அதை வச்சிக்கிட்டு, அவனை ஒரு வில்லன் ரேஞ்சுக்கு இவ கற்பனை பண்ணிக்கிட்டு இருக்கா. அவன் அந்த அளவுக்கு எல்லாம் ஒர்த் இல்லை சார்."

"அது உன்னோட கருத்து விக்கி."

"தாரா, உங்களுக்கு இமய மலையில் நடந்த அந்த ஆக்சிடென்டை பத்தி அப்புறம் பேசுவோம். ஆனா நீங்க சொன்ன அந்தக் கதையிலே, சாரி, அந்தச் சம்பவத்துலே, சில கேள்விங்க இருக்கு. கேட்கலாமா?"

"தாராளமாக."

"அவர் பேரு என்ன சொன்னீங்க, அந்த, அந்த உலகத்து விக்டர் பேரு?"

“பதுமன்.”

“ஆங், பதுமன். அவரு கையை விடுவிச்சிக்கிட்டு நீங்களே கீழே விழுந்துட்டிங்க. 52ஆவது மாடியில் இருந்து கீழே விழுந்தும் நீங்க சாகலையா?”

“செத்துப்போனா இங்கே எப்படி இருப்பேன் டாக்டர்?”

“ஐ டோன்ட் நோ. ஏன் அந்த முடிவுக்கு வந்தீங்க?”

“பதுமன் என்னை அப்படியே தூக்கிவிட்டு நான் அந்த வீட்டுக்குள் போனா, அவர் மறுபடியும் என்ன கேட்பார், நீ யாருன்னு? நான் யாருன்னு சொல்றது? நான் இன்னொரு பிரபஞ்சத்தில் இருந்து இங்கே வந்து இருக்கேன். என் உலகத்தில் நீதாண்டா என் புருஷன்னு சொன்னா நம்புவாரா. மூணு வருஷம் பழகின விக்டரே என்னை சைக்கியாடிரிஸ்ட்கிட்ட கூட்டிக்கிட்டு வந்திருக்கான். மூணு மணி நேரம் பழகியவர் என்ன பண்ணுவார். நான் செய்த கொலையை நேர பார்த்தவர் வேறு. என்னைப் பிடிச்சி அவங்க ஊர் போலீசுகிட்டதான் கொடுப்பார்.

அதுவும் இல்லாம, நான் கீழே விழுந்ததுக்கு இன்னொரு முக்கியக் காரணம் இருக்கு. ரெமியின் வீட்டின் பால்கனியில் ஒரு மெல்லிய புகை வெளியே வருவதைப் பார்த்தேன். அந்தப் புகைக்குள் கோணல் கோணலாக வெளிச்சக் கோடுகளையும் பார்த்தேன். நான் இமயம்மலையில் இருந்து கீழே விழுந்தேனே, அப்போதும் அதேபோலத்தான் பார்த்தேன். நான் காப்பாற்றப் படலாம் என்ற நம்பிக்கையில் விழுந்தேன். நம்பியவாறே அவங்க என்னைக் காப்பாத்திட்டாங்க.”

“அப்போ நீங்க கீழே விழவேயில்லையா? பதுமன் என்ன வாகி இருப்பார்?”

“நான் இங்கே விக்டருக்குத் தொந்தரவு கொடுப்பதுபோல, அவருக்கும் தொந்தரவு கொடுத்துவிட்டு வந்துவிட்டேன். அதன் பிறகு அவருக்கு என்ன நடந்தது என்று எனக்குத் தெரியாது.

விக்டரைப்போல, பதுமனும், என் உடலை நான் விழுந்த இடத்தில் சென்று தேடியிருப்பார். கிடைத்திருக்காது. அவரை அவராலேயே நம்ப முடியாமல் போயிருக்கலாம். நான் விண்ணில்

இருந்து வந்த தேவதை என்று வேறு சொல்லிவிட்டேன். முன்தினம் கொல்லப்பட்டவள், காலையில் அடக்கம் செய்யப்பட்டவள், வானமங்கையாக வந்து, அவள் பணத்தையெல்லாம் ஒரு நல்ல காரியத்திற்குக் கொடுத்து, கொலைகாரனைக் கொன்று, மறைந்து போய்விட்டாள் என்று என்மேல் ஒரு திருவிளையாடல் புராணம் எழுதி என்னை ஒரு பெண் தெய்வமாகக்கூட வழிபடலாம். யார் கண்டது?" என்று சிரித்துக்கொண்டே சொன்னேன்.

"அதுக்கு அப்புறம் நீங்க நேரே நம்ம பூமிக்கு வந்திட்டிங்களா?"

"அவ்வளவு எளிதாக நான் பூமிக்குத் திரும்பவில்லை டாக்டர். அவர்களுடன் நான் தொடர்ந்து பயணப்பட்டேன். அவர்களுடன் சேர்ந்து நான் இன்னொரு பூமிக்குத் தள்ளப்பட்டேன். அதை இப்போ சொல்லவா, இல்லை இன்னொரு நாள் சொல்லவா?"

"எனக்கு இன்னைக்கி ஐந்து மணிக்குத்தான் பார்ட்டி. நான் நாலு மணிக்கு கிளம்பினா போதும். எனக்கு இன்னைக்கு வேற கண்சல்டிங் கிடையாது. உங்களுக்கு வேலை இருக்கா?"

'ஆமா, உங்ககிட்டே யார் வருவாங்க டாக்டர்' என்று நினைத்துக்கொண்டேன்.

"ஒண்ணு செய்யலாம். லன்ச் ஆர்டர் பண்றேன். உங்களுக்கு ஓகேதானே?"

விக்டர் என்னைப் பார்த்தான். வீட்டுக்குச் செல்வதைவிட, நான் சொல்வதைக் காது கொடுத்துக் கேட்க இங்கே ஒரு ஆள் இருக்கார். ஆதலால் எனக்குப் பரவாயில்லை. ஆனா என்ன, இவர் கேட்பதற்கு நாங்க காசு கொடுக்க வேண்டியிருக்கு என்று நினைத்துக்கொண்டே, "எனக்குப் பரவாயில்லை. ஆர்டர் கொடுக்கலாம்" என்றேன்.

உணவு வரும்வரை என் குடும்பத்தையும், விக்டரின் அப்பாவைப் பற்றியும், AMC பெரியவரைப் பற்றியும் பேசிக் கொண்டிருந்தார். அவர் மேசைமீது வைத்தே உணவைச் சாப்பிட்டோம். பாட்டிலில் இருந்த தண்ணீரைக் குடித்துவிட்டு, "இப்போ சொல்லுங்க தாரா. அப்புறம் என்னாச்சு?"

நான் தொடர்ந்து சொல்ல ஆரம்பித்தேன். விக்டர் பெருமூச்சு விட்டான்.

முதன் மொழி 105

பகுதி 3

எழுகடல் மணலை அளவிடின் அதிகம்

எனது இடர் பிறவி அவதாரம் ...

- அருணகிரி நாதர்

பகல் பொழுதாக இருந்தாலும் சூரிய வெளிச்சம் உள்ளே நுழைய முடியாத மரங்கள் அடர்ந்த காடு. அந்தக் காட்டின் ஒரு மரத்தடியில் தாராவாகிய நான் தரையில் உட்கார்ந்து இருக்கிறேன். தோள்பட்டையை மறைக்காமல், மார்பிலிருந்து கால்வரை மறைத்த ரெமியின் அழகிய உடை சகதியால் அழுக்காகி இருந்தது. அந்த உடை சற்று விலகி கொசுவலைபோல இருந்த காலுறை, முட்டிக்கு மேலே தெரிந்தது. மரவட்டை ஒன்று என் பாதத்திலிருந்து மெதுவாக அந்தக் காலுறையின் மேலே ஏறுகிறது. அதைத் தள்ளிவிட வேண்டும் என்ற சொரணையற்று மரவட்டையையே பார்த்துக்கொண்டிருந்தேன். திடீரென்று நினைவு வந்தவளாய், அலறியடித்துக்கொண்டு எழுந்து கால்களை உதறினேன். அது கீழே விழவில்லை. முட்டிக்கு மேலே துணியைத் தூக்கிக்கொண்டு இப்படியும் அப்படியும் பெருங் கூச்சலிட்டு, ஓடி ஆர்ப்பாட்டம் செய்தும் அது கீழே விழாததால், கையால் பிடித்து அதைத் தள்ள முயன்றேன். உடல் கூசவே, ஒரு சிறு குச்சியை எடுத்து அதைக் கீழே தள்ளினேன்.

உடலில் வேறு எங்காவது இருக்கிறதா என்று ஒரு தடவை பார்த்தேன். ஆடை பின்புறமும் முன்புறமும் சகதியாக இருந்தது. விருந்திற்குச் செல்வதற்காகவே ஒரு அறை முழுக்க ஆடைகள் தொங்கியிருந்த ரெமியின் அறை நினைவுக்கு வந்தது. அங்கே எவ்வளவு பெரிய பணக்காரியாக இருந்தேன். இங்கே, இந்தக் காட்டில் இருக்கிறேன். ஒருவேளை நான் என் பூமிக்கே திரும்பி

வந்துவிட்டேனா? இது இமயமலையின் அடிவாரமா? என்னை நேரே சென்னையின் என் வீட்டிலேயே விட்டு இருக்கலாமே. சரி பரவாயில்லை என்று சுற்றும் முற்றும் பார்த்தேன்.

சற்று தூரத்தில் ஒரு பாதை தெரியவே, அதை நோக்கி நடந்தேன். நெருஞ்சி முட்கள், செருப்பில்லாத என் பாதங்களைப் பதம் பார்த்தது. காலில் செருப்பு இல்லாததை அப்போதுதான் உணர்ந்தேன். கீழே குனிந்து, குத்திய முட்களை எடுத்துப் போட்டேன். முள் குத்திய இடங்களில் இருந்து இரத்தம் கசிந்தது. ரெமி வீட்டு பால்கனியில் தொங்கிக்கொண்டிருக்கும்போது என் செருப்புகள் கீழே விழுந்தது நினைவுக்கு வந்தது. என்னை ஏன் இப்படி அலைய வைக்கிறே? செத்துபோலான்னுதானே, கீழே விழுந்தேன். என்னை இங்கே இறக்கிவிட்டு இருக்கியே. இந்தக் காட்டைப் பார்த்தால் இமயமலையின் அடிவாரம் போலத் தெரியவில்லையே. அமேசான் காடுகள் போலத் தெரிகிறது. இங்கிருந்து நான் எப்படிப் போவேன் என்று அந்த முகம் தெரியாத கோடுகளைச் சபித்துக்கொண்டும், என் விதியை நொந்து கொண்டும், அந்தப் பாதையை அடைந்தேன்.

இரண்டு சக்கர வண்டி செல்லும் பாதைபோல இருந்தது. நடுவில் புல் முளைத்தும், சக்கரம் ஓடி தேய்ந்து போன வழி, அதன் இருபுறமும் தெரிந்தது. அந்தப் பாதையும் அதிகப் போக்குவரத்து உள்ள பாதை போலத் தெரியவில்லை, கரடு முரடாக இருந்தது. பாதையின் இரு திசைகளையும் பார்த்தேன். கண்ணுக்கு எட்டிய தூரம்வரை ஒருத்தரையும் காணோம். எந்தப் பக்கம் செல்வது? எந்தப் பக்கம் சென்றால் அருகில் இருக்கும் ஊரை விரைவில் அடையலாம் என்ற குழப்பத்தில் இருந்தேன். சற்று நேரம் அங்கேயே நிற்போம், ஏதாவது ஒரு வண்டியோ அல்லது உதவியோ வரலாம் என்று எண்ணி இருபுறமும் பார்த்துக்கொண்டு அதே இடத்திலேயே நின்றேன்.

ஆந்தை ஒன்று அலறியது. அதற்குப் பதில் சொல்வது போல இன்னொரு பறவை குரல் கொடுத்தது. இந்த அத்துவான காட்டில் என்ன விலங்கு இருக்கும் என்று யாருக்குத் தெரியும். இன்னும் சற்று நேரம் போனால், பகல் வெளிச்சம் குறைந்துவிட்டால் என்ன செய்வது? கரடி வருமா, புலி வருமா என்று நினைக்கும்போதே

பயம் தொற்றிக்கொண்டது. ஒரே இடத்தில் நிற்பதைவிட, ஒரு திசையை நோக்கி நடப்போம் என்று எண்ணி புல்லில் மீது நடந்தேன். முள் குத்தியது. சக்கரம் ஓடித் தேய்ந்த பாதையில் நடந்தேன். கல் குத்தியது. எப்படித்தான் செருப்பில்லாமல் மனிதர்கள் நடக்கிறார்களோ? இதுபோன்ற ஒரு அனுபவம் எனக்கும் ஒரு தடவை சில வருடங்களுக்கு முன் ஏற்பட்டது. குடும்பத்துடன் குலதெய்வம் கோயிலுக்குப் போனோம். நல்ல கத்திரி வெயில். கோயிலுக்கு வெளியிலேயே செருப்புகளைக் கழற்றிவிட்டு, உள்ளே சென்றோம். நடக்கும் வழியில் கல் பதித்து இருந்தார்கள். உச்சி வெயிலில் கல்மீது கால் வைத்ததும், கொதித்தது. நானும் சௌமியும் திபுதிபுவென்று ஓடினோம். பாவம் அம்மா, ஓட முடியாமல் நடந்து, பாதங்களில் கொப்புளம் வந்துவிட்டது.

பழைய நினைவுகளை அசை போட்டுக்கொண்டு, கீழே பார்த்துக்கொண்டே அடி மேல் அடி வைத்து நடக்கிறேன். பறவைகள் விதவிதமாக கத்துவது கேட்டு சற்று பழகிவிட்டது. பயமில்லை இப்போது. வெட்டுக்கிளியோ அல்லது ஒருவிதமான பூச்சிகள், தொடர்ந்து ஒட்டுமொத்தமாகக் கத்திக்கொண்டே இருக்கிறது. இந்தச் சத்தத்தின் எரிச்சலுடன் அரைமணி நேரம் நடந்தேன். ஒரு வேறுபாடும் தெரியவில்லை. அதே மரங்கள், அதே சத்தம், அதே பாதை. ஒருவேளை நான் அந்தப் பக்கம் நடந்திருந்தால், அங்கே ஒரு ஊர் இருந்து இருக்குமோ. திரும்பிப் போகலாமா என்றுகூடத் தோன்றியது. இன்னும் ஒரு அரைமணி நேரம் நடப்போம் என்று நடக்க ஆரம்பிக்கிறேன்.

தண்ணீர் தாகமெடுத்தது. பசி வேறு. பதுமனின் விருந்தில் சில பழங்களைச் சாப்பிட்டேன் அவ்வளவுதான், பசிக்காதா பின்னே. இங்கே குளம் குட்டை இருக்கிறதா என்று பார்த்தேன். மரம், மரம், மரம் அதைத் தவிர வேறு ஒன்றும் கண்ணுக்குத் தெரியவில்லை. இந்த மரங்கள் பசிக்கு உதவுவதாகத் தெரிய வில்லை. பழமோ, காயோ ஒன்றும் இல்லாமல் உயரமாக வளர்ந் திருக்கிறது. எனக்கு பசியைவிட, நான் சாப்பிடவில்லையே என்ற கவலைதான் அதிகம் வாட்டியது.

கதையில் படித்த, சினிமாவில் பார்த்த டார்சான் ஓவென்று கத்திக்கொண்டு, விழுதுகளைப் பிடித்துக்கொண்டே, இங்கு வந்து

என்னைத் தூக்கிப் போக மாட்டானா என்றும் நினைத்துக் கொண்டே மேலும் ஒரு அரைமணி நேரம் நடந்தேன். காற்றின் ஓசை, காற்றால் அசையும் இலைகளின் ஓசை, மற்றும் பழகிப் போன இந்தக் காட்டின் ஓசையின் ஊடே வேறு ஒரு ஓசையும் கேட்டது. எனக்கு முன்னும் பின்னும் பாதையில் ஒன்றும் தெரியவில்லை. நடப்பதை நிறுத்திவிட்டு, அந்த ஓசை வரும் வழியில் காதுகளைக் கூர்மையாக்கினேன். நான் நடந்து வந்த வழியில் இருந்துதான் கேட்கிறது. குதிரைகளின் குளம்பொலி மற்றும் கடகடவென்ற சக்கரம் உருளும் ஓசை. என்னை இங்கு விட்டுச் சென்ற அந்தச் சக்திதான் யாரையோ அனுப்பி இருக்காங்க என்று நன்றி தெரிவித்துவிட்டு, ஆவலுடன் வருகின்றதை எதிர் பார்த்து ஓரமாக நின்றேன். தூரத்தில் இரண்டு கறுப்பு குதிரை களும், அவை இழுத்து வரும் மூடி போட்ட ஒரு கறுப்பு வண்டியும் தெரிந்தது. நான் ஓரமாக நின்றால், ஒருவேளை என்னைக் கவனிக்காமல் சென்றுவிடலாம் என்று எண்ணி அந்தப் பாதையின் நடுவில் நின்றேன். வண்டி மிக வேகமாக ஓடிவருவது மட்டும் தெரிகிறது. சட்டென்று நிறுத்த குதிரைகளுக்கு பிரேக் இருக்கிறதா. வருகிற வேகத்தைப் பார்த்தால் எனக்கு முன் நிறுத்துவது கடினம் என்ற பயத்தில் ஓரமாக நின்று ஒரு கையை ஆட்டினேன். வருவது யாராக இருக்கும், என்னை என்ன செய் வார்கள் என்ற பயம் இருந்தாலும், இந்த வண்டியை விட்டால் எனக்கு இந்தக் காட்டில் வேறு வழி இல்லை. வருவது வரட்டும் என்று நின்ற இடத்தில் இருந்தே உடலை வளைத்து கையைத் தொடர்ந்து ஆட்டிக்கொண்டே இருந்தேன்.

நான் என் வாழ்நாளில் குதிரை பூட்டிய வண்டியை நேரில் பார்த்ததில்லை. ஒரு குதிரை வண்டி இவ்வளவு வேகத்தில் ஓடுமா என்று ஆச்சரியத்துடன் பார்த்தேன். வண்டியின் முன் உட்கார்ந்து குதிரைகளை அதட்டி ஓட்டிக்கொண்டு இருப்பவன் இப்போது கண்ணுக்குத் தெரிகிறான். ராஜா காலத்து சிப்பாய்போல இருக் கிறான். நான் என் இரு கைகளையும் தலைக்கு மேலே உயர்த்தி, 'ஹெல்ப் ஹெல்ப்' என்று கத்தினேன். அந்த வண்டியின் கதவில் இருந்து ஒரு கை வெளியே தெரிகிறது. வண்டியோட்டி என்னைப் பார்த்துக்கொண்டே போகிறான். வண்டி என்னைக் கடக்கும் சமயம், ஒரு துணிப்பந்து என் மேலே விழுகிறது. வண்டிக்குள்

யார் இருக்கிறார்கள் என்பதை என்னால் பார்க்க முடியவில்லை. வண்டி ஒரு வினாடியில் என்னைக் கடந்தது. நான் சிறிது தூரம் அந்த வண்டியின் பின்னாலயே ஓடுகிறேன். சில வினாடிகளில் அந்த வண்டி என் பார்வையில் இருந்து மறைந்தது. கண்ணீர் முட்டிக்கொண்டு வந்தது. அப்படியே அந்தப் பாதையில் உட்கார்ந்து அழுதேன்.

உங்களுக்கு அப்படி என்ன தலை போகிற வேலை இருக்கும்? ஒரு பெண் இந்தக் காட்டில் உதவி கேட்கிறாள். இரக்கப்பட்டு வண்டியை நிறுத்தி என்னவென்று கேட்டிருக்கலாம். உன்னை ஏற்றிச்செல்ல முடியாது என்று சொல்லிவிட்டு போயிருக்கலாம். அல்லது இப்படியே இவ்வளவு தூரம் நடந்து போ, இந்த ஊர் வரும் என்று சொல்லிவிட்டு போயிருக்கலாம். நான் சென்னையில் இந்த உடையில் சாலை ஓரத்தில் நின்று இதுபோன்று கையைக் காட்டி உதவி கேட்டு இருந்தால், இந்நேரம் அந்தச் சாலையில், போக்குவரத்து நெரிசலே ஏற்பட்டிருக்கும்.

ஒருவேளை நான் ஆங்கிலத்தில் ‘ஹெல்ப்’ என்று கேட்டது அவர்களுக்குப் புரியவில்லையோ? நான் ஏதோ இங்கிலாந்தில் பிறந்தவள் போல எங்குச் சென்றாலும் ஆங்கிலத்திலேயே பேசு கிறேன். இத்தனைக்கும் நான் படித்தது தமிழ் மீடியம்தான். நான் பேசியது அந்த வேகத்தில் சென்றவர்களுக்குக் கேட்டிருக்க வாய்ப்பில்லை. ஆங்கிலம் பிரச்சினையில்லை. பிறகு என்மீது ஏன் ஒரு துணியை வீச வேண்டும்? எழுந்து சென்று அதைப் பிரித்துப் பார்த்தேன். ஒருவேளை என் மார்புக்கு மேலே தோள் பட்டை அப்பட்டமாகத் தெரிவதை முதலில் மூடு என்று போட் டார்களோ?

வீசிவிட்டுச் சென்ற துணியை எடுத்து விரித்துப் பார்த்தேன். அது அழகிய வேலைப்பாடு உள்ள பெண்கள் அணியும் துப் பட்டா போன்ற ஒரு பட்டாடை. நான்கு பக்கத்திலும் அதன் ஓரங்களில் குஞ்சங்கள் கட்டப்பட்டு, அதன் முனைகளில் முத்துகள் கோர்க்கப்பட்டு இருந்தது. அந்தப் பட்டாடை முழுக்க ஆங்காங்கே நேர்த்தியாக நெசவு செய்யப்பட்ட மயில், தோகை விரித்து ஆடியது. மயிலின் கழுத்திற்கும், தோகைக்கும் வண்ண நூலிழைகளைக் கோர்த்து நெய்த நெசவாளியின் திறமையை

வியந்து நிற்கும்போது, மீண்டும் குதிரைகளின் குளம்பொலி கேட்டது. மனது கேட்காமல் திரும்பிவருகிறார்கள் என்று நினைத்து அவர்கள் சென்ற வழியைப் பார்த்தேன். ஆனால், குளம்பொலி இந்தப் பக்கமாகக் கேட்டது.

தொலைவில் ஐந்துக்கும் மேற்பட்ட குதிரைகள், வண்டி இல்லாமல், தனித்தனியாக மிக வேகமாக ஓடி வருகின்றன. ஒருவேளை இந்தத் துணியைக் காண்பித்தால், இவர்கள் உதவி செய்வார்கள் என்று எண்ணி, அந்தப் பட்டாடையைப் போர்த்திக் கொண்டு, பாதையின் ஓரத்தில் நின்றேன். இவர்களும் அரசக் காலத்து போர் வீரர்கள்தான். ஏதோ ஒரு ஆபத்து என்று புரிந்தது. பின்தொடர்ந்து வருபவர்களைத் திசை திருப்ப முன் சென்றவர்கள் என்மீது துணியை வீசியிருக்கலாம் என்று எண்ணி ஒளிய ஆரம்பித்தேன். கண் இமைக்கும் நேரத்தில், குதிரைகள் என்னைச் சூழ்ந்துகொண்டு, சுற்றி வளைக்கப்பட்டேன். ஏழு அடி உயர போர்க் குதிரைகள் அவை. ஒரு குதிரை வீரன் மட்டும், தலைக்கவசம் அணிந்திருந்தான். கவசத்தில், ஒரு இரும்புத் தகடு மூக்கை மறைத்து இருந்தது. பக்கவாட்டில் இரண்டு தகடுகள் அவன் தாடையை மறைத்தது. அவன் கண்களைத் தவிர, முகத்தின் கொஞ்சம் பகுதியே மறைக்கப்படாமல் இருந்தது. அவர்கள் எல்லோரும் இடையில் வாளும், முதுகில் கேடயமும் வைத்து இருந்தனர்.

அந்தக் தலைக்கவச வீரன், ஒரு காலைத் தூக்கி, என் பக்கமாகக் குதித்தான். என்னிடம் எதுவும் பேசவில்லை. ஒரு விரலால் என் ஒரு கன்னத்தைத் தடவினான். நான் அவனை முறைத்து, முகத்தை நகர்த்த, என் இடுப்பில் அவன் கைகளை வைத்து, என்னைத் தூக்கினான். அதிர்ந்துபோன நான், ‘என்னை விடு, என்னை விடு’ என்றேன். ஒரு மூட்டையைத் தூக்கி வீசுவதுபோல குதிரையின் முன்பக்கத்தில் என்னைத் தூக்கி வீசினான்.

3.2

என் இரு கைகள் குதிரையின் ஒருபுறமும், என் இரு கால்கள் மறுபுறமும், வயிறு குதிரையின் மீதும் இருந்தது. நீ துரத்தி வந்த ஆள் நானில்லை என்று கத்த வேண்டும்போல இருந்தது. அவன் குதிரைமீது என்னைத் தூக்கிப்போட்ட விதத்தில் பேச்சு வரவில்லை. பிறகு சுதாரித்துக்கொண்டு, 'நீ நினைக்கிற ஆள் நானில்லை' என்றேன். அவர்கள் சிரிப்பது தெரிந்தது. தலைக் கவச ஆள் சிரித்தானா இல்லையா என்று தெரியாது. இதற்குள் தலைக்கவச ஆள், நான் படுத்திருந்த குதிரையின் மீது பாய்ந்து ஏறி, என் பக்கத்தில் அமர்ந்தான். அவன் இரு கால்களால் குதிரையின் அடிப்பாகத்தைத் தட்ட குதிரை வந்தவழியே திரும்பிச் செல்ல ஆரம்பித்தது. மற்ற நான்கு வீரர்களும் இவனைப் பின் தொடர்ந்தார்கள். வீரர்களா இவர்கள், கயவர்கள். ஒரு பெண்ணைத் தொட்டுத் தூக்கி இப்படிக் கடத்திக்கொண்டு போகிறார்கள். இவர்களைத் திட்டுவதா, என்மீது துணியை வீசிவிட்டு தப்பித்துச் சென்ற அந்தக் குதிரை வண்டிக்காரர்களைத் திட்டுவதா, என்னை இங்கே தள்ளிவிட்டுச் சென்ற அந்த முகம் தெரியாதக் கோடு களைத் திட்டுவதா, என்று புரியாமல் அமைதியானேன்.

அந்தக் குதிரையின் ஓட்டம் என் வயிற்றை அழுத்தியதால், வயிறு வலித்தது. என் சிறு வயதில், மெரினா பீச்சில், என்னை குதிரைமீது உட்கார வைத்து, அந்தக் குதிரையுடனே அப்பா ஓடி வந்தது நினைவுக்கு வந்தது. தொங்கிக்கொண்டு இருந்த தலையில் இரத்த ஓட்டம் பாய்ந்து, கண்கள் பிதுங்கி வெளியே வந்து விடும்போல இருந்தது. என்னை உட்கார வைத்து கடத்திக் கொண்டு போய் இருக்கலாம். தப்பித்து ஓடியவர்கள், மரியாதை கொடுக்கும் அளவுக்குத் தகுதி இல்லாதவர்களாக இருக்க வேண்டும். என் தலையை சிறிது நேரம் உயர்த்தியும், தாழ்த்தியும், இரத்த ஓட்டத்தைச் சரி செய்துகொண்டு, மிகுந்த வலியுடன் குதிரையின் மீது தூக்கிச் செல்லப்பட்டேன்.

ஓர் அரைமணி நேர அவதிக்குப் பிறகு, குதிரைகள் ஒரு இடத்தில் நின்றன. என் குதிரைக்காரன், குதித்து கீழே இறங்கினான். என் தொடைகளைப் பிடித்து கீழே இழுத்தான். தரையில் என் கால்கள் நின்றாலும். தலை கிறுகிறு என்று சுற்றியது. என் நிலைக்குத் திரும்ப சில வினாடிகள் பிடித்தது. அது காட்டுப் பகுதியை ஒட்டியுள்ள ஒரு பெரிய திறந்தவெளி. எவ்வளவு பேர் அங்கே இருக்கிறார்கள் என்று கணக்கிட முடியாத அளவுக்கு அங்கே மக்கள் வெள்ளம். குதிரையின் சேணத்தில் இருந்து ஒரு கயிற்றை உருவி, என் இரு கைகளையும் சேர்த்துக் கட்டினான். அதன் மறுமுனையைப் பிடித்து என்னை ஒரு மேடான பகுதிக்கு இழுத்துச் சென்றான்.

ரெமியின் அந்த உடை சற்று நீளமாக இருந்ததால், கால் இடறி கீழே விழுந்தேன். என் தலைமுடியைக் கொத்தாகப் பற்றி என்னைத் தூக்கி நிறுத்தினான் தலைக்கவசக்காரன். என் கழுத்தைச் சுற்றி இருந்த அந்தப் பட்டாடை கீழே விழுந்தது. அந்த ஆயிரக் கணக்கான மக்களில் நான் ஒருத்திதான் பெண். என் உடலை முழுவதுமாக மூடாமல், மேல் மார்பும், முதுகும், தோள்பட்டையும் தெரிய அவர்களுக்கு முன் நிற்பதால் உடல் கூசியது. நான் அணிந்திருக்கும் இந்த உடை, நான் கலந்து கொண்ட ரெமியின் விழாவில் நாகரிகத்தின் உச்சமாகப் பார்க்கப் பட்டது. இந்த உடை அங்கே என்னிடம் இருக்கும் பணத்தை மற்றவர்களுக்குக் காட்டியது. ஆனால் இங்கே, பரிதாபமாகப் பார்க்கப்படுகிறது. என்னுடன் வந்த ஒரு குதிரை வீரன், கீழே விழுந்திருக்கும் பட்டாடையைக் கையில் எடுத்து, முகக்கவசக் காரனைப் பார்த்தான். அவன் ஒன்றும் சொல்லாது இருக்கவே, என்மீது அந்தப் பட்டாடையைப் போர்த்தி என் மானம் காத்தான்.

அங்கு கூடி இருந்தவர்களை இப்போது என்னால் தெளிவாகப் பார்க்க முடிந்தது. அந்தத் திறந்த வெளியின் நடுவில் உள்ளவர்களில் சிலர் சீருடை அணிந்து இருக்கிறார்கள். அந்தச் சீருடை, என்னைக் கடத்தியவர்களின் சீருடையைப் போல அல்லாமல் வேறு வண்ணத்தில் இருந்தது. நடுவில் நிற்கும் மக்களின் எண்ணிக்கை சில ஆயிரங்களில் இருக்கும். அவர்களைச் சுற்றி, அரண்போல போர் வீரர்கள் ஈட்டிகளை அவர்கள் மீது குத்துவது போல பிடித்து நிற்கின்றனர். அவர்களைச் சுற்றி பல வீரர்கள்

முதன் மொழி 🛥 113

குதிரைகளில் பாதுகாப்புக்கு நிற்கின்றனர். அவர்களுக்குப் பக்கத்தில் ஒரு பெரிய ஆயுதக் குவியல் இருந்தது.

"தளபதி மல்லன் வாழ்க. தளபதி மல்லன் வாழ்க. மாமன்னர் வீரேந்திர வர்மன் வாழ்க" என்று காவலுக்கு நின்றவர்கள் குரல் எழுப்பினார்கள். உள்ளே இருந்தவர்கள் அமைதியாக நின்றுகொண்டு இருந்தனர். கொஞ்சம் புரிந்தது. நடுவிலே நிற்பவர்கள் போர்க்கைதிகள். அவர்களிடம் இருந்து ஆயுதங்கள் களையப்பட்டு குவியலாகக் கூட்டப்பட்டு இருந்தது. என் பக்கத்தில் இருக்கும் இந்த மூடன், அரசனா அல்லது தளபதியா என்று தெரியவில்லை. தப்பித்து ஓடியவர்கள், நடுவில் இருக்கும் மக்களைச் சேர்ந்தவர்களாக இருக்க வேண்டும். ஒரு துணி வைத்து இருந்தால் நான் இந்தக் கூட்டத்தை சேர்ந்தவளா? தெய்வங்களே, என்னை எதுக்கு இங்கே தள்ளிவிட்டிங்க? இன்னும் நான் எத்தனை பிறவி எடுக்க வேண்டுமோ? இங்கே தள்ளிவிட முடிந்த உங்களால் ஏன் என்னை என் பூமிக்குத் தள்ள முடியவில்லை?

இதற்கிடையில், கைதிகளில் முன்வரிசையில் இருந்த ஒருவன், "இளவரசி மலர்மங்கை நாச்சியார் வாழ்க" என்று குரல் கொடுக்கவும், கைதிக் கூட்டத்தில் இருந்த பலர், "வாழ்க, வாழ்க" என்று உடன் குரல் எழுப்பினர்.

தப்பித்துச் சென்ற அந்தக் கிராதகி இளவரசியா? நீ உயிர் பிழைக்க, அப்பாவியான என்னை மாட்டிவிட்டு செல்வது நியாயமா? டேய் மூடனே, நான் இளவரசி இல்லை என்று சொல்ல நினைத்து என்னை இழுத்து வந்தவனைப் பார்க்கிறேன். அவன் தலைக்கவசத்தைக் கழற்றினான்.

டேய் பீலா பிரேம் நீயா? என்னைத் தொட்டுத் தூக்கி, குதிரையின் மேல் ஒரு மூட்டையைப் போலத் தூக்கி வீசி, என் தலைமுடியைப் பிடித்துத் தூக்கி, கையைக் கட்டி என்னை இங்கே இழுத்து வந்திருக்கிறாய். எல்லா உலகத்திலும் நீ என் எதிரிதானா? அவன் முகத்தைப் பார்க்கப்பார்க்க, தோஷ் தெரிந்தான். ஒரு உலகத்தில் உன்னைக் காலால் மிதித்துக் கொன்று இருக்கிறேன். நான் காளியின் அவதாரமடா. இந்த உலகத்திலும் உன் சாவு என் கையில்தாண்டா என்று மனதில் சபதமிட்டேன்.

ஒரு கையில் தலைக்கவசத்தைப் பிடித்தவாறே, ஒரு விரலை உயர்த்தி, 'அழைத்து வா' என்பதுபோலக் கட்டளை இட்டான். முன்வரிசையில் இருந்த ஒரு வீரன், 'இளவரசி வாழ்க' என்று குரல் கொடுத்தவனைப் பிடித்து இழுத்து வந்தான். எங்கள் அருகில் வந்ததும் அவன் மீண்டும் "இளவரசி வாழ்க" என்று குரல் கொடுத்தான். பிரேம் சாயலில் இருப்பவன், அவன் பக்கத்தில் நின்றிருந்த வீரனின் இடுப்பில் இருந்த உடைவாளை உருவி, குரல் கொடுத்தவனின் தலையைக் கண் இமைக்கும் நேரத்தில் சீவினான். தலை கீழே விழுந்தது. தலை இல்லா உடல் சிறிது நேரம் ஆடி, மண்ணில் சாய்ந்தது. கீழே விழுந்த தலையை, கால்பந்து உதைப்பது போல எட்டி உதைத்தான்.

என் உடல் என்னை அறியாமல் ஆடியது. என் நாக்கு மேலே ஒட்டிக்கொண்டது. என் வாயின் உமிழ்நீர், என் தொண்டைக் குழியில் சிக்கி மூச்சுவிட முடியாமல் தவித்தேன். அந்தக் கொடூரக் கொலையை நேரில் பார்த்து, நான் தவிக்கும் தவிப்பை இமைகளைச் சுருக்கி என்னையே சிறிது நேரம் பார்த்தான். பிறகு, கூட்டத்தைப் பார்த்து பேச ஆரம்பித்தான்.

"நேற்று இரவுவரை இருந்த வளவ நாடு, இன்று காலை அழிக்கப்பட்டது. இன்று முதல் இந்த மண், சாளை நாட்டின் ஓர் அங்கம். முப்பது ஆண்டு காலப் பகையை, நம் மாமன்னர் வீரேந்திர வர்மன் இன்று காலை முடித்து வைத்தார். இந்த மண்ணின் பழைய மன்னன் எதிரி பெருஞ்சாத்தன், அவன் மனைவி அங்கம்மா தேவி, அவர்களின் வாரிசு மலர்மங்கை மற்றும் அந்த எதிரியின் கைக்கூலிகள், சாளை நாட்டின் எதிரி களாகக் குற்றம்சாட்டப்பட்டு உள்ளனர். இன்று மாலைக்குள் அவர்களுக்கு மரண தண்டனை அளிக்கப்படும். இந்தத் தீர்ப்புக்கு எதிராக யார் செயல்பட்டாலும், அவர்களும் எதிரிகளாகக் கருதி, அதிகபட்சத் தண்டனையாக மரண தண்டனை அளிக்கப்படும்.

இங்கே கைதிகளாக அடைபட்டு இருப்பவர்களில், திருமண மாகி, மனைவி மற்றும் குழந்தைகளுடன் வசிப்பவர்கள், மாமன்னர் வர்மனின் பக்கம் இருப்பேன் என்று உறுதிமொழி அளித்தால், பொது மன்னிப்பு அளிக்கப்படும். நீங்கள் விடுதலை செய்யப்படுவீர்கள். அப்படி விடுதலை செய்யப்பட்டாலும்,

நீங்கள் ஆறு மாதத்திற்கு ஆயுதம் தாங்கக் கூடாது. திருமணம் ஆகாதவர்கள், இதே இடத்தில் அன்ன ஆகாரம் இன்றி இரண்டு நாட்கள் அடைத்து வைக்கப்படுவீர்கள். மூன்றாம் நாள், உயிர் வாழ ஆசை இருந்தால், மாமன்னர் கொடுக்கும் விருந்தில் கலந்து கொண்டு சாளை நாட்டின் படையில் சேர வேண்டும். இல்லை யேல், இங்கேயே சாக வேண்டும். இது மாமன்னரின் உத்தரவு" என்று கர்ஜிக்கும் குரலில் பேசினான்.

தலை இல்லாமல் ஆடிய உடலைக் கண்டு ஏற்கனவே நடுங்கிப் போய் இருந்த எனக்கு, இவன் பேச்சு மேலும் பய முறுத்தியது. நான் அறிந்துகொண்டது யாதெனில், இவன் தளபதி மல்லன். யாரோ ஒரு அரசன் வர்மன் என்று ஒருவன் இருக்கிறான். நான் இங்கு இளவரசி மலர்மங்கையாக அறியப்படுகிறேன். என் உயிர் இன்று மாலைக்குள் போகப்போகிறது.

என் கைகள் கட்டப்பட்ட கயிற்றின் இன்னொரு முனையை, குனியாமல், காலால் தட்டி, காற்றில் பறந்த அந்த முனையை ஒரு கையால் பிடித்து என்னை இழுத்துச் சென்றான் மல்லன். நின்றிருந்த ஒரு குதிரையின் மீது என்னை குழந்தையைத் தூக்கி உட்கார வைப்பதுபோல வைத்தான். நான் உடுத்தியிருந்த அந்த ஆடை, என் தொடைக்கு மேலே ஏறியிருந்தது. உள்ளே கொசு வலை போன்ற உள்ளாடையை இடுப்பில் இருந்து கால்வரை போட்டு இருந்ததால் என் மானம் காப்பாற்றப்பட்டது. இருந் தாலும் அவன் என் கால்களைப் பார்த்தான். அவன் மட்டும் அல்ல, அங்கிருந்த சில வீரர்களும் பார்த்தார்கள். நான் அணிந்திருந்த ரெமியின் ஆடை அவர்களை வியப்பிற்கு உள்ளாக்கியதில் ஆச்சரியம் இல்லை. அந்தக் காலத்தில் பெண்கள் எப்படி குதிரை சவாரி செய்து இருப்பார்கள் என்ற ஒரு சிந்தனை, இந்த உயிர் போகும் இக்கட்டான நேரத்திலும் என்னுள் ஓடியது.

என் கையில் கட்டப்பட்டு இருந்த கயிற்றின் மறுமுனையை அவன் குதிரையின் சேனத்தில் கட்டினான். அவன் முன்னே செல்ல, என் குதிரை பின்தொடர, என்னைச் சில வீரர்கள் பின் தொடர்ந்தார்கள். ஆட்கள் அடைத்து வைக்கப்பட்ட அந்த இடம் நகரின் எல்லை என்று நினைக்கிறேன். சிறிது நேர பயணத்திற்குப் பிறகு, ஒரு நகரம் தெரிந்தது. அதன் நடுவில் ஓர் உயர்ந்த கோட்டை

தெரிந்தது. நகரத்தின் கோடியில் உள்ள வீதியைக் கடந்து, பல முக்கிய வீதிகளைக் கடந்தோம். எல்லாத் தெருக்களிலும், இவனைப்போல உடை அணிந்த வீரர்கள் காவலுக்கு நின்றார்கள். இவனைப் பார்த்ததும், கையில் பிடித்திருந்த வேலை, தரையில் ஒரு தட்டு தட்டி இவனுக்கு மரியாதை செலுத்தினர். நான் வசிக்கும் இடத்தில் உன் பெயர் பொறுக்கி. இங்கே உனக்கு இவ்வளவு மரியாதையா?

இவனை விடு. தாரா அங்கே ஒரு நடுத்தர வர்க்கத்து பெண்ணாக இருந்தாள். ஆனால் மற்ற பரிமாணங்களில், பெரும் பணக்காரியாக இருக்கிறாள், இளவரசியாக இருக்கிறாள். ஆனாலும் தாரா வாழ்ந்த வாழ்க்கைகூட மற்ற பெண்கள் வாழவில்லை. பணமும், அந்தஸ்தும், இவர்களைக் கொல்கிறது. தாரா மட்டும் என்ன வாழ்ந்தாளா? இருபத்தி நான்கு வயதில் கீழே விழுந்து செத்தாள். இன்னொன்றும் என் எண்ண ஓட்டத்தில் ஓடுகிறது. அவர்கள் நன்றாகத்தான் வாழ்ந்துகொண்டிருந்தார்கள். நான் காலடி எடுத்து வைத்ததும், அவர்கள் கொல்லப்படுகிறார்கள். நாட்டை விட்டு ஓடுகிறார்கள். இதில் என் தவறு என்ன இருக்கிறது? நானா விரும்பி வந்தேன். ஒரு சக்தி என்னைப் பிடித்துத் தள்ளுகிறது.

வீதிகளில் வீரர்கள் இருக்கிறார்கள், சில வயதானவர்கள் இருக்கிறார்கள். மற்றபடி வேறு யாரும் தென்படவில்லை. வீடுகளைப் பார்க்கிறேன். வீடுகளின் ஜன்னல்கள் லேசாகத் திறக்கப்பட்டு, என்னைப் பார்க்கிறார்கள் என்று தெரிகிறது. ஒரு அரசன், எதிரி நாட்டைக் கைப்பற்றினால், அந்த நகரைக் கொளுத்துவான், கொள்ளை அடிப்பான். இந்த நகரில் அதுபோல பெரிய சம்பவம் நடந்ததாகத் தெரியவில்லை. ஒருவேளை வர்மன் நல்லவனோ? இவன்தான் விக்டர் என்று காட்டிவிடாதே என்று வேண்டிக் கொண்டேன்.

நான் நினைத்தது தவறு என்று கோட்டையை நெருங்கநெருங்க புரிந்துகொண்டேன். சண்டையின் கோரத்தை கோட்டையின் அருகில்தான் பார்த்தேன். எங்கும் மனித உடல்கள். தலை வெட்டப்பட்ட பெண்களும், தலை நசுக்கப்பட்ட குழந்தைகளின் உடல்களும் எங்கும் சிதறிக்கிடக்கின்றன. நடமாடும் மனிதனை

விடு, கீழே விழுந்து கிடப்பவனின் உடலைக் கிழி என்று கழுகு களும், நரிகளும் கூட்டம் கூட்டமாக மனிதர்களைத் தின்றது.

இரத்த பூமி என்னவென்பதை நேரில் பார்க்கிறேன். ஆங் காங்கே இரத்தம் தேங்கிக் கிடக்கிறது. அதில் ஈக்கள் மொய்க் கின்றன. இரும்பாலான எல்லா ஆயுதங்களையும் உபயோகித்து இருப்பார்கள் போலத்தெரிகிறது. தலை சிதைந்து, குடல் சரிந்து, உடல் உறுப்புகள் தனித்தனியாக, இறைந்து கிடக்கிறது. சில உடல்களில், உயிர் இன்னும் ஊசலாடிக்கொண்டு இருக்கிறது. மொத்தத்தில் இங்கே மனிதம் இறந்து கிடக்கிறது.

இந்தக் குதிரைகள் இந்தக் காட்சிக்கு மிகவும் பழக்கப்பட்டது போலத் தெரிகிறது. மனித உடல்களை மிதிக்காமல், லாவகமாகச் செல்கிறது. குதிரைகளும், யானைகளும்கூட செத்துக் கிடக்கிறது. இறந்து கிடக்கும் குதிரைகளைப் பார்த்தாவது பயந்ததாகத் தெரியவில்லை இந்தக் குதிரைகள்.

போரில் வென்றவன் வரலாற்றுப் புத்தகத்தில் இருப்பான். போரில் வென்று, அந்த வெற்றியைக் கொண்டாடாமல், இனி ஒருநாளும் போர் செய்வதில்லை என்று சமாதானம் போதித் தானே, அசோகச் சக்கரவர்த்தி, அவனை மனித உலகம் என்றென்றும் நினைவுகூறும். அது தெரியாத இந்த வெறியன், இந்த அழிவுக்கு நான்தான் காரணம் என்று கர்வத்தோடு என்னை ஒருதடவை திரும்பிப் பார்த்துவிட்டு கோட்டையை நோக்கி தொடர்ந்து செல்கிறான் மல்லன்.

கோட்டையின் மதில் சுவர் மிக உயரமாக இருக்கிறது. வெளிவாசலுக்கு மேல் உள்ள மாடத்தில் பச்சை நிறத்திலான கொடி பறக்கிறது. கொடியில் படமெடுக்கும் பாம்பின் படம் தெரிகிறது. அதைவிடக் கொடியவன் இந்த மல்லன். இவனை நான் வெற்றி கொள்வேன் என்ற நம்பிக்கை என்னை விட்டு கொஞ்சம் கொஞ்சமாகப் போய்க்கொண்டு இருக்கிறது. நீ என்னைக் கொன்று போட்டாலும், என் உருவத்தில் இருக்கும் மலர்மங்கை உன்னைக் கண்டிப்பாக பழிவாங்குவாள் என்று அபலைத்தனமாக சத்தியம் இடுகிறேன். எங்களைப் பார்த்ததும், மதில்மேல் நின்றிருக்கும் வீரர்கள் பெரிய மத்தளத்தைக் கொட்டு கிறார்கள். மாமன்னன் வர்மன் வாழ்க, தளபதி மல்லன் வாழ்க

என்று முழக்கமிட்டார்கள். அரசனுக்கு இணையாக இவனையும் கொண்டாடினார்கள்.

கோட்டையைச் சுற்றிலும் அகழி. இதில் முதலை இருக்குமோ? இருந்தாலும் அந்த முதலைகள் எவ்வளவுதான் சாப்பிட முடியும். அந்த அகழியின் தண்ணீரில் உடல்கள் மிதந்தன. கோட்டையின் கதவு திறந்து கிடக்கிறது. பாலத்தின் வழியாக எங்கள் குதிரைகள் உள்ளே சென்றன. கோட்டையின் மதில்சுவரைக் கடந்தவுடன் உள்ளே பல மாளிகைகள் தெரிந்தது. பல கட்டடங்கள் பளிங்குபோல மின்னியது. இவையெல்லாம் மக்களின் வரிப்பணத்தில் கட்டியது. இல்லையென்றால் மற்ற நாட்டின் மீது படையெடுத்து, அங்கிருக்கும் செல்வங்களைக் கொள்ளையடித்து, தன் சொந்த நாட்டில் மாளிகை கட்டுவது, கோயில் கட்டுவது. இதைத் தவிர மன்னர்கள் வேறென்ன செய்தார்கள்?

மற்ற எல்லா மாளிகைகளையும் தவிர்த்து, நடுவில் உள்ள மண்டபத்தை அடைந்தவுடன், மல்லன் கீழே குதித்தான். நான் இறங்க ஆயத்தமாகும் முன்னரே, என் கையில் கட்டப்பட்டு இருந்த கயிற்றைப் பிடித்து இழுத்தான். ஒரு வினாடி தாமதித்து இருந்தால்கூட, நான் தலை குப்புற கீழே விழுந்து இருப்பேன். ஒருவழியாக சமாளித்து நின்றேன். அந்த மண்டபத்திற்குள் என்னை இழுத்துச் சென்றான். உள்ளே ஒரு மிகப் பெரிய அறை. அது மன்னன் நீதி சொல்லும் மண்டபம் போலத் தெரிகிறது. சற்று உயரமான மேடையில் மூன்று நாற்காலிகள். எல்லா நாற்காலிகளும் அலங்கரிக்கப்பட்டு இருந்தாலும், நடுவில் உள்ள நாற்காலி உயரமாகவும், கம்பீரமாகவும் தெரிந்தது.

அந்த மண்டபத்தின் நடுவில் ஐந்து பேர் சங்கிலியால் பிணைக்கப்பட்டு தரையில் முட்டிபோட்டு அமர வைக்கப்பட்டு உள்ளனர். அந்த அறை மல்லன் நாட்டைச் சேர்ந்த போர் வீரர்களால் நிரம்பி இருந்தது. எங்களைப் பார்த்ததும், மாமன்னர் வர்மன் வாழ்க. வளவ நாடு கொண்ட மாமன்னர் வீரேந்திர வர்மன் வாழ்க. தளபதி மல்லன் வாழ்க என்று முழக்கமிட்டனர்.

இந்த மன்றத்திற்கு உள்ளேயும் சண்டை நடந்தது போலத் தெரிகிறது. எனக்கு இப்போது உயிரில்லாத மனித உடல்களைப்

பார்த்துப் பழகிவிட்டது. என்னை இழுத்து வந்து கீழே உட்கார்ந்து இருக்கும் ஐந்து பேரில் முதல் ஆள் பக்கத்தில் என்னைக் கீழே தள்ளினான். முதலில் இருந்தவருக்கு என் தந்தையின் வயதிருக்கும். அவர் அணிந்திருந்த பட்டாடையை மீறி அவர் தோள்வலிமை தெரிந்தது. அவர் என்னை சற்று நேரம் உற்றுப் பார்த்தார். அவர் பார்வையை எதிர்கொள்ள முடியாமல், தலை கவிழ்ந்தேன்.

"பெண்ணே யார் நீ?" எனக்கு மட்டும் கேட்கும்படி கேட்டார்.

என்னை, நான் யார் என்று சொல்வது? நான் யார் என்று சொல்கிற நிலைமையில் இல்லை. அப்படியே சொன்னாலும் இவருக்குப் புரியாது. அமைதியாக அவர் முகத்தையே பார்த்தேன்.

"யார் நீ?" மெதுவாகக் கேட்டாலும், அதில் மிரட்டல் தெரிந்தது.

குரல் எழுப்பி தலையைத் தொலைத்தவன் சொன்னது நினைவுக்கு வந்தது. "மலர்மங்கை" என்றேன்.

விரக்தியாகச் சிரித்துவிட்டு, "மானம் உட்பட எல்லாவற்றையும் இழந்துவிட்டேன். இருந்தாலும் என் சித்தம் இன்னும் கலங்கவில்லை. என் மகளை எனக்குத் தெரியும். நீ யார் என்று சொல்."

இவர் ஒருவராவது என்னை அடையாளம் கண்டுகொண்டாரே என்று சிறு மகிழ்ச்சி. என்னைத் தவறுதலாகக் கொண்டுவந்து விட்டார்கள் என்று சொன்னேன். அதற்குள் வீரர்கள், "மாமன்னர் வருகிறார். வளவ நாடு கொண்ட மாமன்னர் வருகிறார்" என்று ஒருவன் பராக் வாசித்தான். வீரர்கள், "மாமன்னர் வாழ்க வாழ்க" என்று குரல் எழுப்பினர்.

அந்த மன்றத்தை ஒட்டிய ஒரு அறையில் இருந்து இருபது பேருக்கு மேல் உள்ளே நுழைந்தனர். என்ன நடக்கும்? அந்த அரசன் தீர்ப்பு வாசிப்பான். எங்களை ஒரு கொலைக் களத்திற்கு இழுத்துச் செல்வார்கள். எங்கள் தலை வெட்டப்படும். எத்தனை பழைய தமிழ் சினிமாக்களைப் பார்த்திருக்கிறேன். இந்தியப் போர் நெறி பெண்களையும், குழந்தைகளையும் கொல்லாமல் விட்டது. அந்த அறம் இங்கே இருப்பதாகத் தெரியவில்லை.

ஒருவன் மட்டும் நடந்துவந்து எங்கள் அருகில் நின்றான். இவன் தான் அரசன் வர்மனாக இருப்பான் என்று அவன் கால் செருப்புகளைப் பார்த்தாலே தெரிகிறது. இந்த மண்டபத்தில் இருப்பவர்களில் நான் ஒருத்திதான் பெண். தலை கவிழ்ந்தபடி இருந்தேன்.

"மல்லா, தப்பித்துச் சென்ற சுண்டெலி இதுதானா?"

அவன் சுண்டெலி என்று என்னைத்தான் சொல்கிறான் என்று தெரிகிறது. அது ஒன்றும் அப்படிப்பட்ட நகைச்சுவை இல்லை. இருந்தாலும் அவனைச் சார்ந்தவர்கள் எல்லோரும் சிரித்தார்கள்.

"சற்று ஆட்டம் காட்டினாள். இருந்தாலும் பிடித்துவிட்டேன் மன்னா."

"மல்லன் இவளைப் பிடிக்காமல் போனால்தான் ஆச்சரியம்."

"மன்னா, பெருஞ்சாத்தனின் மனைவி அங்கம்மா தேவி?"

"தீயில் கருகிச் செத்தாள்."

குனிந்த தலையுடன், கண்களை மட்டும் உயர்த்தி, மலர் மங்கையின் அப்பாவைப் பார்த்தேன். அவர் உடல் சற்று ஆடியது.

வர்மன் என்னைவிட்டு சற்று அப்பால் போனான். அவன் யார் என்று மெதுவாக தலையை நிமிர்ந்து பார்த்தேன். அவன் பின்புறம்தான் தெரிந்தது. இவனை விக்டர் என்று காட்டிவிடாதே என்று மீண்டும் வேண்டிக்கொண்டேன்.

"சாத்தனின் மற்ற அமைச்சர்களை இழுத்து வாருங்கள். இங்கு நடக்க இருப்பதைப் பார்க்கட்டும். பார்த்துவிட்டு நாட்டு மக்களுக்குச் சொல்லட்டும்."

கைகளை சங்கிலியால் பிணைக்கப்பட்டபடி, நான்கு பேரை இழுத்து வந்தனர்.

வர்மன் அவர்களிடம், "இங்கு உருவாகும் புதிய அரசுக்கு ஒத்துழைப்பு தருவதாக உறுதி அளித்ததின் பேரில் உங்களுக்கு உயிர்ப்பிச்சை அளிக்கிறேன். பெருஞ்சாத்தனுக்கும், அவனது வாரிசு, மற்றும் அவனது நான்கு அமைச்சர்களுக்கு மரண தண்டனை அளிக்கப்போகிறேன். வளவ நாடு என்று அறியப்பட்ட இந்த நிலம், இன்று முதல் சாளை நாட்டுக்குச் சொந்த மாகிறது. என் ஆளுகைக்கு உட்பட்ட இந்த நிலத்தில்,

யாரேனும் எனக்கு எதிராக செயல்பட்டால், அரச துரோகமாகக் கணக்கிட்டு, மரண தண்டனை அளிக்கப்படும். நீங்கள் நால்வரும் தொடர்ந்து அமைச்சராகப் பணியாற்றலாம். இதிலே உங்கள் யாருக்காவது உடன்பாடு இல்லையென்றால், போய் கீழே உட்கார்ந்துகொள்ளலாம்."

வர்மன் பேசிக்கொண்டே செல்கிறான். பேசாமல் கத்தி யெடுத்து குத்தியிருந்தால் ஒரு நொடியில் என் உயிர் பிரிந்து இருக்கும். பேசியே கொல்கிறான் என்பது இதுதானோ? இப் போது நான் பார்க்கும்படி நின்று வீர வசனம் பேசிக்கொண்டு இருப்பவனின் முகத்தைப் பார்த்தேன். 'ஆர் யு சார் நீங்களா? ஒரு ஈ எறும்பைக்கூட மிதிக்காமல் நடப்பவர் நீங்களா?' இப் போது வர்மனின் மீது இருந்த பயம் போய்விட்டது. அவன் ஏதோ பேசிக்கொண்டே இருந்தான். என் எண்ணமெல்லாம் ஆர் யுவை பற்றியே இருந்தது.

அவன் பேசிக்கொண்டே, அவன் இடுப்பு உறையில் இருந்த நீண்ட வாளை உருவினான். கடைசியாகத் தரையில் உட்கார்ந்து இருந்தவரின் கழுத்தில் ஒரே வெட்டு. பக்கத்தில் இருந்தவர், அவருக்குப் பக்கத்தில் இருந்தவர் என்று நால்வரின் தலைகளும் தரையில் உருண்டன. வினாடிகளில் நான்கு தலைகளை வெட்டி னான். ஒரு வீரரைக் கூப்பிட்டு, அவன் கையில் இருந்த இரத்தம் தோய்ந்த வாளைக் கொடுத்து, "இதை சுத்தம் செய்" என்று சொல்லிவிட்டு, இடையில் இருந்த இன்னொரு வாளை உருவி பெருஞ்சாத்தனிடம் வந்து நின்றான். உண்மையிலேயே எனக்குச் சில வினாடிகள் மூச்சு நின்று, பிறகு வந்தது.

"சாத்தன்! பெருஞ்சாத்தன்! சாளை நாட்டின் பரம எதிரி. முப்பது ஆண்டுக் காலமாக என் தந்தைக்குத் தீராத தொல்லை கொடுத்தவன். மூன்று முறை நடந்த போரில் வெற்றி பெற்றவன். நீ வீரன். மறுப்பதற்கில்லை. உன் வீரத்திற்குப் பரிசாக ஏதாவது கேள். அது உன் உயிராகவோ அல்லது இவள் உயிராகவோ இருக்கக் கூடாது. இந்த மண்ணாகவும் இருக்கக் கூடாது. உன் மரணத்தைத் தள்ளி வை என்று கேள். ஒரு நாள் தள்ளி வைக்கி றேன். வேறு ஏதாவது ஆசை இருந்தால் கேள். ஒரு வீரனின் ஆசையை, இன்னொரு வீரன் நிறைவேற்றுவதில் தவறில்லை."

"வளவன் குலத்திலே பிறந்தவன் யாரும் பிச்சை கேட்க மாட்டான். நீ எனக்குப் பிச்சை அளிக்க வேண்டாம். இந்தப் பெண்ணை மட்டும் விடுதலை செய்."

"பாரடா இங்கே, மகள் பாசம்" அவன் சிரிக்க, எல்லோரும் சிரித்தார்கள்.

"வீரேந்திரா, இந்தப் பெண் ஒரு அப்பாவி. இவளை விடுதலை செய். ஆயுதம் தாங்காத ஒரு பெண்ணைக் கட்டி வைத்துக் கொன்றவன் என்று வரலாறு உன்னைத் தூற்றும்."

"ஒரு வீரன், இன்னொரு வீரனிடம் நாசூக்காகப் பிச்சை கேட்கிறான்."

"நீ வீரன் என்று நீதான் சொல்லிக்கொள்கிறாய். த்தூ. நீயும், உன் தந்தையும் எல்லாப் போரிலும் தோற்று ஓடியவர்கள். எனக்கு நாடு பிடிக்கும் ஆசை இருந்திருந்தால், இந்நேரம் நீ இங்கு நின்று பேச மாட்டாய். வீரன்! நீயா வீரன்?

போர் அறத்தை மீறியவன் நீ. போர் அறிவித்தாயா? ஆநிரை கவர்ந்தாயா? போருக்கு நாள் குறித்தாயா? போர் புரியும் இடத்தில் இருந்து, முதியவர்களையும், பெண்களையும், குழந்தைகளையும் அப்புறப்படுத்துச் சொல்கிறது போர் நெறி. அவற்றையெல்லாம் மீறி, நள்ளிரவில் கொள்ளைக்காரனைப்போல வந்தவன் நீ. மக்கள் உறங்கும் நேரம், அவர்களைக் கடத்திவந்து, மனிதக் கேடயமாக்கி, என் கோட்டையைச் சூழ்ந்து கொண்டாய். பெண் களையும், குழந்தைகளையும் உன் படைத்தளபதி மல்லன் கொன்று குவித்தான். என் மக்கள் கொல்லப்படுவதைத் தவிர்க்க, நானேதான் சரணடைந்தேன். இரண்டு தவறு செய்துவிட்டேன், ஒன்று கடைசி போரில் தோற்று ஓடிய உன்னையும் உன் தந்தை யையும், உன் நாட்டிற்கு வந்து கொன்றிருக்க வேண்டும். தவறு செய்துவிட்டேன். இரண்டாவது ஒரு வஞ்சக நரியைத் தலைமை ஒற்றனாக்கினேன்."

"போரிலும் காதலிலும், எல்லா யுக்திகளும் நியாயமானது என்று நீ கேள்விப்பட்டதில்லையா சாத்தா."

"அது குறுக்கு வழியில் வெற்றி அடையத் துடிக்கும் கோழை களின் பசப்பு வார்த்தைகள். நீ சுத்த வீரனாக இருந்தால்,

என்னிடம் ஒரு வாளைக் கொடு. என்னை நீ வெற்றி கொண்டால், நான் உனக்கு அடிமை."

"நான் எதிரியிடம் பேச்சுவார்த்தை நடத்துவது இல்லை" என்று சொல்லிக்கொண்டே பெருச்சாத்தனின் தலையை வெட்டினான். அவருடைய இரத்தம், என் ஆடையிலும், என் கன்னத்திலும் தெறித்தது. அவருடைய தலை, தலை கவிழ்ந்து இருந்த என் பார்வையில் பட்டது. முகத்தில் பட்ட இரத்தம், நான் கண்ட காட்சி, இவை எல்லாம் சேர்த்து, என்னை அறியாமல் என் உடலை நடுநடுங்கச் செய்தது. கண்களை மூடிக்கொண்டேன். கையில் கட்டியிருந்த கயிற்றைக் கெட்டியாகப் பிடித்துக்கொண்டேன்.

"இதோ வளவ வம்சத்தின் கொழுந்து. வளவ நாட்டு கவிஞர்கள் இவள்மீது பிள்ளைத்தமிழ் பாடியிருக்கிறார்கள். உலா பாடியிருக்கிறார்கள். மின்னல் வேகத்தில் வாள் சுழற்றுவாள். குதிரையின் வேகத்தோடு ஓடி, அதன் மீது பாய்ந்து ஏறுவாள், அஞ்சாத சிங்கம், பாயும் புலி, அப்படி, இப்படி என்று ஒரு சிறு நிலத்தை வென்றதற்காகவே இவள்மீது பரணி பாடியிருக் கிறார்கள். அது உண்மையா மல்லா?"

"அதில் துளிக்கூட உண்மையில்லை மன்னா. இவளுக்கு குதிரைமீது உட்காரவே தெரியவில்லை. மரணத்தைக் கண்டு நடுங்குகிறாள். பதுமைபோல இருக்கிறாள். இவள் கை விரல் களையும், இடையையும், கால்களையும் தொட்டுப் பார்த்தவன் சொல்கிறேன். இவள் போர்ப் பயிற்சி செய்ததற்கான அறிகுறியே தெரியவில்லை. மெழுகுப் பதுமைபோல இருக்கிறாள். கூழுக்குப் பாட்டெழுதும் புலவர்கள், வளவ நாட்டில் நிறைய பேர் இருக் கிறார்கள் போலிருக்கிறது." வர்மன் உட்பட அவன் வீரர்கள் எல்லோரும் சிரித்தார்கள்.

"அப்படித்தான் தெரிகிறது மல்லா. வாளேந்தும் கைகளைப் போலத் தெரியவில்லையே. இவள் கைகள் என்ன ஆட்டம் ஆடுகிறது பார் இங்கே" என்று சொல்லிக்கொண்டே என்மீது போர்த்தி இருந்த இளவரசியின் பட்டாடையை, தன்னுடைய வாளால் தூக்கி எறிந்தான். மானத்தையும், உயிரையும் ஒருசேரப் பிடித்துக்கொண்டு குனிந்த தலை நிமிராமல், கண்களை மூடி, என் கழுத்தின் மீது எப்போது வெட்டு விழும் என்று பயந்துகொண்டு இருந்தேன்.

இரத்தம் தோய்ந்த வாளை, என் கீழ்த்தாடையில் வைத்து, என் தலையை உயர்த்தினான். என் உடல் நடுங்கியது. ஒருவேளை மார்பில் குத்துவானோ? வர்மனை, மதிப்பிற்குரிய ஆர்யுவை புருவத்தை உயர்த்தி வெறித்துப் பார்த்தேன். அவன் என்

கண்களையே பார்த்துக்கொண்டு இருந்தான். முகத்தில் கோபம் கொப்பளிக்க, அவனை வைத்த கண் வாங்காமல் வெறித்துப் பார்த்தேன். என் கண்களை எதிர்கொள்ள முடியாமல், அவன் பார்வையை விலக்கி, என் உடலைப் பார்வையால் மேய்ந்தான். பிறகு என் தாடையைத் தூக்கிப் பிடித்திருந்த வாளை எடுத்து உறையில் சொருகிக்கொண்டே, இடது கையை உயர்த்தி, சொடக்கு போட்டான். ஒரு வீரன் ஓடிவந்தான்.

"பணிப்பெண்களைக் கூப்பிடு."

"இந்த அரண்மனையின் பணிப்பெண்களை ஒரு அறையில் அடைத்து வைத்து இருக்கிறோம் அரசே."

"இரண்டு பேரை மட்டும் விடுதலை செய்து அழைத்து வா."

அவன் ஓடினான்.

இப்போதைக்கு வெட்ட மாட்டான் போல இருக்கிறது. இவன் ஏன் என்னைக் கொல்லவில்லை? ஒருவேளை பெருஞ்சாத்தன் கேட்டுக்கொண்டபடி என்னை விட்டுவிட்டானா? இருக்காது. விட முடியாது என்றுதானே சொன்னான். ஐந்து பேரை நிமிடங் களில் வெட்டினான். கைக்கு ஓய்வு வேண்டி, என் மரணத்தை ஒத்தி வைத்து இருக்கிறானா? நான் மலர்மங்கை இல்லை என்பதைக் கண்டுபிடித்துவிட்டானா! இருக்கலாம்.

இரண்டு பெண்கள் பயந்தபடியே ஓடிவந்து, வர்மனை வணங்கி, தலை குனிந்து நின்றார்கள். அந்த அரண்மனையில் கொள்ளை அடிக்கப்பட்ட தங்கமும், தங்க நகைகளும் ஒரு மூலையில் குவித்து வைக்கப்பட்டு இருந்தது. அந்தக் குவியலில் இருந்து இரு கை நிறைய தங்கக் காசுகளை அள்ளிக்கொண்டு பணிப்பெண்கள் முன் நின்றான். அந்தப் பெண்கள், தங்கள் சேலைத் தலைப்பைப் பிடிக்க, ஆளுக்கு ஒரு பிடி தங்கக் காசுகளைப் போட்டான்.

"இவளை அந்தப்புரத்தில் அடைத்து வையுங்கள். என் அனு மதி இல்லாமல் ஈ, எறும்புகூட உள்ளே போகக் கூடாது."

"உத்தரவு மன்னா" என்று சொல்லி என் அருகில் வந்தார்கள். என் இரு தோள்களையும் பற்றி தூக்கி நிறுத்தினார்கள். ஒரு பணிப்பெண் வர்மனைப் பார்க்க, "ம்... ம்..." என்று தலையை ஆட்டினான்.

ஒரு பெண் என் கையில் கட்டியிருந்த கயிற்றை அவிழ்த்து விட்டாள்.

ஒருத்தி முன் நடக்க, நான் தலை குனிந்தபடி நடந்து, வர்மனைக் கடக்கும்போது குனிந்தபடியே என் கடைக்கண்ணால் வர்மனை ஒரு பார்வை பார்த்துவிட்டு நடந்தேன்.

"மன்னா" என்று மல்லன் அழைத்தான்.

வர்மன் வாய் திறக்கவில்லை.

மீண்டும் "வர்மா" என்று அழைக்க, அவன் என்ன சொல்ல வருகிறான் என்பதைப் புரிந்துகொண்டு, "பத்து வீரர்கள் உடன் செல்லுங்கள். இவள் தப்பித்தால், உங்கள் தலை இருக்காது" என்று மிரட்டினான்.

பிறகு கைதாகி நிற்கும் அமைச்சர்களைப் பார்த்து, "அரண் மனையைச் சுத்தம் செய்ய ஏற்பாடு செய்யுங்கள். நாளை முறைப்படி நான் பொறுப்பேற்க உள்ளேன் என்பதை மக்களுக்குத் தெரியப்படுத்துங்கள்" என்று உத்தரவிட்டான்.

அந்த மன்றத்தின் உள்ளே இருந்த ஒரு அறையைக் கடந்து, ஒரு தாழ்வாரத்தைக் கடந்து, பின்வாசல் வழியாக வெளியேறினோம். கோட்டைக்கு உள்ளே பல மாளிகைகள் இருந்தன. அந்த மாளிகைகளின் மேற்கூரை மாடங்களில் பொருத்தப்பட்டு இருந்த வண்ண சலவைக் கற்கள் சூரிய வெளிச்சத்தில் மின்னியது. ராஜ வாழ்க்கை என்ன என்பதை அந்த மாளிகைகளைப் பார்த்தாலே தெரிகிறது. என்ன இருந்து என்ன பயன்? ஒரு நாளில் எல்லாமும் இழந்துபோனார் சாத்தன். உயிர் பிழைக்க ஊரை விட்டு ஓடினாள் அவர் மகள். நல்ல காலம், நாடு பிடிக்கும் மிருகச் செயல் என் உலகத்தில் இப்போது என் காலத்தில் இல்லை.

போகும் வழியில் அந்தப் பெண்கள் ஒரு வார்த்தைகூடப் பேசவில்லை. ஒரு நாளில் இந்தப் பெண்களின் நிலைமையும் மாறி விட்டது. நேற்று இவர்கள் இளவரசியின் கூப்பிட்ட குரலுக்கு வந்து காலைத் தொட்டவர்கள், இன்று அவளுக்குக் காவல். ஒரு மாளிகையை நோக்கி நடந்தார்கள். வழியில் ஒரு அழகிய பூங்கா. வண்ணவண்ண பூக்கள், மிக நேர்த்தியாக, கொத்துக்கொத்தாகப் பயிரிடப்பட்டு இருக்கிறது. அந்தப் பூங்காவில் அமைத்திருந்த

முதன் மொழி 127

பாதையில் நடந்து சென்று இரு தளமுள்ள ஒரு மாளிகையின் முகப்பை அடைந்தோம். அந்த முகப்பின் முன் பெரிய மாடம். பூங்காவைக் கண்டுகளிக்க அதில் இரண்டு ஊஞ்சல்கள் எதிரெதிராக தொங்கிக்கொண்டு இருந்தன.

உடன் வந்த வீரர்கள் மாளிகையின் முன்னும் பின்னும் காவலுக்கு நின்றார்கள். நான் அந்த மாளிகைக்குள் சென்றவுடன் இரு பெண்களும் என் காலில் விழுந்தார்கள். "இளவரசி எங்களை மன்னித்துவிடுங்கள்" என்று கதறி அழுதார்கள். அது உண்மையான அழுகையா, இல்லை இங்கே வந்த பின் நடிக்கிறார்களா என்று தெரியவில்லை. எது எப்படியோ, நான் யார் இவர்களை மன்னிக்க. என்ன சொல்வது என்று தெரியாமல் என் கால்களை விடுவித்துக்கொண்டு உள்ளே நடந்தேன். நுழைந்தவுடன் கண்ணுக்குத் தெரிவது ஒரு பெரிய அறை. அந்த அறையில் இருந்து இருபுறமும் வளைந்த படிக்கட்டுகள் மேல்மாடிக்குச் சென்றது. அந்த இரண்டு படிக்கட்டுகளுக்கு இடையில் உள்ள சுவற்றில், இரண்டு ஆள் உயரமுள்ள அரசரின் குடும்ப ஓவியம் அவரது கழுத்துக்குக் கீழே கிழிக்கப்பட்டுத் தொங்கியது. அரசர் நாற்காலியில் உட்கார்ந்து இருந்தார். அவருக்கு ஒரு பக்கத்தில் அரசி இருந்தார். இன்னொரு பக்கத்தில் தாரா நின்றுகொண்டு இருந்தாள். இவள்தான் மலர்மங்கையா? அருகே சென்று உற்றுப் பார்த்தேன். மலர்மங்கை கொள்ளை அழகுடன் இருந்தாள். இவள் இவ்வளவு அழகானவளா? ஓவியம்தானே! எழுதிய ஓவியனுக்கு ஒரு தங்கக்காசு அதிகமாகக் கொடுத்தால், கழுதையைக்கூட புலியாக வரைவான். அந்தப் படத்தின் கீழ் வலது பக்க மூலையில் மலர்மங்கை என்று எழுதப்பட்டு இருந்தது. மலர்மங்கை ஓவியம் வரைவாளா என்று நினைக்கும்போதே, "ஒரு பாவி. நீங்க வரைந்த ஓவியத்தை, காலையிலே கிழிச்சிட்டான்."

தன் உருவத்தைத் தானே வரைகிறாளா! திறமைசாலிதான். மலர்மங்கையை உற்றுப் பார்த்தேன். அவள் முகத்தில், மூக்குக்குக் கீழே, மேல்உதட்டுக்கு மேலே ஒரு மச்சம் இருந்தது. எனக்கு இல்லை. ஒருவேளை இதை வைத்துத்தான் இவள் அப்பா நான் மலர்மங்கை இல்லை என்று கண்டுபிடித்தாரா?

மாளிகையில் சில பொருட்கள் ஆங்காங்கே இறைந்து கிடந்தது. மீண்டும் நாம்தானே ஆளப்போகிறோம் என்பதாலோ

என்னவோ, பெரும்பாலான கலைப் பொருட்கள் கலைக்கப் படாமல் இருந்தது. இந்த மாளிகையில் இருக்கும் கலைப் பொருட்களைப் பார்த்தாலே தெரிகிறது, இளவரசி உண்மையிலே ஒரு கலை அரசிதான். அவை யாவும் அவ்வளவு அழகாகப் பார்வைக்கு வைக்கப்பட்டு இருந்தது. எங்கயாவது பெண்களுக்கு இவ்வளவு சின்ன இடை இருக்குமா! பெண்களே வெட்கப்படும் அளவிற்கு அங்கே ஒவ்வொரு மூலையிலும் சிலைகளாக நின்றிருந்தார்கள். அந்தத் தளத்தின் பெரிய வரவேற்பு அறையை ஒட்டி ஐந்து அறைகள். இவளுக்கு வேறு என்னென்ன தெரியும் என்ற ஆர்வம் தொற்றிக்கொண்டது. அதை பொறாமை என்றும் கூடச் சொல்லலாம். ஒவ்வொரு அறையாகச் சென்றேன். வாள் பயிற்சி செய்வதற்கு, நடனமும், இசையும் கற்றுக்கொள்ள, விளையாடுவதற்கு, ஓவியப்பயிற்சிக்கு என்று தனித்தனி அறைகள் இருந்தன. அறைகளின் சுவர்களிலும் ஓவியங்கள் அந்தந்த அறைக்கு ஏற்றாற்போல இருந்தது.

"இளவரசி, இது என்ன கோலம். உங்கள் ஆடை நம் நாட்டு ஆடை போலவே இல்லையே. நீங்கள் காலையில் தப்பிக்கும்போது நானும் மதிமுகமும் இருந்தோமே. உங்கள் ஆடை இதுபோல இல்லையே. போகிற வழியில் மாற்றிக் கொண்டீர்களா?"

இவளும் யார் என்று தெரியவில்லை. மதிமுகம் ஆணா, இல்லை பெண்ணா என்றும் தெரியவில்லை. நான் எதுவும் பேசாமல் நின்றேன்.

"ஆடை மிகவும் அழுக்காகவும் கறை படிந்தும் இருக்கிறது. குளிக்க வேண்டும் என்றால், நான் ஆட்களை அழைத்து, தொட்டியில் தண்ணீர் நிரப்பச் சொல்கிறேன்."

இப்போது நான் இளவரசி. என்ன ஒரு நம்ப முடியாத வாழ்க்கை. இரண்டு மணி நேரத்திற்கு முன், முள்ளிலும், கல்லிலும் நடந்தேன். கையைக்கட்டி கடத்தி வரப்பட்டேன். கழுத்தில் விழ வேண்டிய கத்தி ஒரு வினாடியில் உறைக்குள் சென்றது. இப்போது தண்ணீர்த் தொட்டியில் குளியல். என் வீட்டில் சுடுநீர் சாதனம், அடிக்கடி வேலை செய்யாமல் தொல்லை கொடுக்கும். அம்மா கத்துவாள், 'அடுப்பிலே தண்ணி

கொதிக்க வச்சியிருக்கேன். எடுத்துட்டு போ', நீ கொண்டு வா என்று பதிலுக்குச் சத்தம் போட்டால், 'நீ என்ன இந்த வீட்லே மகாராணியா' என்று திட்டுவாள். ஏனோ, அது நினைவுக்கு வந்தது.

நான் அமைதியாக இருக்கவே, ஒரு பெண் வெளியில் ஓடினாள். தண்ணீர் நிரப்ப ஆட்களை அழைத்து வர ஓடியிருப்பாள் என்று நினைக்கிறேன். அந்தத் தளத்தில் இருந்த இன்னொரு அறை சமையல் அறை. உள்ளே சென்றோம். மறந்து போன பசியும், தாகமும் மீண்டும் எடுத்தது.

"குடிக்க தண்ணீர் கிடைக்குமா?"

ஓவென்று அழுதுவிட்டாள் அந்தப் பெண். "மல்லனின் ஆட்கள் உள்ளே புகுந்து எல்லாவற்றையும் தின்றுவிட்டு போய்விட்டார்கள் அம்மா. நான் சமையலுக்கு ஏற்பாடு செய்கிறேன்."

"முதலில் தண்ணீர் கொஞ்சம் கொடு" என்றதும், ஓடிச் சென்று ஒரு குவளையில் தண்ணீர் கொண்டு வந்தாள். தண்ணீர் குடித்துவிட்டு, படிக்கட்டு வழியாக மேல்தளத்திற்குச் சென்றேன். அந்தப் பெண், சமையல் அறையில் இறைந்து கிடக்கும் பொருட்களைச் சுத்தம் செய்ய ஆரம்பித்தாள்.

நான் நினைத்தவாறே, அந்த மேல்தளத்தில் இளவரசியின் படுக்கை அறை இருந்தது. முன்பகுதியில் ஒரு பெரிய மாடம் இருந்தது. பின்பகுதியில் ஒரு பெரிய படுக்கை இருந்தது. படுக்கை அறை மட்டுமே இருந்தது, இந்தச் சிறிய உருவத்திற்கு இவ்வளவு பெரிய படுக்கையா? ஐந்து பேர், கை, கால்களை இடிக்காமல் தாராளமாகத் தூங்கலாம். அவ்வளவு பெரிய படுக்கை, சற்று உயரமாக இருந்தது. கால் வைத்து ஏற, திண்டு எல்லாப் பக்கமும் இருந்தது. படுக்கையில் தலையணைக்குப் பக்கத்தில் இரண்டு மயிலிறகாலான விசிறிகள் இருந்தன. தரையில் சதுரமான சலவைக் கற்களைப் பதித்து, கற்களின் மீது அறை முழுக்க பல வண்ணங்களில் ஓவியம் பதிந்து இருந்தது. தரையில் பலவிதமான விலங்குகளும், பறவைகளும், மரங்களும், சில இடங்களில் இயற்கை அழகு கொஞ்சும் மலையும், அருவியும் பார்ப்பதற்கு மிக அழகாக இருந்தது. இதையெல்லாம் அவள்தான் செதுக்கி

இருப்பாளா என்ற கேள்வியும் என்னுள் எழுந்தது. கீழே குனிந்து தரையைத் தொட்டுப் பார்த்தேன்.

அறையின் சுவற்றில் கைக்கு எட்டும் உயரத்தில் ஒரு கேடயத்தில் இரு கத்திகள் சொருகப்பட்டு இருந்தது. அதேபோன்று அந்த அறையில் மூன்று இடங்களில் மாட்டப்பட்டு இருந்தது. இது கலைப்பொருளா? இல்லை உண்மையான வாளா என்று தெரிய வில்லை. அந்த அறையில், அவள் படுக்கைக்குச் சற்றுத் தள்ளி, ஓவியம் வரைவதற்கான சாந்தும் தூரிகைகளும் ஒரு சிறிய மேசைமீது வைக்கப்பட்டு இருந்தன. அதற்குப் பக்கத்தில் ஒரு ஓவியம்போலத் தெரியவே, என்னவென்று பார்த்தேன். அது ஒரு ஆணின் படம்.

இடையில் இருக்கும் உடைவாளின் கைப்பிடியை ஒரு கையால் பிடித்தபடி நின்றுகொண்டு இருக்கும் ஒரு உருவம். அந்த ஓவியம் இன்னும் முழுமை பெறவில்லை. எல்லா பாகமும் வரையப்பட்டு இருந்தது. ஆனால், முகம் மட்டும் இன்னும் வரையப்படவில்லை. கழுத்துவரை தொங்கும் தலைமுடி, இரண்டு புலிப்பல் கோர்த்த சங்கிலி தெரிய விரிந்த மார்பு, காதுகளில் சிறிய வளையங்கள், ராஜ உடை எல்லாம் சேர்ந்து அந்த ஓவியம் ராஜ கம்பீரத்தோடு இருந்தது. உடன்பிறந்தவனா? இல்லையே, இவள் ஒருத்திதான் வாரிசு என்று அறியப்படுகிறாள். தந்தையின் இளவயது உருவமோ? அல்லது இவள் காதலனோ? முகத்தை எழுதி முடிக்கும் முன்பே ஓடிவிட்டாளோ?

அதற்குப் பக்கத்தில் ஓர் ஆளுயர கண்ணாடியும், அதற்கு முன் ஒரு நாற்காலியும், பக்கத்தில் ஒப்பனைப் பொருட்களை வைக்க ஒரு மேசையும் இருந்தன. என் முகத்தைக் கண்ணாடியில் பார்த்தேன். தாராவைவிட அவள் அனுபவிக்கும் துயரமான வாழ்க்கையே அதில் தெரிந்தது. அழுகை பொத்துக்கொண்டு வந்தது. அழுதுகொண்டே, கண் மை கிண்ணத்தைத் தேடிப் பிடித்து, குச்சியினால் மை எடுத்து, உதட்டுக்கு மேலே ஒரு மச்சம் வரைந்து கொண்டேன்.

வெளிப்பக்கத்தில் ஆட்கள் வரும் சத்தம் கேட்கவே, வெளி மாடத்திற்குச் செல்லாமல், உள்ளிருந்தபடியே, பூங்காவைப் பார்க்கிறேன். ஆட்களைக் கூட்டிக்கொண்டு வருவேன் என்று

சொன்ன பெண், மேலும் ஆறு பெண்களை அழைத்துக்கொண்டு வந்தாள். இதற்கு எப்படி வர்மன் சம்மதித்தான்? அவன் இனி என்னைக் கொல்ல மாட்டான் என்று நினைக்கிறேன். ஒரு ஆணின் பார்வை என்ன என்பதை அறிவேன். என்மேல் இருந்த ஆடையைத் தூக்கி எறிந்துவிட்டு அவன் என்னைப் பார்த்த பார்வையில், ஒரு சிறு சந்தேகம் இருந்தது. எல்லா அழகிய பெண்களுக்கும் இருக்கும் பெரிய அச்சுறுத்தல் அது. அதே சமயத்தில் உன் அழகுதானே உன் உயிரைக் காப்பாற்றியது என்று ஒரு சிந்தனையும் என்னுள் ஓடியது. கீழே சுத்தம் செய்யும் சத்தமும், தண்ணீர் நிரப்பும் சத்தமும், சமையல் செய்யும் சத்தமும் கேட்டது.

படுக்கையை அழுக்காக்க வேண்டாம் என்று, படுக்கையில் அமராமல், தரையில் உட்கார்ந்தேன். ஒரு ஜரிகை ஆடையின் சரசரப்பு சத்தம், மாடிப்படி ஏறி வந்தது. அறையின் வாசலைப் பார்த்தேன். என் அறையில் ஒரு பெண் நுழைந்தாள். இரண் டாவதாக வந்த பெண்களில் ஒருத்தியாக இருக்க வேண்டும். அவளும் தரையில் என்னருகில் அமர்ந்தாள்.

"அப்பா, அம்மாவின் முடிவைப் பார்த்து என் நெஞ்சே வெடித்துவிட்டது மங்கை" என்று அழுதாள். இவள் என்னை இளவரசி என்று அழைக்கவில்லை. மங்கை என்று அழைக்கிறாள். இவள் மலர்மங்கைக்கு ஏதாவது சொந்தமோ? நீ யாரென்றா கேட்க முடியும். அமைதியாக இருந்தேன்.

"அம்மா என்னை சொந்தப் பெண்போல மதி மதி என்று ஆசையாக கூப்பிடுவார்களே. நேற்று பொழுதுசாயும் நேரத்தில் இந்தப் பூங்காவில் நாம் ஓடிப்பிடித்து விளையாடியதைச் சிரித்துக் கொண்டே பார்த்தாரே. காலையில் உன்னை அனுப்பிவிட்ட பிறகு, என்னைக் கூப்பிட்டு தீமூட்டச் சொன்னார். எதிரிகள் நெருங்கும் நேரம் தீயில் குதித்து இறந்ததை நேரில் பார்த்து இன்னும் நான் உயிரோடு இருக்கிறேனே" என்று தலையில் அடித்துக்கொண்டு அழுதாள்.

எனக்குள் இருந்த சோகம், இவளது அழுகை, எல்லாம் சேர்ந்து, அரசி அங்கம்மா தேவி எனக்கு எந்த ஒரு சொந்தமும் இல்லாவிட்டாலும் கண்ணீர் விட்டேன். இவள் மதியா, இல்லை மதிமுகமா என்று தெரியாமல், "மதிமுகம்" என்று கூப்பிட்டேன்.

சற்று தேற்றிக்கொண்டு, "சொல்லு மங்கை" என்றாள்.

இவள்தான் மதிமுகம் என்று தெரிந்துகொண்டேன். இவள் மலரின் உயிர்த் தோழியாக இருக்கலாம். அல்லது மலருக்குச் சொந்தமாகக்கூட இருக்கலாம்.

"உன்னை எப்படி வர்மன் வெளியே விட்டான்?"

"எதுக்குன்னு தெரியாது மங்கை. பணிப்பெண்கள் அடைத்து வைக்கப்பட்ட அறைக்கு அவனும் ஒரு போர் வீரனும் வந்தார்கள். 'யார் இதில் மதிமுகம்?' என்று கேட்டான். அவன் என்னைக் கொல்லப்போகிறான் என்று எண்ணி, எல்லோரும் அமைதியாக இருந்தனர். முன்வரிசையில் இருந்த பெண்ணைப் பார்த்து மீண்டும் அதட்டிக் கேட்டான். அவள் என்னைக் காட்ட, நான் பயந்தபடியே அவன் முன் சென்றேன். அவன் வலது கையால் உறையில் இருந்த வாளை உருவினான். நான் கண்ணை மூடிக்கொண்டேன். 'கண்ணைத் திற' என்றான். அந்த வீரன் கொண்டுவந்த பையில் இருந்து ஒரு கை நிறைய தங்கக் காசுகளை இடது கையால் அள்ளி, 'இந்தா பிடி' என்றான். நான் பேசாமல் வாங்கிக்கொண்டேன். 'நீதான் மலர்மங்கையின் தோழியா?' என்று கேட்டான். 'ஆம்' என்றேன். 'நீயும் அவளுடைய மற்ற தோழிகளும் அந்தப்புரத்துக்குச் செல்லுங்கள். அவள் தப்பித் தாலோ அல்லது அவள் உயிரைப் போக்கிக்கொண்டாலோ, உங்கள் உடம்பில் தலை இருக்காது' என்று சொல்லி நம் தோழியர் ஐந்து பேருக்கும் பரிசு கொடுத்தான்."

"அவ்வளவுதான் சொன்னானா?"

"இன்னொன்றும் சொன்னான். உன்னை சகல வசதிகளுடன் இருக்கும்படி பார்த்துக்கொள்ளச் சொன்னான்."

முன்பு சற்று சந்தேகமாக இருந்தது. அது இப்போது சுத்தமாக நீங்கிவிட்டது.

"ஆமாம் நீ எப்படி மாட்டிக்கொண்டாய் மங்கை? மல்லன் அவ்வளவு பெரிய வீரனா?"

நான் இளவரசி இல்லையென்று சொல்லி, இவள் அதை வர்மனிடம் சொல்லிவிட்டால், வர்மன் என்னை விடுவிக்கலாம்

அல்லது என்னைக் கொல்லலாம். இந்த நிமிடத்தில், நான் மலர் மங்கையாக இருப்பதால் என் உயிருக்கு உத்திரவாதம் இருக்கிறது. அப்படியே நடிப்போம் என்று நினைத்துப் பேசாமல் இருந்தேன்.

"இது என்ன கோலம் மங்கை. இந்த உடையெல்லாம் எங் கிருந்து கொண்டுவந்தாய்? மீன்பிடிக்கும் வலைபோல ஏதோ தொடைவரை மாட்டிக்கொண்டு இருக்கிறாய்."

"நீ என்னை எதுவும் கேட்காதே."

"புரிகிறது மங்கை. நீ எவ்வளவு பெரிய சோகத்தில் இருக் கிறாய் என்பது தெரியாமல் இல்லை. மன்னர் பரம்பரையில் யாரும் கலங்குவது இல்லை. நீ வீரப் பெண். நீயும் கலங்க மாட்டாய் என்று எனக்குத் தெரியும். நாம் அடுத்த கட்டத்தைப் பற்றி யோசிக்க வேண்டும். உன்மேல் சேரும், சகதியும், இரத்தமும் இருக்கிறது. குளித்துவிட்டு பிறகு பேசலாம்" என்று சொல்லி, என்னைக் கேட்காமல், கைப்பிடித்துத் தூக்கி, கீழ்த் தளத்தில் உள்ள குளியல் அறைக்கு இழுத்துச் சென்றாள். நாங்கள் உள்ளே சென்றதும், இன்னொரு பெண் உள்ளே வந்தாள். என்னைக் கேட்காமலே என் ஆடைகளை அந்தப் பெண் கழற்ற முற்பட்டாள்.

நான் உடல் கூசி, "என்ன இது? என்ன இது?" என்று பதறி மார்புக்கு மேலே உள்ள ஆடையைக் கெட்டியாகப் பிடித்து கொண்டேன். ஒன்றும் புரியாமல் அவள் மதிமுகத்தைப் பார்த்தாள்.

"மங்கை, இவள்தானே உனக்குப் பொடி பூசுவாள்."

"இன்று நானே குளித்துக்கொள்கிறேன். நீங்கள் இருவரும் வெளியே போங்க."

மன்னர் பரம்பரையில் யாருக்கும் குளிக்கக்கூடத் தெரியாது போலிருக்கு என்று நினைத்து, நானே குளித்துவிட்டு, ஆமாம் அந்தச் சாதனையை நானே தனியொருவளாய் நிகழ்த்திவிட்டு, அவர்கள் கொடுத்த ஆடையைப் போட்டுக்கொண்டு, தண்ணீரில் மறைந்துபோன மச்சத்தை ஒரு கையால் மறைத்து, என் அறைக்குச் சென்றேன். முதல் வேலையாக மச்சம் இட்டுக்கொண்டேன். கண்ணாடியில் என் உடையைப் பார்த்தேன். துக்கம் நிகழ்ந்த

வீடு, ஆனால், உடை பகரமாக இருக்கிறது. இவர்கள் எல்லா நிகழ்சிக்கும் இப்படித்தான் உடை அணிவார்களா? இல்லை வர்மன் ஆணைக்கு இணங்க இந்த உடை தரப்பட்டதா. தெரியாது.

நான்கு சிறிய கிண்ணங்களில் விதவிதமான உணவு வகைகள், இரு குவளைகளில் தண்ணீர் இவற்றை ஒரு கைப்பிடி உள்ள சிறிய மரப்பெட்டியில் வைத்து, மதிமுகம் என் அறைக்குக் கொண்டு வந்தாள்.

"மதி, இங்கே வைத்துவிட்டு போ. யாரும் மேலே வராமல் பார்த்துக்கொள். நான் கூப்பிட்டால் மேலே வா" என்று உத்தர விட்டேன். மதிமுகம் என்னை சில வினாடிகள் உற்றுப்பார்த்தாள். இரண்டு அடி நடந்து சென்றாள். மீண்டும் திரும்பிப் பார்த்தாள். எனக்குப் பகீரென்றது. பிறகு போய்விட்டாள்.

3.4

மதிமுகம் போனதும் மாடியின் படிக்கட்டை ஒட்டிய கதவை அடைத்தேன். உணவை ஒரே மூச்சில் தின்று முடித்தேன். பொழுது சாயும் நேரம். என்ன செய்வதென்றே தெரியவில்லை. எனக்கு வீட்டுச் சிறை. நான் வெளியில் செல்ல முடியாது. அப்படியே அனுமதித்தாலும் நான் எங்கே செல்வது? மாடத்தில் நின்று பூங்காவைப் பார்க்கலாம் என்று மாடத்திற்குச் சென்றேன். அந்த மாலைப்பொழுதில் அந்தப் பூங்காவைப் பார்ப்பதற்கு மிக அழகாக இருந்தது. அந்த அழகை சிறிது நேரம் ரசித்திருந்தேன். எதேச்சையாகப் பார்வையை மற்ற மாளிகைகளின் மீது ஓட விட்டேன். அரசவை மண்டபத்தை ஒட்டிய ஒரு மாளிகையின் மாடத்தில் யாரோ ஒருவர் நிற்பதை இப்போதுதான் பார்த்தேன். வேறு யாருமில்லை வர்மன்தான். அங்கிருந்தபடி அவன் என்னையே பார்த்துக்கொண்டு இருந்தான். விருட்டென்று உள்ளே சென்று நான் இருந்த மாடத்தின் பெரிய இரட்டைக் கதவுகளை மூடினேன். வெளிச்சம் அடைபட்டு அறை கொஞ்சம் இருளானது. பொழுது சாய்ந்ததும் அறை முழுதும் இருளானது. மாடியின் கதவைத் தட்டி, “மங்கை, விளக்கு ஏற்றவா?” என்று மதிமுகம் கேட்டாள். “வேண்டாம்” என்று சொல்லிவிட்டு படுக்கையில் சாய்ந்தேன்.

தட்பவெப்ப நிலையா, இந்தப் பஞ்சனையா, உண்ட மயக்கமா, உடல் அசதியா, மனச்சோர்வா, இதில் ஏதோ ஒன்று, அல்லது இவை எல்லாமும் சேர்ந்து, கட்டிலில் விழுந்த சிறிது நேரத்திற்குள் தூங்கிவிட்டேன்.

எவ்வளவு நேரம் தூங்கினேன் என்று தெரியாது. குளிர் காற்று வீசுவதுபோல இருந்தது. தொடர்ந்து முகத்தின் மீது குளிர் காற்று பட்டுக்கொண்டே இருந்தது. நான் கண்ணைத் திறக்காமல், “விக்கி, ஏசியை ஆஃப் பண்ணு.” சில வினாடிகளுக்குப் பிறகு மீண்டும் குளிர் காற்று என் முகத்தில் பட்டது. “ஆஃப் பண்ணு விக்கி” என்று சிணுங்கிக்கொண்டே கண்ணைத் திறக்க முடி யாமல் திறந்தேன்.

நான் எங்கிருக்கிறேன் என்று புரிந்துகொள்ள எனக்கு அதிக நேரம் பிடிக்கவில்லை. அந்த அறையின் ஒப்பனை செய்து கொள்ளும் கண்ணாடிக்கு முன் ஒரு சிறிய திரிவிளக்கு எரிந்து கொண்டு இருந்தது. திரி தூண்டப்படாமல் இருந்ததால் அறையில் வெளிச்சம் அதிகம் இல்லை. உடல் வியர்த்து எழுந்து உட் கார்ந்தேன். மாடிப்படிக்கட்டுகளின் கதவுகளையும், மாடத்தின் கதவுகளையும் பார்த்தேன். அவை மூடப்பட்டு இருந்தன.

என்மேல் குளிர்ந்த காற்று பட்டது, விளக்கு எரிகிறது எப்படி என்று அறையைச் சுற்றிப் பார்வையை ஓட விட்டேன். ஒருவேளை மதிமுகம் உள்ளே வந்தாளா? கதவு மூடியிருக்கிறது. இல்லை அந்த வர்மன் வந்தானா? அவனை நினைக்கும்போதே இதயம் ஒரு சுற்று வேகமாக அடித்தது.

திடீரென்று ஒரு உருவம், பஞ்சணையின் என் தலைப் பக்கத்தில் இருந்து எழுந்து, கண் இமைக்கும் நேரத்தில் என் வாயைப் பொத்தியது. வாயைப் பொத்திய அந்த அழுத்தம் ஒருவேளை இது ஆணோ என்று நினைக்கும் அளவுக்கு வலிமையாக இருந்தாலும், அதில் பெண்மை தெரிந்தது. அதே சமயத்தில் கழுத்தில் சில்லென்று கூரான ஒரு பொருள் அழுத்தியது. என் காதருகில் மெதுவான குரலில் “கத்தாதே. மீறிக் கத்தினால், குரல் வெளியே கேட்கும் முன்பே உன் உயிர் போகும்.”

ஒருகணம் அது மதிமுகமா என்று சிறு சந்தேகம் வந்தாலும், அந்தக் குரல் யாருடையது என்று தெரிந்து கொண்டேன். என் குரல் எனக்குத் தெரியாதா? மிக மெதுவாக கழுத்தில் அழுத்தி யிருந்த கத்தியை வெளிப்பக்கமாக இழுத்தேன். அசைக்க முடிய வில்லை. என் இரு கைகளையும் ஆட்டி, எடு எடு என்பது போல ஆட்டினேன். கத்தியை விலக்காமல், வாயைப் பொத்தியிருந்த கையை மட்டும் எடுத்தாள்.

“மலர்மங்கை, கத்தியை எடு. இதைவிட பயங்கரமானதை எல்லாம் இன்று நான் இங்குப் பார்த்துவிட்டேன்.”

கத்தியை எடுக்காமலே, என் காதருகில், “மெதுவாகப் பேசு. மாடிப்படிக்கு அருகில் இரண்டு பெண்கள் தூங்கிக்கொண்டு இருக்கிறார்கள். நீ யார்?” என்று கேட்டாள்.

"கத்தியை எடுக்காதவரையில் நான் உன் கேள்விக்குப் பதில் சொல்லப்போவது இல்லை."

கழுத்தில் இருந்த கத்தியை எடுத்தாள். மலர்மங்கை என் எதிரில் வந்து, "அறையின் அந்தக் கோடிக்குச் சென்று பேசுவோம் வா. உனக்கு மெதுவாகவே பேசத் தெரியவில்லை." என் கையைப் பிடித்து மாடத்தின் எதிர்கோடிக்கு பூனைபோல நடந்து போனாள். நானும் அவளைப்போலவே நுனிக்காலில் நடந்து போனேன்.

விளக்கு வெளிச்சத்தின் அருகில் போகும்போதுதான் அவளைக் கவனித்தேன். ஆண்போல உடை அணிந்து இருந்தாள். தலைப் பாகை கட்டி, இடையில் ஒரு பக்கம் பெரிய வாளும், மற்றொரு பக்கம் ஒரு குறுவாளும் வைத்து இருந்தாள். வேட்டியா அல்லது சேலையா என்று தெரியவில்லை. அதை ஒவ்வொரு காலுக்கும் சுற்றி நீண்ட காலுறைபோல போட்டிருந்தாள். அந்த அறையின் மூலையில் தரையில் அமர்ந்தாள். நானும் அவளுக்கு முன்னால் உட்கார்ந்தேன்.

"சாரி மலர்மங்கை."

"என்ன?"

என்னைத் திருத்திக்கொண்டு, "உன் பெற்றோர்களின் முடிவுக்கு நான் மிகவும் வருந்துகிறேன் மலர்மங்கை."

சில வினாடிகள் அமைதியாக இருந்தாள். பிறகு, "பொழுது சாய்ந்ததுமே, என் சோகமும் போய்விட்டது. அவர்களைப் பற்றி வருத்தப்பட்டுக்கொண்டே இருக்க முடியாது. நாம் அது பற்றி பேச வேண்டாம்."

பகற்பொழுதில் அவள் மீதிருந்த கோபம் போய்விட்டது. இருந்தாலும் மனது கேட்காமல், "நீ உன் ஆடையை என்மீது போட்டு, நீ தப்பித்துவிட்டாய்" என்று ஒருமையில் பேசினேன்.

"அது என் மெய்க்காப்பாளர் செய்த தவறு. துரத்தி வருபவர்களைத் திசைதிருப்ப, உதவி கேட்ட உன்மீது என் உடையை என்னைக் கேட்காமல் எறிந்துவிட்டார். நீ அங்கே இல்லை என்றாலும் என்னால் எளிதில் தப்பித்து இருக்க முடியும். அந்தக்

காட்டின் ஒவ்வொரு மரமும் எனக்குத் தெரியும். நீ இருந்த இடத்தில் இருந்து, காத தூரத்தைக் கடந்தால் மலையின் முகடு வரும். அங்கிருந்து எதிர்தாக்குதல் தொடுக்கலாம் என்றுதான் நினைத்திருந்தேன். அதற்குள் அவர் என் மேலாடையை உன்மீது எறிந்ததால் எல்லாம் மாறிவிட்டது.

நானும் வண்டியை நிறுத்து என்றுதான் சொன்னேன். ஆனால், அவர்கள் என்னைப் பாதுகாப்பதிலேயே குறியாக இருந்ததால் வண்டியை நிறுத்தவில்லை. சிறிது தூரம் சென்று வண்டியை நிறுத்திய வண்டியோட்டி, அந்தப் பெண் என்னைப் போலவே இருக்கிறாள் என்றார். என்னால் ஓர் அப்பாவியின் உயிர் போகுமே என்ற வருத்தத்தில் இருந்தேன். நேற்று நள்ளிரவில் இருந்து ஆயிரம் பேருக்கு மேல் கொல்லப்பட்டு இருக்கிறார்கள். ஏராளமான பெண்கள் கொல்லப்பட்டு இருக்கிறார்கள். நீங்கள் இப்போது திரும்பினால், அந்தப் பெண் விடுவிக்கப்படலாம், அல்லது அவளும் கொல்லப்படலாம். வளவ நாட்டின் எதிர் காலம் உங்களை நம்பி இருக்கிறது. அந்தப் பெண்ணா அல்லது வளவ நாடா என்பது நீங்கள் முடிவெடுப்பதில்தான் இருக்கிறது என்று தடுத்துவிட்டார்கள். உன்னை இக்கட்டில் மாட்டிவிட்டதற்கு நான் வருந்துகிறேன்."

"இளவரசியார் வருத்தம் தெரிவிக்கிறார். மன்னிப்பு கேட்க மாட்டாரோ."

"மன்னித்து விடு. போதுமா. இளவரசி மன்னிப்புக் கேட்டாள் என்று வெளியே சொல்லாதே. உன்னிடம் நிறைய கேள்விகள் கேட்க வேண்டும்."

மலர்மங்கை என்ன கேட்கப்போகிறாள் என்று எனக்குத் தெரியும். "அதற்கு முன் என் ஒரே ஒரு கேள்விக்குப் பதில் சொல். எப்படி நீங்கள் பூட்டிய அறைக்குள் வந்தீர்கள்?"

"நீ என்றே சொல்லலாம். உன் பெயர் என்ன?"

"என் பெயர் மலர்மங்கை" என்றேன் சிரித்துக்கொண்டே.

"நான் சிரிக்கின்ற நிலைமையில் இல்லை. உன் பெயர் என்ன வென்று சொல்."

"தாரா."

"இதுவரை நான் அறியாத பெயர். நீ யார்? நீ எப்படி என்னைப் போலவே இருக்கிறாய்?"

"நீதான் என்னைப் போலவே இருக்கிறாய் மலர்."

சிறிது நேரம் யோசித்துவிட்டு, "தாரா" என்று என் பெயரைச் சொல்லிப்பார்த்து, "தாரா, நான் சிரிக்கின்ற நிலையில் இல்லை யென்று ஏற்கனேவே சொல்லிவிட்டேன். நான் முடிக்கவேண்டிய வேலைகள் நிறைய இருக்கு. முதலில் நீ யார் என்று சொல்."

"நான் எங்கிருந்து வந்தேன் என்று என்னால் தெளிவாகச் சொல்ல முடியாது. அப்படியே நான் சொன்னாலும் உன்னால் அதைப் புரிந்துகொள்ள முடியாது."

"புரியும்படி சொல்."

"நான் வானத்தில் இருந்து வந்தவள்."

"கடவுளா?"

ஆம் என்று சொல்லிவிடலாமா என்றுகூடத் தோன்றியது. "இல்லை, நான் மேல் உலகத்தைச் சேர்ந்தவள். என்னை ஒரு தெய்வம் இங்கே தள்ளிவிட்டது."

"என்ன? நீ வேறு உலகத்தைச் சார்ந்தவளா? உனக்கு எல்லா ஆற்றலும் இருக்குமே! உனக்கு மூன்று காலங்களும் தெரிந்து இருக்குமே! ஏன் வர்மன் உன்னைக் கொல்லாமல் விட்டான் என்று இப்போது புரிந்துவிட்டது. அவன் உன்னைப் பார்த்து மயங்கிவிட்டான் என்று எனக்குத் தகவல் வந்தது. ஆனால், இப்போதுதான் புரிகிறது. உன்னை வெட்ட வாளை ஓங்கினான். நீ அவனை ஒரு வினாடியில் ஏதோ தந்திரம் செய்து மயக்கி இருக்கிறாய். நீ நினைத்தால், அவனை இங்கிருந்து ஒரே நாளில் ஓட்டிவிட முடியும்."

சுத்தம். அலோ மிஸ். பிரின்சஸ். நீ நினைக்கிற மாதிரி எங் கிட்ட ஒரு மண்ணாங்கட்டியும் இல்லை. இருந்தா நான் என் ஊர் போய்ச் சேர மாட்டேனா, என்று மனதுக்குள் நினைத்துக் கொண்டே, "அது மாதிரி என்னிடம் எதுவும் இல்லை மலர்."

"இல்லை, நீ மறைக்கிறாய். உன்னிடம் இருக்கும் ஆற்றலை என்னிடம் தயங்காமல் காட்டலாம்."

இவ ஒருத்தி. நான் என்ன வாயிலிருந்து லிங்கமா எடுக்க முடியும் என்று நினைத்து, "மலர் நம்பு, என்னிடம் அதுபோல ஒன்றும் இல்லை."

"அப்படியா!" சில வினாடிகள் மலர் யோசித்துவிட்டு, பிறகு "சரி நீ வாள் சுழற்றுவாயா?"

அதையெல்லாம் எம்.ஜி.ஆர். படங்களில் பார்த்ததோடு சரி. இப்போது அதுமாதிரி படங்களைக்கூட டி.வி.யில் போடுவதில்லை என்று நினைத்துக்கொண்டே, "தெரியாது" என்றேன்.

"வேல் எறிவாயா?"

"ம்ஹூம்."

"வில் ஏந்திப் பழக்கம் உண்டா?"

"ம்ஹூம்."

"போர்ப் பயிற்சி கற்றதில்லையா!"

"ம்ஹூம்."

"வாணிபம் செய்வாயா? காடு திருத்தி கழனி வளர்ப்பாயா? தினைப்புனம் காவல் இருப்பாயா? நெசவு? இரும்பு வேலை? மர வேலை? மண்பாண்டம் செய்வாயா?" என்று கேட்டுக் கொண்டே போனாள்.

எல்லாவற்றுக்கும் "ம்ஹூம்" என்றேன்.

"மருத்துவச்சியா?"

"ம்ஹூம்."

"பணிப்பெண்ணா?"

"ம். இல்லை."

"நான் நினைத்தது சரிதான். நீ கழைக்கூத்தாடி. அந்த உடையில் நேற்று உன்னைப் பார்த்ததும் அப்படித்தான் நினைத்தேன்."

"அப்படியென்றால்?"

"தெருவில் ஒயிலாட்டம், மயிலாட்டம் போன்ற நடனங்களை ஆடும் நடனக்காரிதானே நீ?"

எங்க தெருவுல இருந்த பத்மஜா ஆண்ட்டிகிட்டே பரத நாட்டியம் கத்துக்கப் போனேன். அந்த ஆண்ட்டி, பத்து நாளிலே வீட்டை மாத்திக்கிட்டு போய்ட்டாங்க. நான் ஆடினதைப் பார்த்து பத்மஜா ஓடிட்டான்னு, அப்பா இன்னமும் கிண்டல் அடிப்பார். அதை நினைத்துக்கொண்டே, "எனக்கு நடனம் தெரியாது."

"பாட்டு பாடுவாயா?"

"ம்ஹூம்."

"இப்படியும் ஒருத்தியா? உனக்கு என்னதான் தெரியும்?" என்று எரிச்சலுடன் கேட்டாள்.

எனக்கு என்னதான் தெரியும் என்று யோசித்துப்பார்த்தேன். 'தாரா நீ அழகா கார் ஓட்டுறேடி' என்று பிரண்ட்ஸ் சொன்னது நினைவுக்கு வந்தது. "வண்டி ஓட்டுவேன்" என்றேன்.

"ஓ, குதிரை பூட்டிய வண்டியை ஓட்டுவாயா? இரட்டைக் குதிரைகளா? இல்லை நான்கு குதிரைகளா?"

"குதிரை வண்டி இல்லை."

"எருது வண்டியா?" இளக்காரத்துடன் கேட்டாள்.

"வண்டியென்றால், நான் எப்படிச் சொல்வது. ஆங். இயந்திர வண்டி. அது தானாக ஓடும்."

"தானாக ஓடுமா! என்னவோ ஒரு வண்டி. அது தானாக ஓடினால், நீ எதற்கு?"

"மலர், எனக்கு இந்த உலகத்தில் எதுவும் தெரியாது போதுமா" என் இயலாமை சற்றுக் கோபமாக வெளியே வந்தது.

"மெதுவாகப் பேசு. நீ என்னைக் காட்டிக் கொடுத்துவிடுவாய் போல இருக்கிறது. நான் உன்னை வைத்து ஒரு திட்டம் போட்டு இங்கே வந்தேன். அது நடக்காது என்று தெரிகிறது. இது எனக்குத் தெரியாது என்று உன்னால் சொல்லவே முடியாது."

"என்ன அது?"

"ஓர் ஆணை மயக்க வேண்டும். இது எனக்குத் தெரியாது என்று எந்தப் பெண்ணும் சொல்ல மாட்டாள்."

எனக்கு அது தெரியுமா, தெரியாதா என்றுகூட எனக்குத் தெரியாது. இதுவும் எனக்குத் தெரியாது என்று சொன்னால், இவளே என்னைக் கழுத்தை அறுத்து கொன்றுவிடுவாள். அவ்வளவு வெறுப்பில் இருந்தாள் மலர்மங்கை. நான் அமைதியாக இருந்தேன்.

"நாளை வர்மன், உன்னைப் பார்க்க விரும்பலாம். இந்த மாளிகைக்குள் அனுமதி இல்லாமல் ஆண்கள் நுழைய முடியாது. அவன் எப்படியோ எனக்குத் தெரியாது. அவன் உள்ளே வர அனுமதிக்காதே. வெளியிடத்தில் சென்று பார். நேற்றுதான் என் பெற்றோர்கள் கொல்லப்பட்டு இருக்கிறார்கள். உடனே உன்னிடம் காதல் பேச மாட்டான் என்று நினைக்கிறேன். அப்படியே பேசினாலும், எடுத்தெறிந்து பேசாதே. அவன் மயங்கும்படி நடந்துகொள். அதிகமாகப் பேசி மாட்டிக்கொள்ளாதே.

அப்புறம் இன்னொன்று. மாட மாளிகைகள், கூப்பிட்ட குரலுக்கு ஆட்கள், பல்லக்கில் பயணம், தங்கக் கோப்பையிலே பழச்சாறு, இவையெல்லால் மயக்கம் கொடுக்கும். ஆனாலும், அரச வாழ்க்கை என்பது அவ்வளவு எளிதல்ல. எப்போதும் அச்சத்துடனே வாழ வேண்டும். அதே சமயத்தில் விழிப்போடு இருக்க வேண்டும். மகன், தந்தையைச் சிறையில் அடைப்பான். தம்பி அண்ணனைக் கொல்லுவான், அண்ணன் தம்பியைக் கொல்லுவான். வாரிசுப் போட்டியில் சண்டையிட்டு பங்காளிகள், பகையாளிகள் ஆவார்கள். உன்னுடைய உலகத்திலும் இப்படித்தானா?"

"இப்படித்தான் அங்கேயும் இருந்தது. ஆனால், இப்போது நிலைமை சற்று பரவாயில்லை."

"நீ போகும்போது, என்னை உன் உலகத்திற்கு அழைத்துக் கொண்டு போ. அப்புறம் முக்கியமாக ஒன்று. உனக்கு இங்கே உணவு கொடுத்தவுடன், சோதிக்காமல் உண்ணக் கூடாது."

"நான் எப்படிச் சோதிப்பது?"

"நான் வளர்த்த பூனை, கதவுக்கு அந்தப் பக்கம் உள்ளே வர முடியாமல் தவிக்கிறது. நீ உணவைச் சாப்பிடுவதற்கு முன், அந்தப் பூனைக்குக் கொடு. நீ உன் நிழலைக்கூட நம்பக் கூடாது. மதி

உட்பட, யாரையும் நம்பாதே. மதி என் உயிர்த்தோழி. அவளுக்கு இன்னும் ஒருபிடி தங்கக்காசு அதிகமாகக் கொடுத்தால், அவளே உன்னைக் கொன்றுவிடுவாள். சாளை நாட்டிற்குச் சென்ற தலைமை ஒற்றன் விலைபோனதால்தான், வளவ நாடு இந்தத் துயரத்தில் சிக்கித் தவிக்கிறது.

குறிப்பாக இரவில் உன் கதவுகளை மூடியே வைத்திரு. தூங்கும் போதுகூட உனக்கு உயிர் பயம் இருக்க வேண்டும். நீ அப்படி ஒரு தூக்கம் தூங்குகிறாய். அரசக் குடும்பத்தில் இருப்பவர்களுக்கு இந்த உறக்கம் உதவாது. மயிலிறகு விசிறியில், சிறிது தண்ணீர் தெளித்து, உன் மீது விசிறிக்கொண்டு இருந்தேன். நீ விழிக்க நேரம் பிடித்தது. உறக்கக் கலக்கத்தில் ஏதோ உளறினாய். ஒன்றும் புரியவில்லை. அதுபோல வர்மனிடம் பேசாதே. கவனமாக இரு. நான் மீண்டும் நாளை இரவு வருகிறேன்."

"நீ எப்படி என் அறைக்குள் வந்தாய் என்று சொல்லவே இல்லை."

"நான் உன்னை நம்பித்தான் ஆக வேண்டும். எனக்கு வேறு வழியில்லை. இங்கே வா" என்று என்னைக் கூட்டிக்கொண்டு அந்தப் பெரிய அறையின் அடுத்த மூலைக்குச் சென்றாள். அந்த மூலையில், தரையில் இருந்த ஒரு சிறிய கதவு போன்ற ஒரு பலகை தூக்கப்பட்டு இருந்தது. உள்ளே இருட்டாக இருந்தது.

"இது ஒரு சுரங்கம். இது எனக்கும், அப்பா, அம்மா மற்ற இரண்டு குடும்ப மெய்க்காப்பாளர்களுக்கு மட்டுமே தெரியும். மதிமுகத்திற்குகூட இது தெரியாது. ஆகவே அவளை இரவில் இங்குத் தங்க அனுமதிக்காதே."

"நீ நேற்று இது வழியாகத் தப்பித்து இருக்கலாமே."

"நேற்று நடந்தேதே வேறு. அது போர் அல்ல. ஒரு இரவு நேரக் கொள்ளை. என் தந்தை கேட்டுக் கொண்டதற்கேற்ப, நான் அந்த இடத்தில் இருந்து தப்பித்து, நகரின் அந்தப் பக்கம் இருக்கும் ஒரு சிறு கோட்டைக்குச் சென்றேன். பகற்பொழுதில் அங்கு வந்த மல்லனிடம் இருந்து தப்ப, நான் காட்டுக்குள் ஓடும் போதுதான் உன்னைப் பார்த்தேன். போதுமா இன்னும் ஏதாவது தெரிய வேண்டுமா?"

வர்மனை எப்படி மயக்குவது என்ற சிந்தனையோடு அவள் பேசுவதைக் கேட்டுக்கொண்டு இருந்தேன்.

"உன் பெயர் மறந்து விட்டது."

"தாரா."

"தாரா, எந்தக் கட்டத்திலும் நீ என்னைக் காட்டிக்கொடுக்க மாட்டாய் என்று எனக்கு ஒரு உறுதி செய்து கொடு" என்று கையை விரித்துக் காட்டினாள்.

"நீ என்னை நம்பலாம்" என்று சொல்லி அவள் உள்ளங்கை மீது என் உள்ளங்கையை வைத்து சத்தியம் செய்தேன்.

"நான் சொன்னது எல்லாம் நினைவில் இருக்கிறதுதானே. நாளை இரவு வருகிறேன்" என்று சொல்லிவிட்டு, அந்தச் சுரங் கத்தில் இறங்கினாள். படிக்கட்டுபோல இருந்தது. இரண்டு படி கீழிறங்கி, அந்தப் பலகையை அவளாகவே மூடிவிட்டுச் சென்று விட்டாள்.

இந்தச் சுரங்கத்தைப்போல இந்த அறையில் வேறு என்னன்னே இருக்கிறதோ என்று எண்ணிக்கொண்டே படுக்கையில் சாய்ந் தேன். தூக்கம் வரவில்லை. வர்மனை எப்படி மயக்குவது? அரை குறை ஆடையுடன் அவன் முன் நடனம் ஆட வேண்டுமா? அடித்தொண்டையில் முக்கிப் பாட வேண்டுமா? அய்யோ, வாள் எடுத்து சண்டையிடுவது, மயக்குவதைவிட எளிது என்று தோன்றியது.

விக்கி என்னிடம் மயங்கினான், பதுமன் மயங்கினார். ஒரே பார்வையில், வர்மன் வாளை கீழே போட்டுவிட்டான். டேக் இட் ஈசி தாரா. உன்னால் முடியும் என்று என்னைத் தேற்றிக்கொண்டு தூங்கிவிட்டேன். என் அறைக்கு காலை வெளிச்சம் வரும்வரை தூங்கினேன். மலர் சொன்னதுபோல பயந்துகொண்டே தூங்க வில்லை. நன்றாகத் தூங்கினேன்.

3.5

படுக்கையில் இருந்தபடியே, கதவுகளைப் பார்த்தேன். மூடியே இருந்தது. அறையின் மூலையைப் பார்த்தேன். வித்தியாசமாக எதுவும் தெரியவில்லை. எழுந்து அந்த மூலைக்குச் சென்றேன். நன்றாக நினைவிருக்கிறது. இந்தச் சதுரம்தான். நேற்று இரவு இது தூக்கி நிறுத்தப்பட்டு இருந்தது. அந்தக் கல்லில் ஒரு புலியின் தலை பெரிதாக வரையப்பட்டு, கோரைப்பற்கள் தெரிய உறுமுவதுபோல இருந்தது. அதைத் தட்டிப்பார்த்தேன். பக்கத்தில் இருந்த சதுரக்கல்லையும் தட்டிப்பார்த்தேன். இதைத் தூக்க முடியுமா என்றுகூட முயன்று பார்த்தேன். எதுவும் பிடிபடவில்லை. நகத்தை, இரண்டு கல்லின் இடையில் சொருகினேன். நகம்தான் வலித்தது. ஒருவேளை நான் மலர்மங்கையைச் சந்தித்தது கனவோ என்று சந்தேகம் வந்தது. சந்தேகத்துடன் ஒப்பனைப் பொருட்கள் இருந்த மேசையைப் பார்த்தேன். ஒரு சிறிய விளக்கு அணைந்து இருந்தது. நான் சந்தித்தது கனவில் இல்லை, உண்மைதான் என்று எனக்குள் சொல்லிக்கொண்டே, மாடிப்படியில் கதவருகில் சென்று கதவுகளைத் திறந்தேன்.

ஒரு பூனை உள்ளே ஓடிவந்து, தாவிக்குதித்து, நேராகப் படுக்கையில் படுத்துக்கொண்டது. நான் ஆசையோடு படுக்கைக்கு வந்தேன். சாம்பல் நிறமும், வெள்ளை நிறமும் கலந்து புசுபுசு என்று பார்ப்பதற்கு மிக அழகாக இருந்தது. என்னைப் பார்த்து, மிரட்சியுடன் மியாவ் என்று குரல் கொடுத்துக்கொண்டே, நான் தொடுவதைத் தவிர்க்க, எழுந்து சற்று தள்ளிப்போனது. நான் மீண்டும் தொட முயற்சித்தேன். படுக்கையில் இருந்து தாவி மாடத்தின் கதவுகளுக்கு அருகில் சென்றது. ஒருவேளை இந்தப் பூனை கதவுகளைத் திறக்கச் சொல்கிறதோ என்று எண்ணி நானும் விடாமல் அதைத் தொடர்ந்து சென்று, கதவைத் திறந்தேன். அது கிழக்குப் பார்த்த மாடம். காலைச் சூரியனின் வெளிச்சம் அறை முழுக்கப் பாய்ந்தது. பூனை தாவிக்குதித்து வெளியேறி,

மாடத்தின் பக்கவாட்டுச் சுவற்றில் கால்வைத்து, மேற்கூரையில் ஏறி மறைந்துபோனது. இந்தப் பூனைக்கு நான் யார் என்பது தெரிந்துவிட்டது என்று நினைக்கிறேன்.

பார்வையில் இருந்து மறைந்துபோன பூனையைப் பார்க்க, மாடத்திற்கு வெளியே உடலை வளைத்து மேற்கூரையை எட்டிப் பார்த்தேன். காணவில்லை. நேற்று வர்மன் என்னைப் பார்த்த அந்த மாளிகையின் மாடத்தைப் பார்த்தேன். கையில் ஒரு கோப்பையைப் பிடித்தபடி, என் மாளிகையைத்தான் பார்த்துக் கொண்டிருந்தான். இவன் இரவு தூங்கினானா இல்லையா என்று சந்தேகமாக இருந்தது. இவனை மயக்குவதற்கா, நேற்றிரவு மண்டையைக் குழப்பிக்கொண்டு இருந்தேன். அவனைப் பார்ப்பதைத் தவிர்த்து, பார்வையைப் பூங்காமீது ஓட விட்டேன்.

காலை நேரத்தில் பூக்கள் கொத்துக்கொத்தாக மலர்ந்து இருந்தது. அதைப் பார்த்ததும் அவற்றைக் கையால் தொட வேண்டும்போல ஆசையாக இருந்தது. இங்கேயே நிற்பதா, இல்லை உள்ளே செல்வதா. ஒரே குழப்பமாக இருந்தது. உள்ளே சென்றால், இவனை எப்படி வழிக்குக் கொண்டுவருவது. ஆதலால் இங்கேயே சற்று நேரம் நிற்போம் என்று அவனைப் பார்க்காமல், பூங்காவின் அழகையே பார்த்துக்கொண்டு இருந் தேன். எவ்வளவு நேரம்தான் ஒரே இடத்தைப் பார்த்துக்கொண்டு இருப்பது. தலையைக் குனிந்து, கண்ணை உயர்த்தி, அவன் உள்ளே போய்விட்டானா என்று பார்த்தேன். அங்கேயே நின்று கொண்டிருந்தான்.

இவன் உள்ளே போக மாட்டான். இவன் மன்னன், இவனை யார் கேள்வி கேட்பது. நான் அவனை நேருக்கு நேர் ஒரு பார்வை பார்த்துவிட்டு, கதவை மூடாமல் உள்ளே சென்றேன். கீழ்த்தளத்தில் பெண்கள் வேலை செய்யும் சத்தம் கேட்டது. கீழே சென்றேன். நேற்று பார்த்ததற்கும், இப்போது பார்ப்பதற்கும் நிறைய வேறுபாடுகள் தெரிந்தது. பொருட்கள் எல்லாம் ஒழுங்காக அடுக்கப்பட்டிருந்தன. பூக்கள் ஆங்காங்கே பெரிய ஜாடியில் அழகுக்காக வைக்கப்பட்டிருந்தது. நேற்று கிழிந்து தொங்கிய மலர்மங்கையின் குடும்பப் படம் அங்கே இல்லை. அந்த

முதன் மொழி 147

இடத்தில் ஒரு மேசை வைக்கப்பட்டு மிகப் பெரிய ஜாடியில் பூக்களும், அந்த ஜாடியைச் சுற்றி தண்ணீர் நிரப்பிய கிண்ணங்களில் தாமரையும், நீர் ஆம்பலும் மிதந்தன. மலர்மங்கைக்குப் பூக்கள் பிடிக்கும் என்று வர்மனுக்கு யாராவது சொன்னார்களா என்று தெரியாது. எந்தப் பெண்ணுக்குத்தான் பூக்கள் பிடிக்காது என்று அவனே நினைத்து, இதற்கு ஏற்பாடு செய்திருக்கலாம். நேற்று எனக்குப் பொடி தேய்ப்பதற்காக என் ஆடையைக் களைய முயன்ற பெண்ணைத் தவிர வேறு யாரையும் அங்கு தெரியவில்லை.

அவளிடம் சென்று, "மதிமுகம் எங்கே?"

அவள் உடலைக் குறுக்கி, "எனக்குத் தெரியாது அரசியாரே."

அவள் நிற்கும் தோரணையும், என்னை அரசி என்று அழைத்த விதத்தையும் பார்த்து சிரிப்பு பொங்கிக்கொண்டு வந்தது. அங்கே நின்றால் சிரித்துவிடுவேன் என்று எண்ணி, அந்த இடத்தைவிட்டு நகர ஆரம்பித்தேன்.

நேற்று இவள் என்னை இளவரசி என்றுதானே அழைத்தாள். இன்று அரசி என்று அழைக்கிறாள். அவள் மீண்டும் "அரசியாரே" என்று கூப்பிட்டாள்.

திரும்பாமலே "என்ன?" என்று கேட்டேன்.

"வாள் பயிற்சி அறையில் உங்களுக்காக இரண்டு பேர் விடியற் காலையில் இருந்து காத்துக்கொண்டிருக்கிறார்கள்."

அவளிடம் எதுவும் பேசாமல், வாள் பயிற்சி அறைக்குச் சென்றேன். அங்கே இரண்டு பெண்கள், ஆண்கள்போல உடை யணிந்து, கைகளில் வாள் வைத்து இருந்தனர். என்னைப் பார்த்ததும், ஒருசேர தலை வணங்கி வணக்கம் தெரிவித்தனர்.

ஒருத்தி என்னிடம், "இன்றைக்கு வாள் பயிற்சி இருக்கா தென்று, நான் இவளிடம் அதிகாலையிலே சொன்னேன். ஆனால், இவள்தான், இளவரசியார் எது நடந்தாலும் பயிற்சிக்கு வராமல் இருக்க மாட்டார். வா போவோம் என்று சொன்னாள். உங்கள் உடையைப் பார்த்தால், நீங்கள் பயிற்சிக்கு ஆயத்தமாக இல்லை என்று தெரிகிறது."

அடிப்பாவிகளா! வாள் சண்டையா! தாரா செத்தாள் என்று பயந்து, முகத்தை இறுக்கமாக வைத்துக்கொண்டு, "இன்றைக்கு இல்லை. நீங்கள் போகலாம்" என்று சொல்லிவிட்டு மேல் தளத்திற்குச் செல்ல முதல் படியில் கால் வைத்தேன். அப்போது ஒரு பெண் சமையல் அறையில் இருந்து ஓடிவந்து, "அரசியாரே" என்றாள். நான் திரும்பாமலேயே, "என்ன?" என்றேன்.

"பழச்சாறு இருக்கிறது. உங்கள் கடன்களை முடித்தால், அருந்தலாம்."

சரி, ஒரு கடன் முடியட்டுமே என்று குளித்து முடித்துவிட்டு, வெளியே வந்தால், அந்தப் பெண் ஒரு வெள்ளிக் குவளையை, ஒரு தங்கத்தட்டில் வைத்து மாதுளைப் பழச்சாறு தந்தாள். இவ்வளவுதான் காலை உணவா, இல்லை வேறு ஏதாவது தருவார்களா என்று சமையல் அறையை நோட்டம் விட்டவாறே அதைக் குடித்து முடித்தேன்.

மதிமுகம் பூங்காவின் பாதையின் வழியே வருவது தெரிந்தது. அவள் முன்னே நடந்துவர, பின்னே இரண்டு வீரர்கள் ஒரு பெரிய மரப்பெட்டியை இரண்டு கட்டைகளின் மீது வைத்து தூக்கிக்கொண்டு வந்தனர். அவர்களுக்குப் பின்னால், அதே போல் இரண்டு வீரர்கள், இன்னொரு பெட்டியைத் தூக்கிக்கொண்டு வந்தார்கள். அவை என்னவாக இருக்கும் என்று ஊகிக்காமலே புரிந்துகொண்டேன். வர்மன் எனக்கு சீர் கொடுத்து அனுப்பி யுள்ளான். நான் இங்கே நிற்க வேண்டாம் என்று நினைத்து, அவசரம்அவசரமாக மேலே சென்று முதல் வேலையாக முகத்தில் ஒரு மச்சம் வரைந்துகொண்டேன்.

சிறிது நேரத்தில், மதி தயங்கித்தயங்கி மேலே வந்து, என் முன் நின்றாள். மதியைக்கூட நம்பாதே என்று மலர் சொன்னது நினைவுக்கு வந்தது. இவள் நேற்று என்னை ஒருமாதிரியாகப் பார்த்துவிட்டுப் போனாள். ஆதலால், அவள் பார்வையைத் தவிர்த்தேன்.

"மங்கை" என்று அழைத்தாள் தழுதழுத்த குரலில்.

நடிக்கிறாளா என்று ஒரு சந்தேகத்துடன் அவளைப் பார்த்தேன்.

“நான் உன்னை மங்கை என்று அழைப்பது இதுவே கடைசி முறை.”

நான் ஒன்றும் பேசவில்லை. அவளையே பார்த்துக்கொண்டு இருந்தேன்.

“ஏன் என்று கேட்க மாட்டாயா?”

“ஏன்?”

“நானும் நீயும் நினைவு தெரிந்த நாளில் இருந்து தோழிகள்.”

“ம்.”

பின்னால் திரும்பிப் பார்த்து யாரும் இல்லை என்று உறுதி செய்துகொண்டு. “நான் சொல்வதை உன்னோடு வைத்துக்கொள். இதை நான்தான் உனக்குச் சொன்னேன் என்று தெரிந்தால், அரசத் தண்டனை என்னவென்பது உனக்குத் தெரியாதது இல்லை.”

என்னையே உற்றுப் பார்த்துவிட்டு, “நீ படியேறி மேலே வரும் போது கவனித்தேன். உன் தலைமுடியின் நீளம் ஏன் குறைவாக இருக்கிறது? என்ன ஆயிற்று?” என்று அவளாகவே உரிமையோடு என் பின்புறம் சென்று தலைமுடியை ஆராய்ந்தாள். “நடுப்பக்கம் கூராக, ஓரங்களில் குறைவாகவும் இருக்கிறது. வெட்டிவிட்டது போல இருக்கிறது. பெண்கள் யாரும் முடியின் மீது கத்தி வைக்க அனுமதிக்க மாட்டார்களே.”

இந்த அளவுக்கு இவள் ஆராய்கிறாள். இவள் என் உடலை இன்னும் சற்று நேரம் பார்த்தால், என்னை அடையாளம் கண்டு கொள்ளலாம் என்ற அச்சத்தில், “அதைவிடு. நீ சொல்ல வந்ததைச் சொல்.”

“காலையில் வர்மன் என்னைக் கூப்பிட்டான் என்று போனேன். அவனும் மல்லனும், அமைச்சர்கள் ஆலோசிக்கும் அறையில் இருந்தார்கள். நான் பக்கத்து அறையில் அவனுக்காகக் காத்திருந் தேன்.

நான் அங்கு இருந்ததை அவர்கள் கவனிக்கவில்லை. மல்லனுக்கும், வர்மனுக்கும் உன் பொருட்டு ஒரு வாக்குவாதம் ஏற்பட்டது. மல்லன், வர்மனை ஒருமையில் அழைத்துப் பேசினான்.”

"என்ன பேசினார்கள்?"

"மல்லன் சொன்னான், வர்மா, நீ அவளைக் கொல்லாமல் விட்டது தவறு. இப்போதும் காலம் கடந்து விடவில்லை. நீ வர வேண்டாம். நான் அவள் மாளிகைக்குப் போகிறேன். அவள் தலையோடு வருகிறேன் என்றான்.

அதற்கு வர்மன், நீ அவளைப் பற்றி பேசுவதைத் தவிர்ப்பது உனக்கு நல்லது. நீ என்னைப் பெரிய இக்கட்டில் மாட்டி விட்டாய். இந்தக் குழப்பத்திற்குக் காரணம் நீதான். நான் எவ் வளவோ சொல்லியும் நீதான் கேட்கவில்லை என்று கத்தினான்.

மீண்டும் மல்லன் கோபமாக, வர்மா நம்முடைய பெருங் கனவை நீ மறந்துவிட்டாய். வளவ நாட்டைத் தாண்டாமல் குன்ற நாட்டைத் தொட முடியாது. இப்போது வளவ நாடு நம் கையில். இதைத் தாண்டி, குன்ற நாடு, கருவூர், பெருங்காட்டு நாடு, கடைசியாக நிலப்பரப்பில் வண்டலை நாடு. அந்த வண்டலை நாட்டு துறைமுகத்தால் ஜாலத்தீவுவரை பாம்புகொடி என்ற பெருங்கனவில் இருக்கும் நமக்கு, இவள் ஒரு சிறு தடைக்கல். உருட்டிவிட்டு போய்க்கொண்டே இருப்போம். அப்படியே அவள் தான் உனக்கு வேண்டும் என்றால் என்னிடம் சொல். நான் போய் அவளைத் தூக்கிக்கொண்டு வருகிறேன். உன் இச்சை தீர்ந்ததும் அவளைத் தீர்த்து கட்டிவிடு.

அதற்கு வர்மன் வெறி பிடித்தவன்போலக் கத்தினான். பிறகு தன்னிலைக்குத் திரும்பி, மல்லா யோசித்துப்பார். குன்ற நாட்டை, வளவ நாட்டு வீரர்கள் இல்லாமல் பிடிக்க முடியாது. நான் இவளை மணந்துகொண்டால், வளவ நாட்டின் துணையோடு குன்ற நாட்டை எளிதில் வெல்லலாம். மேலும் நான் அவளைப் பார்த்ததில் இருந்து, நான் நானாக இல்லை.

அதையேதான் நானும் சொல்கிறேன் வர்மா. இருக்கிற வேலை களை விட்டுவிட்டு, அவளைப் பற்றிய நினைவாகவே இருக் கிறாய். நான் நேற்று அவளைக் கைது செய்யாமல் அங்கேயே கொன்று இருக்க வேண்டும். நான் சொல்வதைச் சொல்லி விட்டேன். இனி உன் விருப்பம் என்று சொல்லிவிட்டு மல்லன் அடுத்த வாயில் வழியாக வெளியேறிவிட்டான். நான் சிறிது நேரம்

அங்கேயே ஒளிந்திருந்து, பிறகு அப்போதுதான் வருவதுபோல வர்மனிடம் சென்றேன்."

பேசுவதை நிறுத்திவிட்டு, மதி என்னையே சிறிது நேரம் உற்றுப்பார்த்தாள்.

"ஏன் நிறுத்திவிட்டாய்? அதன் பிறகு அங்கே என்ன நடந்தது?" மதியிடம் இருந்து பதில் இல்லை. "மதி" என்று நான் உரக்கக் கூப்பிட்டதும், மதி தொடர்ந்தாள்.

"என்னைப் பார்த்து மலர்மங்கை நேற்று இரவு தூங்கினாளா என்று கேட்டான். நான் மங்கை தூங்கினாள் என்றுதான் நினைக் கிறேன் என்றேன். அவனுக்கு இருந்த கோபத்தையெல்லாம் என் கன்னத்தில் பளார் என்று அறைந்து காட்டினான். என்னவென்று புரியாமல் நான் அவனைப் பார்க்க, இனி அவளை அரசியார் என்று அழைக்க வேண்டும். புரிந்ததா. இதைப் போய் எல்லா பணிப்பெண்களிடமும் சொல் என்று என்னை அனுப்பிவிட்டான். நான் காலையில் உன் அறையைப் பார்த்தேன், மூடியிருந்தது. எனக்கு மீண்டும் அழைப்பு வரவே, நான் வர்மனைப் பார்த்தேன். இவை யாவும் நேற்று இளவரசியின் மாளிகையில் இருந்து எடுத்துச் செல்லப்பட்ட நகைகள். கொண்டுபோய் அரசியாரிடம் கொடு என்று சொல்லி அனுப்பி வைத்தான். நீ அதில் இருந்து ஏதாவது ஒரு நகையாவது போட்டுக்கொள். இல்லையென்றால் எனக்குத்தான் மீண்டும் அடி விழும்."

நான் தெரிந்துகொண்டது என்னவென்றால், என் விருப்பம் இல்லாமலே என்னை அவர்கள் எடுத்துக் கொள்ளலாம். நேற்றி லிருந்து என் தலை அவர்களுக்கு ஒரு வெட்டுப் பொருளாகவே இருக்கிறது. சற்று நேரத்துக்கு முன், அரசியாரே என்று அழைத்து, உடலைச் சுருக்கி, பழரசம் கொடுத்தாளே ஒருத்தி. அவள் உயிருக்கு இருக்கும் உத்திரவாதம்கூட, அரசக் குடும்பத்தைச் சார்ந்த பெண்களுக்கு இல்லை. மலர்மங்கையை நினைத்தால் சற்று வருத்தமாக இருக்கிறது. அவள் சொன்னதுபோல அரச வாழ்க்கை ஒன்றும் அவ்வளவு எளிதல்ல. இரண்டு ஆளுயர பெட்டி நிறைய நகைகளா என்று உள்ளுக்குள் பரபரத்தாலும், மலர் என்ன சொல்வாளோ என்ற பயத்தில் என் ஆர்வத்திற்குத் தடைபோட்டேன்.

"என்ன சொல்கிறீர்கள் அரசியாரே?"

"நீ என்னை தாராவென்றே கூப்பிடலாம்" என்று வாய் தவறிச் சொல்லி, பிறகு, "மங்கை என்றே கூப்பிடு" என்றேன்.

"வேண்டாம். இதே பழக்கம்தான் நாளையும் வரும். நான் இன்று முதல் அரசியார் என்றே கூப்பிடுகிறேன்."

குன்ற நாடு என்று முதலில் சொன்னதைத் தவிர வேறு எந்த நாட்டின் பெயரும் நினைவில் இல்லை. மலர் வந்து கேட்டால், இவள் சொன்னதை அப்படியே எப்படித் திரும்பிச் சொல்வது. இவளிடம் மீண்டும் ஒருமுறை கேட்போம், இப்போதைக்கு நட்பாக இருப்போம் என்று எண்ணி, "நீ என்னால் அடி வாங்க வேண்டாம் மதி. நீயே போய், உனக்குப் பிடித்த நகை ஒன்றை எடுத்துவா. உனக்காக நான் அணிந்துகொள்கிறேன்."

"இன்று வியாழக்கிழமை. மாணிக்கம் பதித்த நகைகளைக் கொண்டுவருகிறேன். அப்புறம் உனக்கு ஒரு செய்தி. நீ இட்டுக் கொண்ட மச்சம் வியர்வையில் கரைகிறது. கவனமாக இரு தாரா" என்று சொல்லிவிட்டு என் பதிலுக்குக் காத்திருக்காமல் போய்விட்டாள்.

3.6

ஓடிச்சென்று கண்ணாடியில் முகம் பார்த்தேன். அழித்து விட்டு, மீண்டும் வரைந்துகொண்டேன். மதி மீண்டும் மேலே வந்தாள். அவளுடன் ஒரு பெண்ணும் சில நகைகளை எடுத்து வந்தாள். உடன் வந்த பெண் என்னைப் பார்ப்பதைத் தவிர்க்க, முகத்தைத் திருப்பிக்கொண்டேன். அவர்கள் கொண்டுவந்த நகைகளைப் படுக்கையின் மெத்தை மீது வைத்தனர்.

அந்தப் பெண்ணைப் பார்த்து, "தும்பை, நானே இன்று அரசிக்குப் பூட்டிவிடுகிறேன். நீ கீழே போ" என்று அவளை அனுப்பி வைத்தாள்.

பிறகு என் முகத்தைப் பார்த்து, "இன்னும் கொஞ்சம் பெரிய தாக வரைய வேண்டும்" என்று சொல்லி அவளாகவே மை கிண்ணத்தைக் கொண்டுவந்து மச்சத்தின் அளவைப் பெரிதாக்கும் போதே, "நீ யார்?" என்று கேட்டாள்.

நான் யாரென்று இவளுக்குப் புரியவைப்பேன். "நான் யார் என்பது இருக்கட்டும். நான் மலர்மங்கை இல்லை என்று எப்படிக் கண்டுபிடித்தாய்?"

"அசையாமல் இரு. உன் கண்ணுக்கு மை எழுதுகிறேன்" என்று சொல்லி, மை விட்டுக்கொண்டே, "என் தந்தை வளவ நாட்டின் குதிரைப் படையின் தலைமை வீரனாக இருந்தார். எனக்கு ஆறு வயதாக இருக்கும்போது, சாளை நாட்டுடன் நடந்த ஒரு சண்டையில் மன்னரின் உயிரைக் காப்பாற்றி, களத்தில் இறந்துபோனார். தாயை ஏற்கனவே இழந்த நான், தந்தையையும் இழந்து ஆதரவற்றவளாகிவிட்டேன். அரசியார் என்னைத் தத்து எடுக்கவில்லையே தவிர, அவரது மகளாக வளர்த்து வந்தார். ஆறு வயதில் இருந்து இதுதான் எனக்கும் மாளிகை. நீ மலர் இல்லையென்று நான் உன்னைப் பார்த்தவுடன் தெரிந்துகொண் டேன்."

"அதுதான் எப்படி என்று கேட்கிறேன்?"

"உன் கேள்வி குழந்தைத்தனமாக இருக்கிறது. நேற்று காலையில் நான்தான் அவளை அனுப்பி வைத்தேன். உன்னை நான் பார்க்கும் போது நீ ஒரு நாட்டியக்காரியைப்போல உடை அணிந்து இருந் தாய். ஆண்கள் போர் வந்தால்தான் பயிற்சி செய்வார்கள். மங்கை தினமும் காலையில் ஐந்து நாழிகை பயிற்சி செய்வாள். அவள் இரு மல்லன்களுக்குச் சமம். எதிரி கைதுசெய்து விலங்கிட்டு இழுத்து வரும்வரை, அவள் உயிரோடு இருந்திருக்க மாட்டாள். நல்ல காலம் நேற்று அந்தப் பெண்ணை நீ குளியல் அறையில் இருந்து துரத்திவிட்டாய். இல்லாவிட்டால், அவள் உன்னை எளிதில் அடையாளம் கண்டிருப்பாள்."

"எப்படி?"

"அந்தப் பெண்தான் எண்ணெய் தேய்ப்பாள், பொடி பூசுவாள், உடல் பிடித்துவிடுவாள், விரல்களை நீவி விடுவாள், நகம் களைவாள். அவ்வளவு ஏன், வெம்பருத்தியே உன்னைப் பார்த்து பயந்து ஓடிவிட்டாள்."

நான் அவளைப் புரியாமல் பார்க்க, "வெம்பருத்தி யார் என்று தெரியாதுதானே! காலையில் உள்ளே வந்து, நீ மங்கை இல்லை என்று தெரிந்துகொண்டு, விட்டால் போதும் என்று ஓடியதே பூனை. அதன் பெயர்தான் வெம்பருத்தி. எதையும் ஆராயாமல் பார்த்தால், நீ மலர்மங்கை போலவே இருக்கிறாய். ஆனால், உன் உடல்வாகு, நடப்பது, பேசுவது என்று எதுவும் அவள் சாயலில் இல்லை. மங்கைக்கு மிகவும் பழக்கமான இரு பெண்கள் கீழே இருக்கிறார்கள். அவர்களை உடனடியாக இங் கிருந்து அனுப்பிவிடுகிறேன். அதுவரை நீ கீழே வருவதைத் தவிர்க்கவும்."

இவளையா மலர் சந்தேகப்பட்டாள். ஒருவேளை, மதி என்னை யார் என்று கண்டுபிடித்து விடக் கூடாது என்பதற்காக இவளைத் தவிர்க்கச் சொன்னாளோ?

"மங்கை என்ன சொன்னாள்?"

மலர் என்னை நேற்று பார்த்ததைச் சொல்வதா வேண்டாமா என்ற தயக்கத்தில், "அவள் ஆடை என்மீது இருந்ததால்,

மல்லன் என்னைக் கைதுசெய்து கொண்டு வந்துவிட்டான். நான் அவளைச் சந்தித்ததில்லை."

"அப்படியா! மங்கைக்கு எள்ளுருண்டை மிகவும் பிடிக்கும். நான் இரவு உணவாகக் கொஞ்சம் அதிகமாகவே கொண்டு வருகிறேன். அவள் மீண்டும் இன்று இரவு வந்தால், நான் கொடுத்தேன் என்று அவளுக்கும் கொடு. அப்புறம் உனக்குப் பிடித்த நகைகளை நீயே போட்டுக்கொள்" என்று லேசாகச் சிரித்து கீழே சென்று விட்டாள்.

மலரைவிட இவள்தான் புதிராக இருக்கிறாள் என்று விக்கித்துப் போய் நின்றேன். அதே சமயத்தில் இவளை நினைத்தால் ஆத்திர மாகவும் வருகிறது. முதலாவதாக, இவள் எல்லாம் தெரிந்து கொண்டு, தெரியாததுபோல் நடிக்கிறாள். இரண்டாவதாக நான் முதுகலை பட்டதாரி. இவள் என்ன படித்தாள் என்று தெரியாது. என்னை இவள் கிள்ளுக்கீரை என்று நினைத்து, நான் சொல்வதை எல்லாம் கேட்டுவிட்டு, அது அப்படி இல்லை, இப்படி என்று ஏளனம் செய்துவிட்டுப் போகிறாள். நீ மறுபடியும் மேலே வா, தாரா யாரென்று காட்டுகிறேன்.

காலை ஒரு பழச்சாறுக்குப் பிறகு எந்த உணவும் மேலே வரவில்லை. மேலே அந்த ஓர் அறையில் இருப்பது மகா 'போர்' அடித்தது. செய்தித்தாள் இல்லை, டி.வி. இல்லை, செல்ஃபோன் இல்லை, இன்டர்நெட் இல்லை, கம்ப்யூட்டர் இல்லை. கீழே ஒரு அறையில் விளையாடுவதற்கான சில பொருட்கள் இருந்தன. தாய், தந்தையை, நாட்டை இழந்த ஒருத்தி, மறுநாளே விளையாடுவாளா? மாட்டாள். வேறு என்ன தான் செய்வது. பைத்தியம் பிடிப்பதுபோல இருந்தது. வர்மன் இல்லாத நேரம் பார்த்து, கொஞ்ச நேரம் மாடத்தில் நின்று வேடிக்கை பார்க்கிறேன். வர்மன் வந்தால் அவனுக்குப் போக்கு காட்டிவிட்டு உள்ளே வந்து விடுகிறேன். கீழே இருந்த சலவைக் கற்களின் ஓவியங்களை எவ்வளவு நேரம்தான் பார்ப்பது. இன்னும் எத்தனை நாள் இப்படியே பொழுதைக் கழிப்பது என்ற பயம் ஒருபுறம். இப்படியாக நான் பொழுதைச் சிரமப்பட்டு தள்ளிக்கொண்டு இருக்கும்போது மதிய உணவை, மதிமுகம் கொண்டு வந்தாள். நான் அவளுடன் பேசவில்லை.

கொண்டுவந்த உணவு வகைகளைத் தரையில் அழகாக அடுக்கி வைத்தாள். தோளில் போட்டுக்கொண்டு வந்த ஒரு விரிப்பை உட்காருவதற்குப் போட்டுவிட்டு, என்னைப் பார்த்தாள். உணவின் வாசம் மூக்கைத் துளைத்தது. படுக்கையிலேயே உட்கார்ந்து இருந்த என்னை, அவள் பார்த்ததும் நான் முகத்தைத் திருப்பிக் கொண்டேன்.

"அரசியார் தாரா தேவிக்கு என்மேல் கோபம் போலிருக்கு."

"மதி விளையாடாதே. நீ என்னை அரசி என்றெல்லாம் அழைக்க வேண்டாம்" என்று கோபமாகச் சொன்னதும், அவள் முகம் மாறிவிட்டது. "மன்னித்துக்கொள் தாரா. நான் மங்கையிடம் பேசுவதுபோல உன்னிடம் பேசிவிட்டேன். நானும் அவளும் இதைவிட வேடிக்கையாகப் பேசிக்கொள்வோம். அவள் நினைப்பில் உன்னிடம் நான் எல்லை மீறியிருந்தால் என்னை மன்னித்து விடு. வா சாப்பிடு."

இதற்கு மேலும் இவளிடம் கோபம் காட்டினால், இவள் உணவை எடுத்துக்கொண்டு போனாலும் போய்விடுவாள் என்று எண்ணி, கீழே உட்கார்ந்து சாப்பிட்டேன். சாப்பிடும் போது, மலர் பூனைக்குக் கொடு அப்படியென்று சொன்னாளே. பூனையாவது, எலியாவது. நான் அள்ளிப்போட்டு முடித்துவிட்டேன்.

"தாரா நீ யாரென்று சொல்லவே இல்லை."

"நான் யாரென்று உனக்குச் சொன்னால் புரியாது மதி. நேரம் வரும்போது நானே பிறகு சொல்கிறேன்."

"நேற்று இரவு மங்கை எப்படி உள்ளே வந்தாள்?"

இவள் என்னிடம் போட்டு வாங்குகிறாளா? இவளை நம்ப லாமா என்றும் தெரியவில்லை, "நீதான் அவள் இங்கு வந்தாள் என்று சொல்லிக்கொண்டு இருக்கிறாய். மலர் வந்தாள் என்று எப்படி உறுதியாகச் சொல்கிறாய்?"

சில வினாடிகள் என் முகத்தையே உற்றுப் பார்த்துவிட்டு "உனக்கும் எனக்கும் ஒருநாள் பழக்கம். நீ என்னை நம்பவில்லை என்று தெரிகிறது. நான் இதைக் குற்றமாகச் சொல்லவில்லை."

"அவள் இங்கு வந்தாள் என்று நீ எப்படிச் சொல்கிறாய்?"

“வெம்பருத்தி என்னுடன்தான் படுத்திருந்தாள். நள்ளிரவுக்குப் பிறகு, மியாவ் என்று குரல் கொடுத்தாள். நான் விழித்துக்கொண்டேன். அந்தக் குரல், மங்கையைப் பார்த்தால் மட்டுமே அது போலக் குரல் கொடுப்பாள். அருகில் இருந்த இன்னொரு பெண்ணும் விழித்துக்கொண்டதால், ‘இந்தப் பூனை வேறு’ என்று சலித்துக்கொண்டே, வெம்பருத்தியைத் தூக்கிக்கொண்டு அந்த இடத்தைவிட்டு எழுந்து வந்துவிட்டேன். வெம்பருத்தி, என் கையைவிட்டு நழுவி, நேராக மாடிப்படி ஏறி, இந்தக் கதவை நகத்தால் பிறாண்டிக் கொண்டிருந்தாள்.”

“ஒரு பூனையை வைத்து, அவள் இங்கு வந்தாள் என்று சொல்கிறாயா?”

“வெம்பருத்தியைத் தொடர்ந்து நானும் மேலே ஏறி வந்தேன். நீ வேண்டாம் என்று சொன்னதால் நான் இந்த அறையில் விளக்கு ஏற்றவில்லை. என்னைத் தவிர இந்த அறைக்கு யாரும் அனுமதி இல்லாமல் வர முடியாது. நேற்று இரவு நான் வந்தபோது, கதவின் கீழ் மெல்லிய விளக்கு வெளிச்சம் தெரிந்தது. மலர் இருப்பது வேறு யாருக்காவது தெரிந்தால் என்னாவது என்று நினைத்து, வெம்பருத்தியைத் தூக்கிக்கொண்டுபோய் வெளியே விட்டுவிட்டேன். மாளிகையைச் சுற்றி வீரர்கள் காவலுக்கு நின்று இருந்தார்கள். அதைமீறி அவள் எப்படி வந்தாள் என்றுதான் தெரியவில்லை.”

அடிப்பாவி! இவள் இவ்வளவு பெரிய அறிவாளியாக இருக்கிறாளே என்று வியந்து, “இல்லை, நேற்று இரவு இந்த விளக்கை நான்தான் ஏற்றினே” என்று சொல்லிச் சமாளித்தேன்.

என்னை உற்றுப்பார்த்து புன்னகைத்தாள். பிறகு, “தாரா, நான் கோட்டைக்கு ஆறு வயதில் வந்தேன். இந்த மாளிகை உட்பட எல்லா மாளிகைகளும் எனக்குத் தெரியும். மாளிகையில் இருக்கும் விளக்கு அல்ல அது. இதை நான் இங்கு இதற்கு முன் பார்த்ததேயில்லை. இந்தச் செப்பு விளக்கைத் துலக்கி எப்படியும் ஒரு பத்து வருடம் இருக்கும். ஏதோ சுரங்கத்தில் எடுத்துச்செல்லும் விளக்குபோல இருக்கிறது. நீ என்னிடம் சொல்ல வேண்டாம். அவளை மீண்டும் சந்தித்தால், மதிமுகம் நாட்டு விடுதலைக்கு உயிரைக்கூடக் கொடுப்பாள் என்று சொல்.”

நான் அமைதியாக இருந்தேன்.

"சரி உனக்கு வேறு ஏதாவது வேணுமா?"

"இங்கே புத்தகங்கள் கிடைக்குமா?"

"அப்படியென்றால்?"

"புத்தகம். படிப்பதற்கு ஏதாவது?"

"சுவடியா? நீ பாட்டு எழுதுவாயா?"

அந்தப் பாட்டுகளா! நான் மனப்பாடப் பகுதியில் இருக்கும் செய்யுட்களைப் படித்ததோடு சரி. அதற்கே எனக்கு நாக்குத் தள்ளிவிடும். "சரி சுவடி வேண்டாம்."

"உன்னைப் பற்றி வர்மன் என்னிடம் கட்டாயம் கேட்பான். நான் அவனிடம் என்ன சொல்வது?"

"ம். அரசியார் நகைகளுக்கு நன்றி தெரிவித்தாள் என்று சொல்" என்றேன் சிரித்துக்கொண்டே.

"ஆகட்டும் அரசியாரே" என்று சொல்லி அவளும் சிரித்தாள். பிறகு, "நான் வருகிறேன். உன் மாலை உணவுக்கு ஏற்பாடு செய்ய வேண்டும்" என்று கூறிப் போய்விட்டாள்.

பணிப்பெண்தானே என்று ஏளனமாகப் பார்த்தேன், இந்த முறையும் இவளே வென்றாள். இங்கு நடந்ததைப் பற்றி மலர் மங்கையிடம் சொல்ல வேண்டும் என்று இரவுக்காகக் காத்திருந் தேன். மாலைப் பொழுதில் மீண்டும் மதி வந்தாள். நிறைய உணவும், நிறைய தண்ணீரும் கொண்டுவந்தாள். தட்டில் உள்ள உணவை இரண்டாகப் பிரித்து வைத்துவிட்டுச் சிரித்தாள். நானும் புரிந்துகொண்டு சிரித்தேன்.

"விளக்கு கொண்டு வருகிறேன். வேண்டாம் என்று சொல் லாதே" என்று சொல்லி ஒரு விளக்கைக் கொண்டு வந்தாள். கதவின் அருகில் வைத்துவிட்டு, "இது தூண்டாமலே இரவு முழுக்க எரியும். நீ கதவை தாழிட்டுக்கொள்" என்று சொல்லிப் போய்விட்டாள்.

எனக்குப் பிரித்து வைத்த உணவைச் சாப்பிட்டுவிட்டு, இரவு நெடுநேரம் காத்திருந்தேன். எப்போது தூங்கினேன் என்று தெரிய

வில்லை. காலைச் சூரிய வெளிச்சம் சாளரக் கதவு வழியாகக் கசிந்து அறை முழுக்க வெளிச்சமாக இருந்தது. மலர்மங்கை நேற்று இரவு வரவே இல்லை. அந்த வெளிச்சத்தில் தட்டில் உள்ள உணவைப் பார்த்தேன். மலருக்காக வைத்த உணவு அப்படியே இருந்தது.

சிறிது நேரத்தில் மதிமுகம் மேலே வந்தாள். உணவுத்தட்டைப் பார்த்துவிட்டு அறையைச் சுற்றி ஒருதடவை நோட்டமிட்டாள். தட்டை எடுத்துச் செல்லும்போது, “கீழே உனக்குத் தெரிந்த முகங்களை எல்லாம் வேறு மாளிகைக்கு அனுப்பிவிட்டேன். நீ தாராளமாகக் கீழே வரலாம். எது தேவையோ என்னிடம் பேசு. அவர்களிடம் பேசி மாட்டிக்கொள்ளாதே. அப்புறம் வாள் பயிற்சிக்கு வரும் பெண்களிடமும் வர வேண்டாம் என்று சொல்லிவிட்டேன்.”

நான் கடன்களை முடிக்க கீழே செல்வது, மதியுடன் பேசுவது, மேலே வரும் உணவு, இரவு நேரத்தில் சற்று அதிகமான உணவு, மீதி உள்ள உணவை மீண்டும் காலையில் எடுத்துச் செல்வது, மாடத்தில் நின்று வர்மனைப் பார்ப்பது என்று மூன்று நாட்கள் ஓடியது. ஒருநாள் வெம்பருத்தியைக் கீழே பார்த்தேன். அதனிடம் ஆசையாகச் சென்றேன். அது நான் தொடுவதைத் தவிர்க்க வெளியே ஓடிவிட்டது. அதை மதி பார்த்தும் பார்க்காதது போலப் போய்விட்டாள். மங்கையைப் பற்றி நானும் மதியிடம் பேச வில்லை. அவளும் பேசுவதில்லை. இளவரசிக்கு உடல்நிலை சரியில்லையா அல்லது வேறு ஏதாவது நிகழ்ந்துவிட்டதா என்று நினைக்கும்போதே பயமாக இருந்தது. இருந்தாலும் இதைப் பற்றி மதியிடம் பேசவில்லை.

ஒரு மாலைப் பொழுதில் சில்லென்ற காற்று, மாடத்தில் நின்ற என் உடலைத் தழுவியது. பூங்காவில் சென்று சிறிது நேரம் பொழுதைக் கழிக்கலாம் என்று கீழே இறங்கிச் சென் றேன். மதியைக் கீழே காணவில்லை. வாசலைத் தாண்டி வெளியே கால் வைத்தேன். இரு வீரர்கள் ஓடி வந்தார்கள். “அரசியாரே, வெளியே செல்ல உங்களுக்கு அனுமதி இல்லை. தயவுசெய்து உள்ளே செல்லுங்கள்” என்று தடுத்துவிட்டார்கள். அவமானத்துடன் திரும்பினேன்.

வாசலில் மதிமுகம் நின்றிருந்தாள். அவள் அந்த வீரர்களிடம், "அரசியார் பூங்காவுக்குச் செல்ல ஆசைப்படுகிறார் என்று கோட்டைத் தளபதி மகேந்திராவிடம் சொல்லுங்கள்" என்று ஆணை யிடுவது போல உரக்கப் பேசினாள். அவர்களில் ஒருவன் "உத்தரவு" என்று சொல்லி அந்த இடத்தில் இருந்து மற்றொரு மாளிகைக்கு ஓடினான்.

"அரசியாரே, நாளை உங்களுக்கு அனுமதி கிடைக்கலாம்" என்று சொல்லி என் பதிலுக்குக் காத்திருக்காமல் உள்ளே சென்றாள். இது நான் இதுவரை பார்க்காத அதிகார மதிமுகம்.

மறுநாள் காலை கீழ்த்தளத்தில் பணிப்பெண்கள் எல்லோருமே புதியவர்களாக இருந்தார்கள். மதி என்னிடம் வந்து "பூங்காவிற்குச் செல்ல உங்களுக்கு அனுமதி கிடைத்துவிட்டது. ஆனாலும், பூங்காவைத் தாண்டக் கூடாது என்பது உத்தரவாம்."

"யாருக்கு வேண்டும் அவர்கள் அனுமதி. நான் பூங்காவிற்குப் போகவில்லை" என்று சொல்லி மேலே வந்துவிட்டேன். அன்று மதிய உணவை, வேறு ஒரு பணிப்பெண் கொண்டு வந்தாள்.

"மதிமுகம் எங்கே?"

"கீழே வேலையாக இருந்தார். அரசர் கூப்பிட்டார் என்று அவரைப் பார்க்க அரசரின் மாளிகைக்குச் சென்று இருக்கிறார் அரசியாரே. போகும் முன், என்னை உங்களுக்கு உணவு கொடுக்கச் சொன்னார்" என்று கீச்சுக்குரலில் பேசினாள்.

இதில் மல்லனின் சதி ஏதாவது இருக்குமோ? முதன் முறையாக உணவைப் பார்த்ததும் பயம் வந்தது. அந்தப் பூனை வேறு என்னிடம் வர மறுக்கிறது. அந்தப் பெண் அங்கேயே நின்றுகொண்டிருந்தாள்.

"எனக்கு அவ்வளவாகப் பசி இல்லை. இதை நீ சாப்பிடு."

"எனக்கும் பசியில்லை அரசியாரே."

"இது என்னுடைய உத்தரவு. கீழே உட்கார். இதை முழுவதும் இங்கேயே சாப்பிடு."

குனிந்த தலை நிமிராமல் அங்கேயே நின்றாள்.

இவள் நாடகமாடுகிறாள் என்று புரிந்துவிட்டது. "ஏன் நிற்கி றாய்? உட்கார்" என்று அதிகாரத் தொனியில் உரக்கச் சொன்னேன்.

அப்போது வெளியிலிருந்து மாடத்திற்குள் தாவிக்குதித்து மியாவ் என்று வெம்பருத்தி குரல் கொடுத்தாள். தாயைக் கண்ட குட்டிபோல துள்ளிக்கொண்டு அறைக்குள் வந்து, அந்தப் பெண்ணைச் சுற்றிச்சுற்றி வந்தாள். தான் மாட்டிக்கொண்டோம் என்பதுபோல அந்தப் பெண் என்னைப் பார்த்து சிரித்து வெம் பருத்தியைத் தூக்கி, கொஞ்ச ஆரம்பித்துவிட்டாள்.

கோட்டைக்குள் பணிபுரியும் பெண்களைப் போலவே, தலை முடியைத் தூக்கிவாரிக் கொண்டை போட்டு, பணிப்பெண்களைப் போலவே பழுப்பு நிற சேலை அணிந்து, பார்ப்பதற்கு ஒரு பணிப்பெண் போலவே இருந்தாள். கண் புருவங்களுக்கு அடர்த்தியாகத் தேவைக்கு அதிகமாகவே மையிட்டு, உற்றுப் பார்த்தால்தான் அடையாளம் தெரியும் அளவுக்கு மாறிவிட்டாள். நான் அவளிடம் சென்று, "இளவரசி" என்றேன்.

3.7

அப்படிக் கூப்பிடாதே என்பது போல சைகை காண்பித்து, “என் பெயர் வாகை” என்று சொல்லி வெம்பருத்தியை என்னிடம் கொடுத்தாள். அதை நான் வாங்கிக்கொண்டாலும், அது அவளிடம் செல்லவே பிரியப்பட்டது. அவள் அதன் தலையைத் தடவிக் கொடுத்துக்கொண்டே, மிக மெதுவாக “வெளியில் இருக்கும் காவலாளிகளுக்குச் சந்தேகம் வராமல் நடந்துகொள். பொழுது சாயும்காலம் பகட்டாக ஆடை அணிந்து, எல்லோர் கண்ணில் படும்படி பூங்காவில் நடந்து செல். குறிப்பாக வர்மனின் மாளிகை ஓரம் உள்ள பூங்காவில் நட” என்று எனக்குப் பாடம் எடுக்க ஆரம்பித்தாள்.

“நீ இங்கு இருப்பது மதிமுகத்திற்குத் தெரியுமா? நீ எப்படி இந்த மாளிகைக்குள் வந்தாய்?”

“நேற்று இரவு, அறையில் உள்ள சுரங்கம் வழியாகத்தான் வந்தேன். நீ அயர்ந்து தூங்கிக்கொண்டு இருந்தாய். உன்னை எழுப்ப வேண்டாம் என்று நான் கீழ்த் தளத்திற்குச் சென்று தூங்கி விட்டேன். காலையில் மதிமுகத்தைச் சந்தித்தேன். வர்மன் அழைத்ததின் பேரில் அவனைப் பார்க்கச்சென்று இருக்கிறாள். உன்னை வர்மன் முறைப்படி நாளை அவன் மண்டபத்திற்கு அழைப்பான் என்று நினைக்கிறேன். அதற்கான ஏற்பாடுகள் செய்வதற்காக, மதியும் மற்ற பெண்களும் அங்கே சென்று இருக்கிறார்கள்.”

“நான் உன் உடையில் இங்கு இருக்கிறேன். நீ இளவரசியாக அவனைப் பார்க்கக்கூடாதா மலர்?”

“வாகை” என்று சொல்லி என்னைத் திருத்திவிட்டு, “எனக்கு இருக்கும் ஆத்திரத்தில், நான் என் நிலை மறந்து அவனை வெட்டிக்கூடப் போடலாம். ஆதலால் நீ போ தாரா.”

"நீ அவனைக் கொன்றுவிட்டால், நீ நினைத்த காரியம் முடிந்துவிட்டதுதானே."

"வர்மனை இப்போது கொல்வதால், நான் நினைக்கின்ற செயல் முடியாது. சாளை நாட்டுப் படை வீரர்களிடம், வர்மனை விட மல்லனுக்குத்தான் அதிக செல்வாக்கு இருக்கிறது. ஆனால் சாளை நாட்டு மக்கள் வர்மனின் பக்கம் இருக்கிறார்கள். அதற் காகத்தான், மல்லன் இன்னும் வர்மனை விட்டுவைத்து இருக் கிறான். இப்போது நான் வர்மனைக் கொன்றுவிட்டால், இது தான் தக்க சமயம் என்று மல்லன் ஆட்சியைப் பிடித்து விடுவான். இப்போது கோட்டையில் பெரும்பாலும் மல்லனின் ஆட்கள்தான் இருக்கிறார்கள். ஆதலால் நாம் முதலில் அப்புறப் படுத்த வேண்டியன் மல்லன்தான்."

"உனக்கு என்னால் எந்த உதவியையும் செய்ய முடிய வில்லையே என்று நினைக்கும்போது வருத்தமாக இருக்கிறது வாகை."

"நீ எனக்குப் பேருதவி செய்யப்போகிறாய். வளவ நாட்டு மக்கள் அதை என்றைக்கும் மறக்க மாட்டார்கள்."

"நானா? எனக்கு எதுவும் தெரியாது என்று உனக்கு நன்றாகவே தெரியும்."

"நீ எதுவும் செய்ய வேண்டாம். நன்றாகச் சிங்காரித்துக்கொண்டு வர்மனிடம் பேசிக்கொண்டு இரு. அதுபோதும். உன்னைச் சிங்காரிப்பதற்கு மதிமுகம் இரண்டு பெண்களை வரச்சொல்லி இருக்கிறாள். இப்போது நீ முதலில் சாப்பிடு. தட்டுகளை நான் எடுத்துச்செல்ல வேண்டும்."

"நான் கொண்டுவருகிறேன். நீ இந்த வேலையெல்லாம் செய்து என்னைச் சங்கடப்படுத்தாதே வாகை."

"என் கடன் அரசியாருக்குப் பணி செய்து இருப்பதே" என்று சிரித்துவிட்டு, "கீழே யாரும் இல்லை. நீ சாப்பிட்டுவிட்டு கீழே வா. என் ஓவியங்களை நான் உனக்குக் காட்டுகிறேன். வரும்போது இந்தத் தட்டுகளை நீ கொண்டு வராதே. இவை இங்கேயே இருக்கட்டும். அப்புறம் வெம்பருத்தியை இன்று முழுக்க கீழே விடாதே. அவள் அப்போதுதான் உன்னுடன் நெருங்குவாள்" என்று சொல்லிக் கீழே போய்விட்டாள்.

ஒரு கையால் பூனையை மார்போடு அணைத்தபடி கீழே சென்றேன். மலர் சொன்னது உண்மைதான். வெம்பருத்தி இப்போது பழகிவிட்டாள். கீழே சென்று அவள் வரைந்த ஒவ்வொரு ஓவியத்திற்கும் ஒரு கதை சொன்னாள். மேலே உள்ள பாதி முடிக்கப்பட்ட ஓவியம் நினைவுக்குவர, "மேலே ஒரு முகம் இல்லாத ஓவியம் இருக்கிறதே. அதில் இருப்பது யார்?"

"யாருக்குத் தெரியும். அவன் என் கனவில் வந்த காதலன். திருமணம் வேண்டாம் என்று நான் தள்ளிப் போட்டுக்கொண்டே வந்தேன். இந்த ஆண்டு நடந்தே தீர வேண்டும் என்று என் தந்தை பிடிவாதமாக இருந்ததால், நானும் சரி என்று சொல்லிவிட்டேன். அவர்களும் தீவிரமாக ஒரு இளவரசனைத் தேடிக்கொண்டு இருந்தார்கள். ஓர் இரவிலே என் உலகம் தலைகீழாக மாறி விட்டது" என்று சோகமானாள்.

நான் என் கதையை அவளிடம் சொல்லி மேலும் சோகப்படுத்த விரும்பவில்லை. அமைதியாக அந்த ஓவியங்களைப் பார்த்துக் கொண்டு இருந்தேன். மதிமுகம் இரண்டு பெண்களுடன் உள்ளே வந்தாள். அவர்கள் புதிய முகங்களாக இருந்தார்கள். எங்கள் இருவரையும் பார்த்தவுடன், அந்த இரண்டு பெண்களை, வேறு ஒரு அறைக்கு அனுப்பிவிட்டு, "என்ன இது? நீங்க இருவரும் ஒரே இடத்தில்? நீ ஏன் கீழே வந்தாய்?" என்று என்னைப் பார்த்து கோபமாகக் கேட்டு, மலரைப் பார்த்து முறைத்தாள்.

"யார் அவர்கள்?" என்று மலர் கேட்டாள்.

"அரசியாரைச் சிங்காரிப்பதற்காகவே, சாளை நாட்டில் இருந்து வந்த பெண்கள் இவர்கள்."

எங்கள் இருவருக்கும் திக்கென்றது.

"வாகை, நீ எந்தக் காரணம் கொண்டும் அந்தப் பெண்களைப் பார்க்காதே. நீ சமையல் அறையிலேயே இரு" என்று சொல்லி அவளைச் சமையல் அறைக்குத் தள்ளினாள். என்னைக் கை பிடித்து, சாளை நாட்டுப்பெண்கள் இருக்கும் அறைக்கு அழைத்துச் சென்றாள்.

"அரசியாருக்கு வணக்கம் சொல்லுங்கள்" என்றாள்.

அவர்கள் வணங்கிய உடன், "இந்த அறையில்தான் அரசியார் ஒப்பனைசெய்துகொள்வார். இன்னும் சிறிது நேரத்தில் அரசியார் பூங்காவிற்கு உலா போகப்போகிறார். ஒப்பனை ஆரம்பமாகட்டும்" என்று அவர்களுக்கு உத்தரவிட்டாள்.

மதிமுகத்தின் ஆளுமை என்னை வியக்க வைத்தது. சிறிது நேரத்தில், ஆடை உட்பட எல்லாப் பொருட்களும் அந்த அறைக்கு வந்துசேர்ந்தன. கொடுமை என்னவென்றால், இரண்டு மணி நேரம் என்னை அலங்காரம் செய்தனர். இந்து முறைப்படி செய்துகொண்ட திருமணத்திலும் சரி, கிறித்துவ முறைப்படி செய்துகொண்ட திருமணத்திலும் சரி, என்னை இவ்வளவு நேரம் யாரும் அலங்காரம் செய்யவில்லை.

ஒப்பனை முடித்துவிட்டு என்னை நான் கண்ணாடியில் பார்த்து வியந்துபோனேன். தாரா இவ்வளவு அழகா? இல்லை இந்தப் பெண்களின் கைவண்ணமா? உள்ளே வந்த மதிமுகம் கண்களை அகலத் திறந்து, பேச்சு வராமல் ஒரு கையை எடுத்து வாய் பொத்திக்கொண்டாள். ஒரு நிமிடம் என்னையே நான் பார்த்துக் கொண்டிருந்தேன். என்னைப் பார்க்க விக்கி இங்கு இல்லையே என்று நினைத்தேன். கண்களில் கண்ணீர் உருண்டது. அந்தப் பெண்கள் பதறிப்போனார்கள்.

ஒப்பனை செய்த ஒரு பெண், "மகாராணி, தவறு எங்கள் மீது இருந்தால் மன்னியுங்கள். நான் கலைத்துவிட்டு, மீண்டும் அலங்கரிக்கிறேன்."

"வேண்டாம்" என்று சொல்லி கண்ணீரைத் துடைத்துக் கொண்டேன்.

"அரசியார் வேறு எதையோ நினைத்துக்கொண்டார். நீங்கள் என் அனுமதி இல்லாமல், மேல்தளத்திற்குப் போகக் கூடாது. அது அரசியார் உறங்கும் இடம்" என்று அந்தப் பெண்களுக்குக் கட்டளையிட்டாள் மதிமுகம்.

அறையை விட்டு வெளியே வந்து, சமையல் அறைக்குச் சென்று, என்னைப் பார், என் அழகைப் பார் என்று காட்டுவது போல மலர்மங்கைக்கு முன் நின்றேன்.

"உன்னைப் பார்த்ததும் உறுதியாக வெற்றி பெறுவோம் என்ற நம்பிக்கை வருகிறது. வெற்றியுடன் திரும்பி வா."

"நான் என்ன போருக்கா போகிறேன்!"

"ஆயிரம் வீரர்கள் செய்ய முடியாததை, இன்று உன் கண்கள் முடித்துவைக்கப் போகிறது" என்று சொல்லி என்னை வழி யனுப்பி வைத்தாள்.

மாளிகையின் வாசலைத் தாண்டி வெளியே வந்தேன். நேற்று என்னைத் தடுத்த அந்தக் காவலாளியைப் பார்த்தேன். முதுகு ஒடிந்துபோகும் அளவிற்கு வளைந்து வணக்கம் தெரிவித்தான். பூங்காவில் நடக்க ஆரம்பித்தேன். மதி உடன் வந்தாள்.

"அய்யோ மதி. மச்சம் வரையவில்லையே."

"தேவையில்லை வா. அரசக் குடும்பத்தைச் சேர்ந்தவர்களை யாரும் முகம் பார்த்து பேச மாட்டார்கள்."

முதல் வேலையாக வர்மனின் மாளிகையின் மாடத்தைப் பார்த்தேன். அவனைக் காணவில்லை. கீழே வீரர்கள் காவலுக்கு இருந்தார்கள். இவ்வளவு நேரம் மேக்கப் போட்டுக்கிட்டு வந்தேன் இவனைக் காணவில்லையே. இது எல்லாம் வீண்தானா என்று மாளிகையை மேலும்கீழும் நோட்டம் விட்டேன். இவன் என்னைத் தேடியது போக, இவனை நான் தேடும்படி ஆகி விட்டதே என்று நினைத்துக்கொண்டே நடந்தேன்.

"நீ ஏன் உள்ளே அழுதாய்?"

"என் கணவரை நினைத்தேன், அழுதேன்."

"உனக்குத் திருமணம் ஆகிவிட்டதா? நீ உன்னைப் பற்றி சொல்லவேயில்லை."

"மதி, அதை விடு. அது ஒரு பெரிய கதை. நாம் வந்த வேலையைப் பாப்போம். அவன் அங்கு இருக்கிறானா பார்."

"வந்துவிட்டான், வந்துவிட்டான். அவன் மேல்மாடத்திற்கு ஓடிவந்த வேகத்தைப் பார்க்க வேண்டுமே."

"இப்போது நான் என்ன செய்ய வேண்டும்?"

"எனக்குத் தெரியாது. நான் எந்த ஆடவனையும் பார்த்து மயங்கியது இல்லை. எவனும் என்னைப் பார்த்து மயங்கியதும் இல்லை. உனக்குத்தான் திருமணம் ஆகிவிட்டதே. இது உனக்குத் தெரிந்து இருக்குமே."

எனக்கு அவமானமாக இருந்தது. "மாளிகைக்குத் திரும்பு வோம் மதி."

"போகாதே. இன்னும் கொஞ்ச நேரம் நடப்போம். அவன் மாளிகைக்கு அருகிலும் சிறிது நேரம் நடப்போம். அங்கு நடக்கும் போது ஒருமுறையாவது அவனைப் பார். சாளை நாட்டில் இருந்து இரண்டு பெண்களை உனக்காகவே வரவழைத்தான்."

அவள் சொல்லியபடியே சிறிது நேரம் நடந்தோம். பொழுது சாய்ந்ததும் மாளிகை வந்துசேர்ந்தோம். நடந்தவற்றை மலர் மங்கையிடம் கதை போல சொன்னாள் மதி.

மறுநாள் காலையில் மலர்மங்கை கதவைத் தட்டினாள். நான் திறந்ததும் உள்ளே வந்து, "வர்மனின் மாளிகையில் உனக்குப் பகல் விருந்து. பல்லக்கு வரும். நீ ஆயத்தமாக இருக்க வேண்டும் என்று உத்தரவாம்."

"எனக்குப் பயமாக இருக்கிறது வாகை. அங்கே மல்லனும் வருவானா?"

"அவன் வர மாட்டன் என்று நினைக்கிறேன். நீ பயப்படாதே. நீ பேசாமல் இருந்தாலே உனக்கு வெற்றிதான். அதுவும் நீ பேசுகின்ற தமிழ் எனக்குச் சமயங்களில் புரியவே இல்லை."

"என்னை உடல் அளவில் ஏதாவது செய்வானா?"

"அரசப் பரம்பரையில் அப்படி எதுவும் நடக்காது. ஆனால், இவன் எப்படி என்று தெரியாது. பெண் நினைத்தால் எதுவும் முடியும். துணிவாகச் செல். ஒப்பனைக்கு ஆயத்தமாக வேண்டும், கீழே வா."

நேற்றை போலவே இன்றும் இரண்டு மணிநேர அலங்காரம். முடிந்ததும் வெளியே மயில்போல இருந்த பல்லக்கில் நான் ஏற, ஆறு வீரர்கள் தூக்கிக்கொண்டு வர்மனின் மாளிகைக்குக் கொண்டுபோனார்கள். மதியும், ஒப்பனை செய்த ஒரு பெண்ணும் அந்தப் பல்லக்கின் பின் நடந்து வந்தார்கள்.

வர்மனின் மாளிகைக்கு வெளியே பல்லக்கு நிறுத்தப்பட்டது. நான் இறங்கிய இடத்திலிருந்து கம்பள விரிப்பு மாளிகைக்கு உள்ளே கண்ணுக்கு எட்டிய தூரம்வரை தெரிந்தது. அதன்மேல் பூக்கள் தூவப்பட்டு இருந்தது. அதற்கு மேலும் பூக்களைத் தூவ இரண்டு பெண்கள் பூக்கூடையைச் சுமந்தபடி நின்றிருந்தார்கள். சிறிது தூரம் தள்ளி உள்ளே மேலும் இரண்டு பெண்கள் பூக் கூடையுடன் நின்று இருந்தார்கள். வர்மன் வாளால் என் தலை யைத் தூக்கும்போது இருந்த உணர்வு எனக்குள் இருந்தது. நெஞ்சம் திக்திக் என அடித்தது எனக்கே கேட்டது.

"அரசியாரே" என்று ஒப்பனை செய்யும் பெண் அழைத்தாள்.

"என்ன?"

"ஒரு கொண்டை ஊசி கீழே விழுந்துவிட்டது" என்று சொல்லிக் கொண்டே, அவள் இடையில் தொங்கிய ஒரு பையில் இருந்து ஒரு கொண்டை ஊசியை எடுத்தாள்.

நிலைமை புரியாம இவ வேற ஒருத்தி என்று நினைத்துக் கொண்டே, "தேவையில்லை."

"உங்களை வரவேற்பதற்கு அரசக் குலத்தைச் சேர்ந்த மூத்த பெண்கள் யாரும் இங்கு இல்லை. ஆதலால் அரசியார் தாங்க ளாகவே உள்ளே செல்ல வேண்டும்" என்றாள் மதிமுகம்.

தரையில் புரளும் என் உடையை, தரையில் இருந்து சற்று தூக்கி, மூச்சை நன்றாக ஒருதரம் இழுத்துவிட்டு, நடக்க ஆரம் பித்தேன். நான் நடக்க நடக்க, பூ தூவப்பட்டது. ஒரு வாரத் திற்கு முன்பு, இரத்தம் கசிய கல்லிலும் முள்ளிலும் நடந்தேன். இன்று கம்பளத்தின் மீது கால் வைத்தால், பாதம் நோகுமென்று அதன் மீது பூ தூவப்படுகிறது. நாளை நான் இளவரசியாக நடித்து நாடகமாடுவது தெரிந்தால், என் இரு கால்களும் வெட்டப் படலாம். என் வாழ்க்கை, சக்கரத்தில் மாட்டிக்கொண்டது போல மேலும் கீழுமாக உருண்டுகொண்டே இருக்கிறது.

மற்ற பெண்கள் கம்பளத்தில் கால் வைக்காமல், தரையில் நடந்தார்கள். பல்லக்கு சவாரி, கம்பள விரிப்பின் மீது நடப்பது, மற்ற அரச மரியாதைகளை நினைத்தால் போதையாகத்தான் இருக் கிறது. இதுவெல்லாம் என் உலகத்தில் என் பகற்கனவில்கூட நினைத்துப் பார்க்க முடியாதது.

முதன் மொழி 169

மூன்று வாசல்களைத் தாண்டி உள்ளே இருந்த ஒரு பெரிய அறைக்குச் சென்றேன். கம்பள விரிப்பு அந்த அறையின் நடுவில் உள்ள ஒரு பெரிய மேசையில் போய் முடிந்தது. பக்கத்து அறையில் இருந்து இரண்டு பெண்கள் ஓடி வந்தார்கள்.

"அரசியாருக்கு வணக்கம். அமர வேண்டும்" என்று சொல்லி ஒரு நாற்காலியைக் காண்பித்தார்கள். அந்த மேசைக்கு இரண்டே இரண்டு அலங்கரிக்கப்பட்ட நாற்காலிகளே போடப்பட்டு இருந்தது. மல்லன் வர மாட்டான் என்ற நினைப்பே சற்று பயத்தைப் போக்கியது. மிகவும் நீளமும் அகலமும் உள்ள மேசை அது. அந்தப் பக்கத்தில் இருப்பவர், என்னைத் தொட முடியாது. என்னாலும், எதிர் பக்கத்தில் இருப்பவரைத் தொட முடியாது. நான் நாற்காலியில் அமர்ந்ததும், மதிமுகம் உட்பட எல்லோரும் பக்கத்து அறைக்குச் சென்றுவிட்டார்கள். ஆனால், மதிமுகம் மட்டும், ஒரு பார்வை பார்த்துவிட்டுச் சென்றாள். அச்சப்படாதே என்று சொல்ல வந்தாளா? உனக்கு வந்த வாழ்வைப் பார்த்தாயா என்ற பொருளில் பார்த்தாளா, தெரியாது.

வலது பக்க அறையில் இருந்து பெண்கள் எட்டிப்பார்ப்பது தெரிந்தது. மலருக்குத் தெரிந்தவர்கள் யாரவது அடையாளம் கண்டுகொண்டால் என்ன செய்வது என்ற பயத்தில் தலையைக் கவிழ்ந்தபடி உட்கார்ந்திருந்தேன். நிமிடங்கள் வருடங்களாக கழிந்தது என்று சொல்வார்களே, அதை அங்கே அனுபவித்தேன். சிறிது நேரம் கழித்து, 'மாமன்னர் வீரேந்திர வர்மன் வருகிறார்' என்று ஒரு குரல் இடது பக்கம் உள்ள ஒரு அறையில் இருந்து கேட்டது. அதைத் தொடர்ந்து ஆட்கள் நடந்து வரும் சத்தமும் கேட்டது.

மரியாதைக்கு உரிய ஒருவர் ஒரு இடத்திற்கு வரும்போது, இதுபோன்று பராக் வாசிப்பது எதற்கென்றால், அங்கே இருப்பவர்கள் எல்லோரும் எழுந்து நிற்க வேண்டும் என்பதற்காகத்தான் என்பது எனக்குத் தெரியாதது அல்ல. இருந்தாலும் நான் நிற்க வேண்டுமா, வேண்டாமா என்ற ஒரு சிறு தயக்கம் இருந்தது. சரி நின்று தொலைப்போம் என்று எழுந்து நின்று, அவர்கள் வரும் வழியைப் பார்த்தேன். பக்கத்துக்கு அறையில் இருந்து இரண்டு வீரர்கள் முன்னே வர, வர்மன் வந்தான். தலைக்கு

அளவுக்கு அதிகமாக எண்ணெய் தடவி அழுத்தி வாரி இருந்தான். வழித்தால் கை நிறைய எண்ணெய் எடுக்கலாம். அவன் போட்டுருந்த சட்டையில் உள்ள ஜிகினா போன்ற தங்கத் தகடுகள் ஜொலித்தது. அது அவன் முகத்திலும் தெறித்தது. இடையில் வைத்திருந்த நீண்ட வாள் பயத்தைக் கொடுத்தது. ஒரு கையில் பெரிய பூங்கொத்தைப் பிடித்து இருந்தான். வீரர்கள் ஒதுங்கிக் கொள்ள, இவன் மட்டும் சிரித்த முகத்துடன் என்னை நோக்கி வந்தான். வர்மனின் சிரித்த முகம் அப்படியே ஆர் யு சாரை நினைவுக்குக்கொண்டு வந்தது.

நேராக வந்தவன் என்னிடம் அந்தப் பூங்கொத்தைக் கொடுத்து விட்டு, ஒரு கையை மார்பில் வைத்து, தலையைத் தாழ்த்தி, "மலர்மங்கை நாச்சியாருக்கு வீரேந்திரனின் வணக்கங்கள். என் அழைப்பை ஏற்று நான் அளிக்கும் இந்தச் சிறிய விருந்தில் கலந்துகொள்வதில் மகிழ்ச்சி" என்று சொல்லிவிட்டு தலை நிமிர்ந்து என்னைப் பார்த்தான். நான் என்ன சொல்வது இப்போது என்ற ஒரு குழப்பம் இருந்தாலும், 'தாரா சிரிச்சி தொலைக்காதடி' என்று உள்ளணர்வு சொல்லியது. அதிகமாகப் பேசாதே என்று மலரின் அறிவுரையும் நினைவுக்கு வந்தது. "வணக்கம்" என்று மட்டும் சொன்னேன்.

"நாச்சியாருக்கு என்மீது இருக்கும் கோபம் நியாயமானதே. அதை என்னால் புரிந்துகொள்ள முடிகிறது. உன் தந்தையின் முடிவுக்கு நான் மனப்பூர்வமாக வருந்துகிறேன். நடந்த நிகழ்வு களுக்கு நான் மன்னிப்பு கேட்டுக்கொள்கிறேன். வீரேந்திரன் இதுவரை யாரிடமும் மன்னிப்பு கேட்டதில்லை. முதன் முறை யாக, ஒரு பெண்ணிடம், உன்னிடம் கேட்கிறான்.

நாடு பிடிக்கும் சண்டையில் அரசர்கள் கொல்லப்படுவது வழக்கம்தானே. விஜய நாட்டுடன் நடந்த போரில் என் தந்தை கொல்லப்பட்டார். நாளை ஒரு போர் நடந்தால், நான் கொல்லப்படலாம். ஒரு வீரன் என்றைக்கு இடையில் வாள் ஏந்துகிறானோ அன்றைக்கே அவன் முடிவும் எழுதப்படுகிறது."

அடேய், நீ போரிடவே இல்லை என்று மலர்மங்கை சொன்னாள். என்னிடம் ஒரு வாளைக் கொடு, யார் வீரன் என்று முடிவு செய்வோம் என்று பெருஞ்சாத்தன் சொன்னதும் நினைவுக்கு வந்தது. எதுவும் பேசாமல் அமைதியாக இருந்தேன்.

"உன்னை வெட்ட வாள் ஓங்கிய நான், உன் ஒற்றைப் பார்வையில் ஒரு வாரம் தூக்கம் தொலைத்தேன். ஊணும் இல்லை, உறக்கமும் இல்லை, உன் பேரைச் சொல்லி என் மூச்சு ஊசலாடுகிறது. இது வெற்றுப்பேச்சு இல்லை. உண்மை. நீ இருக்கும் திசையே பார்த்துக்கொண்டு இருந்ததால், எனக்கு திசைகளே மறந்துபோய்விட்டது. பகல் இரவாகத் தெரிகிறது. இரவு கொடுமையாக இருக்கிறது. என்னை மீண்டும் ஒரு பார்வை பார். என் நாட்டையும் சேர்த்து உன் காலடியில் வைக்கிறேன்."

வசனங்களை மனப்பாடம் செய்து பேசுகிற மாதிரி அடிச்சி விடுறான். இவன் பேச்சு எனக்குச் சற்று சிரிப்பு மூட்டினாலும், என் கண்ணெதிரில் ஐந்து மனிதர்களின் தலையைக் கழற்றி கீழே வீசினான். ஒரு வினாடியில் என் தலை தப்பியது. ஆனால், இங்கே காதல் மொழியை அள்ளித் தெளிக்கிறான். இவனைப் பார்ப்பதைத் தவிர்த்து, நான் முகத்தை வேறு பக்கம் திருப்பிக் கொண்டேன்.

விக்கி ஒருநாளும் இதுபோல பேசியதில்லை. அவனுக்குப் பிடித்த சினிமா பாட்டு வரிகளை மெசேஜில் அனுப்புவான். நேரில் ஒரு நாளும் காதல் பேசியது இல்லை. வர்மனை, விக்கி இடத்தில் பொருத்தி, என் நெஞ்சம் விக்கியை மட்டம் தட்டிக் கொண்டிருந்தது. வர்மன் முடித்துவிட்டான் என்று நினைத்தால், மீண்டும் பேசுகிறான்.

"என் மாளிகையில் வெற்றிக் கொண்டாட்டம் இல்லை. அடுத்த நாட்டை வெற்றி கொண்டால், வெற்றி வீரர்கள், எந்த அளவுக்கு வெறியாட்டம் ஆடுவார்கள் என்று உனக்குத் தெரிந்திருக்கும். சாளை நாட்டு வீரர்கள், வளவ நாட்டு வீரர்களைவிட அமைதியாக இருக்கிறார்கள். வளவ நாடு, சாளை நாட்டுக்கு அடிபணிந்தது. ஆனால், சாளை நாட்டு மன்னன், வளவ நாட்டு இளவரசியிடம் அடிபணிந்தான் என்று என் வீரர்களும், என் நாட்டு மக்களும் பேசுவது பொய் இல்லை.

நேரிடையாகக் கேட்கிறேன், இந்த வீரேந்திரன், மலர்மங்கையை மணமுடிக்க விரும்புகிறான். உன் முடிவை நீ இப்போதே சொல்ல வேண்டாம். விருந்து முடிந்ததும் உன் மாளிகைக்குச் சென்று, இரவு முழுக்க யோசித்து ஒரு முடிவு சொல். நீ

சொல்லப்போகும் அந்த ஒரு சொல்லில்தான் உன் எதிர்காலமும், வளவ நாட்டு மக்களின் எதிர்காலமும் அடங்கியிருக்கிறது. நல்ல முடிவு எடுப்பாய் என்று நம்புகிறேன்."

அப்பாடா ஒரு வழியாகப் பேசி முடித்துவிட்டான் என்று முகத்தை அவன் பக்கம் திருப்பினேன்.

"யாரங்கே" என்று சொல்லி இருமுறை கைதட்டினான். பிறகு "விருந்து துவங்கட்டும்" என்று சொல்லி அவன் இருக்கையில் அமர்ந்துகொண்டான். நானும் என் நாற்காலியில் உட்கார்ந்தேன்.

இவன் சொல்வது எல்லாம் எனக்கு நியாயமாகத்தான் தெரிகிறது. நான் மலரின் நிலையில் இருந்தால், இதற்கு சரி என்றுதான் சொல்வேன். இன்னொரு அறையில் இருந்து, பெரிய தட்டுகளில் உணவை எடுத்து வந்து, மேசையின் நடுவில் வைத்தனர். மீண்டும் உள்ளே சென்று மேலும் தட்டுகளைக் கொண்டுவந்தனர். நாரை, கொக்கு, இன்னபிற பறவைகளின் கால்களைக்கூட வெட்டாமல் அப்படியே தீயில் வாட்டப்பட்டு இருந்தன. தண்ணீரில் வாழும் பெரும்பாலான உயிரினங்கள் அங்கே எண்ணெயில் பொரிக்கப்பட்டு இருந்தன.

ஒரு சைவ வீட்டில் பிறந்தவள், விக்கியைப் பார்த்த பிறகுதான், சிக்கன் பிரியாணி சாப்பிடத் தொடங்கி இருக்கிறேன். மீன் வகையறாக்களைப் பார்த்தாலே குமட்டிக்கொண்டு வரும். ஆனால், இங்கு நண்டும், நத்தையும் என்னைப் பயமுறுத்தியது. இறைச்சியைத் தவிர இங்கு வேறு உணவு இல்லை. நான் இறைச்சியை விரும்புவதில்லை என்று மதிக்குத் தெரியும். அவள் சொல்ல மறந்துவிட்டாள் என்று அவள் முகத்தைப் பார்த்தாலே தெரிகிறது. அவளைக் காப்பாற்ற, "நான் இன்று இறைச்சி சாப்பிட மாட்டேன்" என்றேன்.

"அதனாலென்ன. அரசியார்க்கு இனிப்புகளைக் கொடுங்கள்" என்றதும், விதவிதமான இனிப்பு வகைகள் வந்தது. எனக்குப் பிடித்தமானவற்றைச் சாப்பிட்டேன். நன்றாகச் சாப்பிட ஆரம்பித்தவன், நான் இறைச்சி சாப்பிடாததால், அவனும் உணவின் அளவைக் குறைத்துவிட்டான்.

சாப்பிட்ட பிறகு, அறையைவிட்டு வெளியேறும்போது, "என் முடிவை நான் நாளை சொல்கிறேன்" என்று அவன் முகம்

பார்க்காமல் சொல்லிவிட்டு வெளி வாசலுக்கு நடந்தேன். மீண்டும் பூ தூவினார்கள். நான் பல்லக்கு ஏறும்வரை என்னுடன் இருந்து வழி அனுப்பி வைத்தான். நான் பல்லக்கு ஏறும்போது நான் இருந்த மாளிகையின் மாடத்தைப் பார்த்தேன். அங்கே வாகை சுத்தம் செய்வதுபோல நின்றுகொண்டு எங்களைப் பார்த் தாள்.

நான் உள்ளே வந்ததும், வாகை படிக்கட்டு வழியாகக் கீழறிங்கி, சமையல் அறைக்குச் செல்ல முற்பட்டாள். அவளை மதி தடுத்து, "அரசியார் ஓய்வெடுக்க போகிறார். வாகை, நீ மேலே சென்று அரசியார்க்கு விசிறி விடு" என்று சொல்லி மலரை மேலே அனுப்பினாள். விருந்தில் மதிமுகம் கதவுக்கு அந்தப் பக்கம் நின்று கேட்டுக்கொண்டுதான் இருந்தாள். நான் சொல்வதைவிட மதிமுகம் சொன்னால் நன்றாக இருக்கும் என்று நினைத்திருந்தேன். ஆனால் அவள் நான் சொல்லும்படி வைத்துவிட்டாள்.

நாங்கள் மேலே வந்ததும், "அங்கே என்ன நடந்தது?"

நான் என் கருத்தைச் சொல்லாமல், அங்கு நடந்ததை நடந்தபடி சொல்லி முடித்தேன்.

"நீ அங்கே சரி என்று சொல்லியிருந்தால், நாளைக்கே அவன் திருமண ஏற்பாடு செய்வான். இப்போது அவனுக்கு உன் காதலை விட, அவன் நாட்டைக் காப்பதில்தான் கவனம் இருக்கிறது. அவன் ஒரு முட்டாள். ஆப்பு அசைத்து, வால் மாட்டிக்கொண்டு தவிக்கும் குரங்கின் நிலையில் இருக்கிறான்."

"அப்படியா?"

"உனக்கு அரசியலில் ஆர்வம் இருக்கிறதா? இருந்தால் சொல்கிறேன். இல்லையென்றால் விட்டு விடு."

அவன் அங்கு நெஞ்சுருக பேசினான். இவள் இப்படிச் சொல்கிறாள். சரி தெரிந்துகொள்வோம் என்று நினைத்து, "இருக்கிறது சொல்" என்றேன்.

"உனக்கு இங்கே நாடுகளின் நிலப்பரப்பு தெரியாது. சாளை நாட்டுக்கு மேற்கே இருப்பது விஜய நாடு. அடுத்து சாளை நாடு.

அவன் நாட்டுக்குக் கீழே வளவ நாடு. அதற்குக் கீழே குன்ற நாடு, கீழே கருவூர், அதற்குக் கீழே பெருங்காட்டு நாடு. அதைத் தாண்டினால் வண்டலை நாடு. அதற்கு அடுத்து கடல்.

விஜய நாட்டு அரசனின் பெயர் விஜய சேனன். இவன் நாட்டு வீரர்களில் ஒரு பகுதி இங்கே வந்துவிட, விஜய சேனன் இதுதான் சமயம் என்று சாளை நாட்டின் மீது படையெடுக்க ஆயத்தமாகிக்கொண்டிருக்கிறான் என்ற தகவல் இவனுக்கு வந்து சேர்ந்து இருக்கிறது. ஆதலால் நேற்று காலை, சாளை நாட்டு வீரர்கள், ஆயிரத்திற்கு அதிகமானோர், இங்கிருந்து சாளை நாட்டுக்குப் புறப்பட்டுச் சென்றுவிட்டனர்.

இவன் அங்கே செல்லாவிட்டால் விஜய நாட்டான், சாளை நாட்டைப் பிடித்துவிடுவான். அவனை எதிர்கொள்ள, இவன் அங்கு இருக்க வேண்டும். சாளை நாட்டு வீரர்களுடன், வளவ நாட்டு வீரர்களும் சேர்ந்துகொண்டால், இவன் எளிதாக விஜய சேனனை வெல்லலாம். இவன் மீது வளவ நாட்டு வீரர்கள், மிகவும் கோபமாக இருக்கின்றனர். வர்மன் என்னை மணந்து கொண்டால், அவர்களின் கோபத்தைத் தணிக்கலாம் என்ற கனவுடன் என்னை, உன்னை நெருக்குகிறான். அவனுக்கு உடனடி யாகத் தேவை, நானோ, நீயோ, இல்லை. வளவ நாட்டின் மனித வளம்."

"வளவ நாட்டிற்குக் கீழே இருப்பது குன்ற நாடுதானே?"

"ஆமாம்."

"அப்படியே நீ இவனை திருமணம் செய்து, உன் நாட்டு வீரர்கள், சாளை நாட்டுக்குச் சென்றால், கீழே இருப்பவன் உன் நாட்டுக்கு வர மாட்டானா?"

"நீ அரசியல் பேச ஆரம்பித்துவிட்டாய். மகிழ்ச்சி. என் தந்தைக்கும், குன்ற நாட்டின் அரசன் பெருநாகனுக்கும் நீண்ட நாட்களாக ஒரு உடன்படிக்கை இருக்கிறது. இரு நாடுகளின் அமைதியைக் கருத்தில்கொண்டு யாரும் யார் மீதும் போர் தொடுப்பது இல்லை."

"சரி, அடுத்தது என்ன?"

"மலர்மங்கை திருமணத்திற்கு ஒப்புக்கொண்டாள் என்று சொல்லப்போகிறாய்."

"அய்யோ நானா? அப்புறம் என் கதி என்ன ஆவது மலர்?"

"இவனை நான் திருமணம் செய்துகொண்டு, என் கால மெல்லாம் இவன் என்னை நெருங்கும்போது, தலை துண்டிக்கப் பட்ட என் தந்தையும், தீயில் குதித்த என் தாயும்தான் நினை வுக்கு வருவார்கள். மேலும், ஓர் இரவில் இறந்துபோன ஆயிரக் கணக்கான என் மக்களுக்கு இதைவிட வேறு துரோகம் செய்ய முடியாது. நம்ப வைத்து கழுத்தறுப்பது என்று கேள்விப்பட்டு இருக்கிறாயா? நான் அவன் கழுத்தை அறுக்கப்போகிறேன். இது உனக்குப் பிடிக்காமல் போகலாம். ஆனால், என் நாட்டை நான் இவனிடம் இருந்து மீட்க, எனக்கு வேறு வழி தெரியவில்லை.

தயவுசெய்து நீ எனக்குக் கொஞ்சம் ஒத்துழைப்பு கொடு தாரா. நீ இல்லாமல், நான் ஒருத்தியாக இதைச் செய்து முடிக்க முடியாது. மலர்மங்கை நாச்சியார், வர்மனை வேனில் மண்டபத்தில் சந்திக்க விருப்பம் என்று செய்தி அனுப்பப்போகிறேன். மீண்டும் சிங்காரித்துக்கொண்டு ஆயத்தமாக இரு. நான் கொடுக்கும் உடையை அணிந்துகொண்டுபோ."

"அது என்ன மண்டபம் மலர்? அது எங்கு இருக்கிறது?"

"கோட்டைக்குள்தான் இருக்கிறது அந்த மண்டபம். அது காதலர்கள் மண்டபம். அந்த மண்டபத்திற்கு ஒரு பெண் வர விருப்பம் தெரிவித்தால், அந்தப் பெண் முழுமையாகக் காதலனை நம்பிவிட்டாள் என்று பொருள். அவன் உன்னை நெருங்கலாம். தொடலாம். என்ன வேண்டுமானாலும் நிகழலாம்."

"நான் கட்டாயம் அங்குப் போகத்தான் வேண்டுமா? நான் அங்குச் சென்று என்ன பேச வேண்டும்?"

"அளவாகப் பேசு. நீங்கள் சொன்னதில் எனக்கு உடன்பாடு தான். என் நாட்டு மக்களின் நன்மைக்காக நான் இதற்குச் சம்மதிக்கிறேன் என்று அவன் நம்பும்படி பேசு. உன் ஊரில் தெருக்கூத்து பார்த்திருப்பாயே. அதில் தலைவி எப்படி தலை வனுடன் பேசுவாளோ, அதுபோலப் பேசிக்கொண்டு இரு."

"சுத்தம். ஸ்கிரிப்ட் இல்லாம எப்படிப் பேசி நடிப்பது மலர்?"

"நீ என்ன பேசுகிறாய் என்று புரியவில்லை. இது போல பேசி அவனைக் குழப்பாதே. வேனில் மண்டபத்தில் குடிக்க கள் இருக்கும். அவனை அளவாகக் குடிக்க வை. இன்றைய என் ஆட்டத்தின் கடைசி கட்டம். இது மட்டும் நான் நினைத்தபடி நடந்துவிட்டால், திட்டம் நான் போட்ட பாதையில் செல்கிறது என்று பொருள். இல்லையென்றால் நான் மாற்று திட்டத்திற்குச் சிந்திக்க வேண்டும். அந்த மாளிகையின் வெளியே ஒரு நீரோடை இருக்கும். அதில் நீந்தும் மீன்களைப் பார்க்க ஒரு தாழ்வாரம் இருக்கும். நீ அங்கே நிற்காமல் நேராக மாளிகையின் உள்ளே சென்றுவிடு.

மதிமுகம் வந்து உன்னை அழைத்துக்கொண்டு வரும்வரை நீ எந்தக் காரணம் கொண்டும் அந்த மாளிகையை விட்டு வெளியே வராதே. அவனிடம் இருந்து உன்னைக் காத்துக்கொள்ள வேண்டியது உன் பொறுப்பு. எந்த நிலைமையிலும் நீ என்னைக் காட்டிக்கொடுக்க மாட்டாய் என்று என் உள்ளங்கையில் வைத்து உறுதி எடுத்திருக்கிறாய். அதை நினைவில் கொள்" என்று சொல்லிவிட்டு கீழே போய்விட்டாள்.

அவள் பேசியது கேட்டு தலை சுற்றியது. சிறிது நேரத்தில், மதிமுகம் வர்மனின் மாளிகையை நோக்கி ஓடுவது தெரிந்தது. அவள் திரும்பிவந்தவுடன் ஒப்பனை துவங்கியது. சிவப்பு நிற பாவாடை, சிவப்பு நிற மேலாடை, கொண்டையைச் சுற்றி சிவப்பு நிற ரிப்பன், சிவப்பு நிற முகச்சாயம், சிவப்பு நிற உதட்டுச்சாயம், என்று என் அலங்காரம் ஒரே சிவப்பு மயமாக இருந்தது. நான் ஒரு நிலையில் இல்லாது தவிப்பதைப் பார்த்த ஒப்பனை செய்த பெண், "முதலில் அப்படித்தான் இருக்கும் அரசியாரே" என்று சொல்லி நமட்டுச் சிரிப்பு சிரித்தாள்.

"பார்த்தவுடன் அரசர் சொக்கிப்போக வேண்டும். அப்படி இருக்க வேண்டும் உங்கள் ஒப்பனை" என்று அவர்களுக்குக் கட்டளையிட்டு, பிறகு மேல்மாடிக்கு இந்தப் பெண்களுக்குத் தெரியாமல், எதையோ மறைத்து எடுத்துச்சென்றாள் மதிமுகம்.

வழக்கம்போல பல்லக்கு வந்தது. வழக்கம்போல மதிமுகம் பின்னால் நடந்து வந்தாள். ஆனால் இந்தத் தடவை அந்த

முதன் மொழி 177

இரண்டு ஒப்பனைக் கலைஞர்களும் உடன்வர, அவர்களுடன் நடந்து வந்தாள். வேனில் மண்டபம் வந்துசேர்ந்தோம். அது வட்ட வடிவமான மண்டபம். அந்த மாளிகையைச் சுற்றி சில வீரர்கள் காவலுக்கு இருந்தார்கள்.

மண்டபத்தைச் சுற்றி தண்ணீர் ஓடியது. அதில் மீன்கள் தெரிந்தது. அந்த மீன்களைப் பார்க்க ஒரு வெளிச்சுற்று தாழ்வாரம். எனக்கு முன்பாகவே வர்மன் அங்கு இருந்தான். அவன் இடையில் ஒரு குறுவாள் தெரிந்தது. அங்குள்ள ஒரு சிறு பாலத்திற்கு முன், என் பல்லக்கு நின்றது. பெண்களும் அங்கேயே நின்றுவிட்டார்கள். மதிமுகம் என்னைப் பிடித்து உள்ளே போ என்பதுபோலத் தள்ளிவிட்டாள். நான் பாலத்தைக் கடந்து உள்ளே சென்றதும், என் இரு கை விரல்களைப் பிடித்து மீன்களை வேடிக்கை பார்க்கும் இடத்திற்கு அழைத்துச் சென்றான். அங்கிருந்தபடியே, ஒப்பனை செய்யும் பெண்களைப் பார்த்தான். அதில் ஒரு பெண், இரு கைகளையும் உயர்த்தி, பின்னர் கீழே இறக்கினாள். இவனுக்கு என்னவோ சைகையில் சொன்னாள், என்னவாக இருக்கும்? ஒருவேளை என்னிடம் ஆயுதம் இல்லை என்று சொல்லியிருக்கலாம்.

இவனிடம் இருந்து என் கைகளை விடுவித்துக்கொள்வதா வேண்டாமா என்று தெரியவில்லை. நடிப்புதானே. இருக்கட்டும் என்று விட்டுவிட்டேன். இரண்டு நிமிடம் வேடிக்கை பார்த்து விட்டு, நாம் உள்ளே செல்லலாம் என்றதும், வாயெல்லாம் பல் தெரிய சிரித்துக்கொண்டே உள்ளே சென்றான். நான் அவனைத் தொடர்ந்து உள்ளே சென்றேன்.

அது வட்ட வடிவமான ஒரு பெரிய அறையுள்ள மாளிகை. நடுவில் ஒரு அலங்கரிக்கப்பட்ட படுக்கை. மெத்தையின் மேல் பூத்தூவப்பட்டு இருந்தது. பார்த்தவுடன் பக்கென்றது. ஒன்றுக்கு ஒன்று சீரான இடைவெளி விட்டு, சுவர் முழுக்க ஓவியங்கள். ஆர்வத்தில் என்னவென்று ஒரு ஓவியத்தைப் பார்த்தேன். ஆணும் பெண்ணும் அரைகுறை ஆடையுடன் இருக்கும் ஓவியங்கள். இதையும் மலர் வரைந்தாளா என்று பார்த்தேன். ஓவியரின் பெயர் இல்லை. பின்னால் நின்றிருந்த வர்மன், “உன்னில் பாதி கூட இந்தப் பெண் அழகில்லை.” தர்மசங்கடம் என்று

சொல்வார்களே, அந்தச் சொல்லின் பொருளை அங்குதான் தெரிந்துகொண்டேன். வெளியேயும் செல்ல முடியாது. வெளியே செல்லக் கூடாது என்று சொல்லிவிட்டாள் மலர்.

அரைகுறை ஆடையுடன் உள்ள ஓவியங்கள், அங்கங்களைக் காட்டி நிற்கும் பெண் சிற்பங்கள், ஒரு மெத்தை. இதைத் தவிர ஆங்காங்கே சுவற்றோடு ஒட்டிய மேசைகள். அதன்மேல் சிவப்புக்கல் பதிக்கப்பட்ட தங்கக் கோப்பையில் திரவம் நிரப்பப் பட்டு இருந்தது. சில மேசைகளில் பெரிய வெள்ளிக் கூஜாவும் இருந்தது. நான் நடிப்பதற்குத் தேவையான பொருட்கள் இவ் வளவுதான். இவற்றை வைத்து எவ்வளவு நேரம் நடிப்பது?

பெண் ஆடை இல்லாமல் காடுகளில் திரிந்துகொண்டு இருந்த போது, இந்த ஆண்கள், பெண்ணின் படத்தை வரையவில்லை. அவன் பசிக்குத் தேவையான ஆடு, மாடு, மற்ற விலங்குகளைத் தான் குகைகளில் வரைந்தான். பெண் ஆடை கட்டிக்கொண்ட பின், அவளை ஓவியத்தில் நிர்வாணப்படுத்துகிறான். புத்தகங்கள், டி.வி., செல்ஃபோன், இல்லாத காலத்தில், இதுபோன்ற நிர்வாண ஓவியங்களும், சிற்பங்களும்தான் அந்தக் காலத்தின் ஆபாசக் களஞ்சியம் என்ற சிந்தனையோடு கோப்பையில் இருந்த திரவத்தை முகர்ந்துபார்த்தேன்.

திரவம் கெட்ட நெடி வீசியது. ஜாலிக்காக நான் என் தோழி களுடன் சேர்ந்து மது குடித்து இருக்கிறேன். அது எதுவும் இவ்வளவு கெட்ட வாடை வீசியது இல்லை. இரண்டு கோப்பை களைக் கைகளில் எடுத்து, சுவாசிப்பதை நிறுத்தி, பல்லில் படாமல் கொஞ்சம் குடித்துவிட்டேன். இன்னொரு கையில் இருந்ததை அவனுக்குக் கொடுத்தேன். அவன் அதை வாங்காமல், நான் குடித்த கோப்பையை வாங்கிக்கொண்டு, "அதைவிட இதில் தான் போதை அதிகம் இருக்கும்" என்று சிரித்துக்கொண்டே சொன்னான். அநியாயத்திற்குக் காதல் வசனம் பேசுகிறான்.

மடமடவென்று குடித்து கோப்பையை வெறுமை ஆக்கினான். அதற்குப் பக்கத்தில் இருந்த இன்னொரு ஓவியத்தைப் பார்த் தோம். அதில் இருந்த பெண்ணின் மீது மேலாடை என்று ஒன்று இருந்தது. ஓவியன் அந்த ஆடையை வரையாமலே இருந்திருக்கலாம். என் பக்கத்தில் அவன் நின்றுகொண்டு அந்தப் படம் பார்த்துக் கதை சொல்ல ஆரம்பித்தான்.

"அந்தப் பெண் கையில் செங்காந்தள் மலர் பிடித்து இருக் கிறாள். அது மருத்துவர்கள் மட்டுமே கையாள வேண்டிய மலர். இவள் ஏன் அதைப் பிடித்து இருக்கிறாள்? இவள் என்ன சொல்ல வருகிறாள் மலர்மங்கை? நீ சொல்."

"எனக்கென்ன தெரியும்."

"உன் அரண்மனை ஓவியன்தானே வரைந்தான். காரணம் சொல்லி இருப்பானே."

அய்யோ, ஒரு நிமிடம் நான் மலர்மங்கை என்பதையே மறந்து விட்டேன். "நான் வேனில் மண்டபத்திற்கு வருவது இதுவே முதல்முறை. இங்கே இருக்கின்ற ஓவியங்களை இப்போதுதான் பார்க்கிறேன்" என்று சமாளித்தேன்.

"புரிந்துவிட்டது" என்று சொல்லிவிட்டு அடுத்த ஓவியத்தைப் பற்றி பேச ஆரம்பித்தான்.

அந்த ஓவியத்தில், பெண் சிறிது சோகமாக நின்றுகொண்டு இருக்கிறாள். அவளுக்குப் பின்னால், ஒரு ஆண் நின்றுகொண்டு இருக்கிறான்.

"இந்த ஓவியத்தில் இருந்து என்ன தெரிகிறது மலர்மங்கை?"

இன்னொருவரின் இடத்தில் இருந்து, அவரைப்போல நடிப்பது உண்மையிலேயே கடினம். இந்தக் கொடுமை எப்போது முடியுமோ என்ற கவலையுடன், "தெரியவில்லையே" என்றேன்.

"அந்தப் பெண்ணின் கை வளையலைப் பார். அதிலிருந்து என்ன தெரிகிறது மலர்?"

"அந்த வளையல் சற்றுப் பெரிதாக இருக்கிறது."

"ஆமாம். அவள் அந்த ஆணைப் பார்த்து என்ன சொல்ல வருகிறாள் என்றால், உன் பிரிவால் என் உடல் மெலிந்துவிட்டது என்று சொல்வதுபோல ஓவியன் வரைந்திருக்கிறான்."

இதில் அப்படித்தான் இருக்கிறதா, இல்லை இவன் அள்ளி விடுகிறானா என்று தெரியாமல், பொய்யாகச் சிரித்துவிட்டு அடுத்த ஓவியத்திற்குச் சென்றேன்.

"இந்த ஓவியம் சற்றுக் கடினமானது. ஓவியனின் எண்ணத்தை நீ சரியாகக் கணித்துவிட்டால், உன்னை நீயே மெச்சிக்கொள்ளலாம். மலர் எங்கே சொல் பார்க்கலாம்."

மலர்மங்கையின் திட்டம் என்னவென்று தெரியவில்லை. எவ்வளவு நேரம் நான் இங்கு இருக்க வேண்டுமோ என்ற கவலை ஒரு பக்கம். இங்கே இவன் கேள்விமேல் கேள்வி கேட்டு என் அறிவைச் சோதிக்கிறான். ஒருமுறையாவது, இவன் கேள்விக்குச் சரியான பதில் சொல்ல வேண்டும் என்ற உந்துதலில் அந்தப் படத்தை உற்றுநோக்க ஆரம்பித்தேன். அதில் உள்ள ஆணின் கண்களைப் பார்த்தால், அவன் ஒரு திருடன்போலத் தெரிகிறது. எப்போதோ படித்த, 'உள்ளம் கவர் கள்வன்' என்ற வரி நினைவுக்கு வந்தது.

"அவள் உள்ளத்தைக் கொள்ளை அடித்த கள்வன் இவன்" என்று ஏதோ பெரிதாகக் கண்டுபிடித்துவிட்ட உற்சாகத்தில் சற்று உரக்கவே சொன்னேன்.

"ம், அப்படி ஒரு பொருள் இருக்குமோ?" என்று சொல்லி அந்த ஓவியத்தை மூன்று பக்கமும் நடந்து சென்று பார்த்துவிட்டு, "நீ சொல்வது மேலோட்டமாகப் பார்த்தால் சரி என்றே தோன்றும். ஆனால் இந்த ஓவியத்தை நீ நன்றாகப் படிக்க வேண்டும். அந்த ஆண் கள்வனின் தோற்றத்தில் இருக்கிறான். இதில் காலம் இரவு நேரமாக வரையப்பட்டு உள்ளது. இந்தப் பெண் என்ன சொல்கிறாள் என்றால், நீ இரவு நேரத்தில் கள்வனைப்போல வருகிறாய். எவ்வளவு காலம் நாம் இப்படியே சந்திப்பது. விரைவில் என்னை நீ முறைப்படி மணந்துகொள் என்று சொல்கிறாள்" என்று ஒரு புது விளக்கம் கொடுத்தான்.

அடுத்த படத்திற்குச் சென்றோம். அங்கே நின்று அதன் நிறை குறைகளைச் சொல்ல ஆரம்பித்தான். சில தமிழ்ப் பாடல்களை மேற்கோள் காட்டிப் பேசினான். அது எனக்கு தமிழ் வகுப்பு எடுப்பது போலவே இருந்தது. இவன் கையில் வாள் பிடிக்காமல் இருந்தால், ஒரு நல்ல தமிழ் ஆசிரியனாக இருந்திருப்பான். ஆர் யு சார், நீங்க எங்க இருந்தாலும் ஆசிரியர்தான் என்று நினைத்துக்கொண்டேன்.

அந்த ஓவியத்தின் கீழே இருந்த ஒரு கோப்பையை எடுத்து அவனிடம் நீட்டினேன். தலையை 'நீ குடி' என்பதுபோல அசைத் தான். இவன் பேச்சைக் கேட்பதைவிட, பேசாமல் குடித்து மட்டையாகி விடலாம் என்றுகூடத் தோன்றியது. நான் பழைய படி, கொஞ்சம் குடித்தேன். அவன் பழையபடி, அதை வாங்கிக் கொண்டான். என் உதடு தொட்டதைக் குடிக்க விரும்புகிறானா அல்லது என்னை வைத்து மதுவை சோதிக்கிறானா என்றும் தெரியவில்லை.

அவன் பழையபடி அடுத்த ஓவியத்திற்கு மேற்கோள் காட்டி, தமிழ்ப் பாட்டு சொன்னான். இவனைக் குடிக்கவிட்டால், இங் கிருக்கும் எல்லாவற்றையும் குடித்துவிடுவான்போல இருக்கிறது. ஆதலால், மூன்று கோப்பைக்கு மேல் நான் தொடவில்லை. அவனும் குடிக்கவில்லை. சில நேரங்களில் வரம்பு மீற முற் பட்டான். அவன் மூச்சுக்காற்று என் கன்னத்தில் படும் அளவிற்கு நெருக்கத்தில் இருந்து பேசினான். ஒரு அரைமணி நேர அவதிக்குப் பிறகு, வெளியிலிருந்து, "வர்மா, வர்மா. உள்ளேயா இருக்கிறாய்?" என்று மல்லன் குரல் கொடுத்தான்.

"இவனுக்கு வேறு வேலையே இல்லையா" என்று சலிப்புடன் வெளியே சென்றான். நான் அந்த அறையின் கதவுக்குப் பக்கத்தில் நின்று, அந்தக் கதவின் இடைவெளியில் என்ன நடக்கிறது என்று படபடப்புடன் கவனிக்க ஆரம்பித்தேன்.

"வர்மா, அவள் ஒரு சாகசக்காரி."

"யாரைச் சொல்கிறாய் மல்லா?"

"இளவரசி மலர்மங்கையைத்தான்."

"ஏன்? என்ன ஆயிற்று?"

"சீவி சிங்காரித்துக்கொண்டு, என் மாளிகைக்குள் எப்படியோ வந்தாள். என் இடையை நீ தொட்டதில் இருந்து, என் இடை உனக்காக ஏங்குகிறது என்கிறாள் பசப்புக்காரி."

"மல்லா."

"வர்மனுக்குத் தெரிந்தால் என்ன நடக்கும் தெரியுமா என்று அவளைப் பிடித்து கீழே தள்ளினேன். தெரிந்தால்தானே. நீ

என் கையைப் பிடித்தாய், கன்னத்தைத் தடவினாய், இடையை நெருக்கினாய், தொடையைத் தொட்டாய், தலைமுடியைப் பிடித்தாய். நீ தொடாத பாகம் இன்னும் கொஞ்சம்தான் இருக்கிறது என்று என்மேல் சாய வந்தவளை வெட்ட வாள் ஓங்கினேன். வெட்டு என்று சொல்லி வாளை அவள் கழுத்தில் பிடித்துக்கொண்டு நாடகமாடுகிறாள் அந்த நடத்தை கெட்டவள்."

"மல்லா, நீ வரம்பு மீறுகிறாய்."

"யார் நானா? அந்த நடத்தைகெட்டவளா? உனக்கும் வர்மனுக்கும் திருமணம் என்று கோட்டை முழுக்க பேச்சு ஓடுகிறது. உன் நடத்தையை வர்மன் தெரிந்துகொள்ளட்டும் என்று அவள் கையைப் பிடித்து வா வர்மனிடம் போவோம் என்று இழுத்து வந்தேன். என் கையை விடுவித்துக்கொண்டு என் மாளிகைக்குள் மாயமாகிவிட்டாள். எங்குத் தேடியும் அவள் அங்கு இல்லை. எப்படி வந்தாள் என்றும் தெரியவில்லை, எப்படி மறைந்தாள் என்றும் தெரியவில்லை. நீ அவளை நம்பிக்கொண்டு இருக்கிறாய்."

"நீ நேற்று இரவு மகேந்திராவுடன் பேசினாயா?"

"அதைப்பற்றி ஏன் இப்போது கேட்கிறாய்? ஆமாம் பேசினேன்."

"இளவரசி உன்னிடம் எப்போது முறைதவறி நடந்தாள்?" என்று அமைதியாகக் கேட்டான்.

"இப்போதுதான், நேராக அங்கிருந்துதான் வருகிறேன்."

"அப்படியா? இளவரசி வெளியே வா."

எனக்கு ஐம்புலன்களும் ஒடுங்கிப்போனது. கால்கள் நடுங்கியது. நடுக்கத்துடன் வாசல் படிக்கட்டில் நின்று அவர்களைப் பார்த்தேன்.

"இவள்தான், இவளேதான். ஆள் மயக்கி. இதே சிவப்பு உடையில் என்னை அங்கே மயக்கினாள். என்னிடம் இருந்து தப்பித்து நேரே இங்கே வந்து இருக்கிறாள். வர்மா. இவளை இங்கேயே வெட்டிப் போடுகிறேன், தடுக்காதே" என்று என்னை நோக்கி முன்னேறியவனின் வயிற்றில் கத்தியால் குத்தினான்

வர்மன். மல்லன் எதிர்பார்க்கவில்லை. தடுமாறினான். அது மது போதையா, இல்லை மலர்மங்கை போதையா என்று தெரிய வில்லை. கத்தியை உருவி மீண்டும் மல்லனைக் குத்தினான் வர்மன்.

பிறகு காலால் உதைத்து அந்தப் பாலத்தின் கீழ் உள்ள தண்ணீரில் மல்லனைத் தள்ளினான். தண்ணீர் சிவப்பு நிறமானது. அதை நானும், மற்ற மூன்று பெண்களும், காவலுக்கு இருந்த சில வீரர்களும் பார்த்தோம். வர்மன் அழைத்த குரலுக்கு ஓடிவந்த ஒரு வீரனைப் பார்த்து, "கோட்டைத் தளபதி மகேந்திராவை உடனே என்னை வந்து பார்க்கச்சொல்" என்று கட்டளையிட அவன் ஓடினான்.

இதற்குள் மதிமுகம் வர்மன் அழைக்காமலே ஓடிவந்து, "அரசே, நிலைமை சரியில்லை. இளவரசியை அந்தப்புரத்திற்கு அழைத்துச்செல்லவா?" என்று கேட்டதும் அவன் என்னைப் பார்த்தான். நானும் அவன் அருகில் சென்று, "மீண்டும் சந்திப் போம்" என்று சொல்லி அவன் பதிலை எதிர்பார்த்திருந்தேன்.

"சில நாட்களாகவே நான் பார்த்துக்கொண்டுதான் இருந்தேன். வீரர்களிடம் குழப்பம் விளைவித்தான். இவன் செய்த சூழ்ச்சி என்னவென்று எனக்குத் தெரியாது என்று நினைத்து இருந்தான். அரசனைவிடத் தான் பெரியவன் என்று காட்டிக்கொண்டான். தனிமையில் என்னைப் பார்த்து ஒருமையில் பேசியவன், பொது இடங்களிலும் ஒருமையில் பேச ஆரம்பித்தான். தன்னையே அரசன் என்று நினைக்க ஆரம்பித்துவிட்டான்.

இவன் முடிவை நான் முன்பே எழுதிவிட்டேன். தள்ளிப் போடவேண்டிய முடிவை, விரைந்து தேடிக்கொண்டான். இப் போது எனக்குச் சில அவரச வேலைகள் இருக்கு. நான் உன்னைப் பிறகு சந்திக்கிறேன்" என்று அவன் சொன்னதும், பல்லக்கு இருக்கும் இடத்திற்கு ஓட்டமும் நடையுமாகச் சென்றேன். மலர்மங்கை சாகசக்காரிதான் என்று நினைத்துக்கொண்டே பல்லக்கில் ஏறி என் மாளிகை அடைந்தேன். உள்ளே பணிப்பெண் போல உடை யணிந்து ஒரு தட்டில் இனிப்பு வகைகளை வைத்து, "அரசியார் பசியாறலாம்" என்று சொல்லி தலை குனிந்து நின்றாள் மலர் மங்கை.

3.8

"மேலே கொண்டு வா" என்று அதிகாரத்துடன் சொல்ல, நானும் மலர்மங்கையும் படியேறி மேலே வந்தோம்.

மேலே வந்ததும், என்னைக் கேட்காமலே என் வாயில் ஒரு இனிப்பைத் திணித்தாள். மனிதக் கொலைகள் எனக்குப் பழகி விட்டது என்று நினைக்கிறேன். சற்று நேரத்திற்கு முன்தான் ஒரு மனிதனின் மரணத்தைப் பார்த்தேன். மல்லன், தோஷ், பீலா பிரேம், அந்த மூவரையும் எனக்கு பிடிக்காதுதான். இருந்தாலும் ஒரு கொலையைப் பார்த்த படபடப்பு அடங்கு முன்பே, வாயில் வைத்த இனிப்பை உள்ளே விழுங்கும் அளவுக்கு என்னிடம் மனிதம் அற்றுப்போய்விட்டது. மரணத்தைக் கொண்டாடத் துணிந்துவிட்டேன். மலர்மங்கையின் நட்பு என்னை இப்படி மாற்றியிருக்கிறதா, இல்லை, இன்னொரு உலகத்தில் நான் ஒருவனைக் கொலை செய்ததில் இருந்து கொலைகள் எனக்குப் பழகிப்போனதா என்றும் தெரியவில்லை.

மெதுவான குரலில், "தாரா, உன் ஒத்துழைப்பு இல்லாமல், என்னால் இந்த வேலையை முடித்து இருக்கவே முடியாது. மிக்க நன்றி" என்று சொல்லிவிட்டு அவளும் ஒரு இனிப்புத்துண்டை எடுத்து வாயில் போட்டுக் கொண்டாள்.

இந்த உலகத்தில் உள்ள மலர், தாரா, ரெமியைவிட மனோதிடம் வாய்ந்தவளாக இருக்கிறாள். எதற்கும் துணிந்தவளாக இருக்கிறாள். இவள் வேலை எல்லாம் முடிந்தவுடன் என்னைக் கொல்ல மாட்டாள் என்பதற்கு எந்த உறுதியும் இல்லை. அப்படியே இவள் நினைத்தால், என் கதையை ஒரு நிமிடத்தில் முடிக்க முடியும்.

"வாகை, நான் ஒன்று கேட்க வா?"

"கேள்."

"உன் முதல் காரியத்தில் நீ வெற்றி பெற்றுவிட்டாய். உன்னுடைய அடுத்த நகர்வு உனக்கு மட்டும்தான் தெரியும். அதிலும் நீ கண்டிப்பாக வெற்றி பெறுவாய். நீ நினைத்தது எல்லாம் முடித்துவிட்டால், நான் உனக்குப் பாரம் என்று என்னைக் கொல்வாயா?" குழந்தைத்தனமாக நேரிடையாகவே கேட்டேன்.

பொங்கி வந்த சிரிப்பை, கீழ்த்தளத்தில் இருப்பவர்களுக்குக் கேட்டுவிடப் போகிறது என்று பயந்து, ஒரு கையால் வாயை மூடிக்கொண்டாள். அறையின் மறுகோடிக்கு என்னை இழுத்துச் சென்று, "தாரா, என் வலிமையே நீதான். என் நாடு விடுதலை அடைந்தால், நீ கேட்பதை நான் தருகிறேன். என் உயிரைக் கேள் தருகிறேன், இல்லை, வளவ நாட்டின் அரசாளும் உரிமையைக் கேள், தருகிறேன். நான் வணங்கும் எல்லை காத்த வீரன்சாமி மீது ஆணை. அந்தச் சாமிதான் உன்னை இங்கு அனுப்பி இருக்கிறான் என்று மதியிடம் அடிக்கடிச் சொல்லுவேன். உன் கேள்வி என்னைச் சிரிக்க வைத்தாலும், சிறிது வருத்தப்பட வைக்கிறது. இதுபோல இனிமேல் பேசாதே."

"ஆமாம் வாகை. நீ எப்படி அங்குப் போனாய்? எப்படித் தப்பித்தாய்?"

"சுண்டெலி என்றுதானே சொல்லி அவையில் சிரித்தான். சுண்டெலி அதன் வேலையைக் காட்டத் தொடங்கிவிட்டது. இதோ இந்தச் சுரங்கம்தான். தரைக்கு மேலே உள்ள எல்லா மாளிகைகளையும், சுரங்கத்தால் இணைக்கப்பட்டு உள்ளது. இதன் வழியாகத்தான் மல்லனின் மாளிகைக்குச் சென்றேன். சென்ற வேலை முடிந்ததும் அதன் வழியாகவே இங்கு வந்துவிட்டேன். அதைவிடு. அது முடிந்துபோன கதை. என்னுடைய அடுத்தத் திட்டத்திற்கு நீதான் தலைமை ஏற்கப் போகிறாய்."

"மலர், இன்னும் யார் இருக்கிறார்கள் மயக்க?"

"நீ குன்ற நாட்டிற்குப் போக வேண்டும். அங்குச் சென்று பெருநாகனிடம் அபயம் என்று சொல். என் நாடு சிறை பிடிக்கப் பட்டுள்ளது. மீட்டுத்தர வேண்டும் என்று சொல். அவன் படையில் பாதி வந்தால்கூடப் போதும். இங்கிருக்கும் சாளை நாட்டு வீரர்களை விரட்டலாம் என்று உதவி கேள்."

"நானா? ஏன் மதிமுகம் போகக் கூடாது?"

"மதி சென்றால், பெருநாகன் செவி சாய்க்காமல் போகலாம். இதில் ஏதோ சூழ்ச்சி இருக்கிறது என்று நம் கோரிக்கையைப் புறந்தள்ளிவிடலாம்."

"ஏன் நீ போகக் கூடாது?"

"நல்ல கேள்வி. நான் ஒரு ஐந்து நாட்கள் காணாமல் போனேன் அல்லவா. அந்த ஐந்து நாட்களில் ஆயுதம் கலைக்கப்பட்ட வீரர்களுக்கு ஆயுதம் கிடைக்க ஏற்பாடு செய்தேன். இன்னும் ஒரு ஐநூறு வீரர்கள் கோட்டையின் பல்வேறு சிறையில் வாடுகிறார்கள். பெருநாகன் கோட்டையைத் தாக்கும் அதே சமயம், நான் சிறைப்பட்ட வீரர்களை விடுவிக்க வேண்டும். இதை எல்லாம் நீ இங்கிருந்து செய்ய முடியாது. நீ போ. உன்னை தாரா என்று காட்டிக்கொள்ளாமல், நான்தான் இளவரசி மலர்மங்கை என்று சொல். உதவி கேள். செய்ய மறுத்தால், குன்ற நாடு வர்மனால் தாக்கப்படும் அபாயத்தையும் சொல். கண்டிப்பாக உதவி செய்வார்."

"குன்ற நாடு எங்கிருக்கிறது? நான் எப்படி அங்குச் செல்வது?"

"மாடத்திற்கு வா" என்றாள். சென்றோம். "இந்தக் கோட்டை யின் மையமாக இருப்பது அரசவை மன்றம். அங்குதான் என் தந்தை கொல்லப்பட்டார். நாம் இருக்கும் மாளிகை அதற்குத் தெற்குப் பக்கமாக இருக்கிறது. கோட்டையின் சுவற்றுக்கும், நாம் இருக்கும் மாளிகைக்கும் இடையில் இரண்டு மாளிகைகள் இருக்கின்றன. இந்த அறையில் இருக்கும் சுரங்கப்படியில் இறங்கியவுடன் ஒரே ஒரு வழிதான் இருக்கும். அதன் வழியே சிறிது தொலைவு நட. அந்தப் பாதை இரண்டாகப் பிரியும். அங்கே வலப்பக்கம் திரும்பு. இன்னும் சிறிது தொலைவு நட. அந்தப் பாதை இரண்டாகப் பிரியும். அங்கே இடப்பக்கம் திரும்பு. அது நேரே, கோட்டையைக் கடந்து போகும். ஒரு நாழிகை நேரம் நடந்தால் அது எல்லை காத்த வீரன்சாமி நடுகல்லில் சென்று முடியும்."

தலை சுற்றியது எனக்கு. நான் மீண்டும் சொல்லிப்பார்த்தேன். "முதலில் வலப்பக்கம், பிறகு இடப்பக்கம், அதன் பிறகு நடக்க வேண்டும். நாழிகை என்றால் என்ன? அது எவ்வளவு நேரம்?"

"நாழிகை என்றால் நாழிகை. அதை நான் என்னவென்று சொல்வது. நீ எப்படி நேரத்தை அளப்பாய்?"

நான் ஒரு பட்டதாரி. என்னால் நாழிகை எவ்வளவு நேரம் என்பதை சொல்ல முடியவில்லையே என்று நினைக்கும்போது வெட்கமாக இருந்தது.

"ஒரு நாளைக்கு எத்தனை நாழிகை?"

"இதுகூட உனக்குத் தெரியாதா. அறுபது."

"அப்படியென்றால், அப்படியென்றால்" என்று சொல்லிக் கொண்டே வாய்க் கணக்கு போட்டேன். தோரயமாகக் கண்டு பிடித்துவிட்டேன். "அந்தக் கல் வரும். அப்புறம்?"

"அது கல் அல்ல. அரச குடும்பத்தின் கோயில். வெளியாள் செல்ல அனுமதி இல்லை. நீ போகும் சுரங்க வழி, சிலைக்குப் பின் சென்று முடியும். அங்கே ஒரு சங்கிலி தொங்கும். அதைப் பிடித்து இழு. அதை எளிதாக இழுக்கலாம். மேலே ஏறி வந்த பின், மீண்டும் அந்தக் கல்லை மூடிவிடு. உன்னைப் பிடித் தார்களே, அந்தக் கானகத்தில் இருக்கிறது அந்தக் கோயில். அந்தக் கோயிலின் பின்புறமாக ஒரு ஒத்தையடிப் பாதை போகும். அதில் ஒரு அரைக் காத தொலைவில் ஒரு சிறிய மண்டபம் வரும். அங்கே இரண்டு குடிசை வீடுகள் இருக்கும். அவர்கள் என் மெய்க்காப்பாளர்கள். உன்னைப் பார்த்தவுடன் புரிந்துகொள் வார்கள். குன்ற நாட்டு அரண்மனைக்குச் சென்று பெருநாகனைப் பார்க்க வேண்டும் என்று சொல். அவர்கள் உன்னை அழைத்துச் செல்வார்கள்."

அரைக் காத தொலைவு என்றால் என்னவென்று கேட்க நினைத்தேன். சரி, ஏதோ ஒன்று. நடப்போம் என்று அமைதி யானேன்.

"நாளை வைகறையில் நான் இங்கு வருவேன். உன்னிடத்தில் நான் இங்கு இருப்பேன். ஆயத்தமாக இரு."

"உன்னிடத்தில்தான் நான் இருக்கிறேன்" என்று நான் சொன் னதும் சிரித்துகொண்டே, கீழே போய்விட்டாள்.

அவள் சொன்னதையெல்லாம் நான் ஒரு தடவை சொல்லிப் பார்த்துக்கொண்டேன். இரவு நேரம் மாடத்திற்குச் சென்று வெளியே பார்த்தேன். வழக்கத்திற்கு மாறாக வீரர்கள் தீப்பந்தத்தை ஏந்தி இங்கே ஓடுவதும், அங்கே ஓடுவதுமாக இருந்தார்கள். சில வீரர்களின் கைகளைக் கட்டி இழுத்துப் போனார்கள். மல்லனின் மரணத்திற்குப் பிறகு, மல்லனின் நம்பிக்கைக்கு உரியவர்களைக் கைது செய்துவிட்டதாக மதி சொன்னாள்.

இரவு தூக்கத்திற்குப் பிறகு, விடியலில் என்னை யாரோ எழுப்புவது போல இருந்தது.

"என்ன ஒரு ஆழ்ந்த உறக்கம்!" என்று சொல்லி மலர் என்னை எழுப்பினாள். வெளிப்பக்கம் இன்னும் சற்று இருளாகவே இருந்தது. பணிப்பெண் போல உடை அணியாமல், இளவரசி யைப் போல உடை அணிந்து இருந்தாள்.

"மதி உனக்காக உணவு சமைத்து இருக்கிறாள். நீ கீழே சென்று மறக்காமல் சாப்பிடு. உன் அடுத்த வேளை உணவு குன்ற நாட்டில் தான். விரைவாக மேலே வா" என்று என்னை அனுப்பிவிட்டு அங்கேயே அவள் இருந்தாள்.

நான் மேலே வந்ததும், அந்த அறையின் மூலைக்குச் சென்று, சுவற்றில் இருந்த ஒரு கேடயத்தைச் சுழற்றினாள். பட்டென்று ஒரு சிறு சத்தத்துடன் ஒரு கல் சற்று தூக்கியது. கை வைத்து மலர் அதை மேலும் தூக்கி, ஒரு சிறிய விளக்கை என்னிடம் கொடுத்துவிட்டு, "விளக்கு அணையாமல் பார்த்துக்கொள். இது அணைந்துவிட்டால், கும்மிருட்டாக இருக்கும். நீ தடவிக் கொண்டுதான் போக வேண்டும்."

"தீப்பெட்டி கொடு. விளக்கு அணைந்தால் நான் ஏற்றிக் கொள்கிறேன்."

"என்ன பெட்டி?"

"இதை எப்படி ஏற்றுவது?"

"நெருப்பை எடுத்துக்கொண்டு செல்ல முடியாது. நான் காலையில் நெருப்பை அடுப்பில் இருந்து மறைத்துத்தான் எடுத்து வந்தேன். இதற்கு மேல் நீயும், உன் மனோதிடமும் மட்டும்தான். எல்லை காத்த வீரன்சாமி உனக்குத் துணை இருப்பான்" என்று பயமுறுத்தி, என்னே கீழே இறக்கிவிட்டாள்.

பலகை மூடப்பட்டதும் படியில் மெதுவாக கால் வைத்து இறங்கினேன். விளக்கு வெளிச்சம் ஒரு பத்து அடி தூரம்தான் தெரிந்தது. அதற்கு மேல் இருட்டுதான். இந்த விளக்கு அணைந்து விட்டால் எப்படிப் போவது என்று நினைக்கும்போதே நெஞ்சம் படபடத்தது. என் மூச்சுக்காற்றுகூட அதில் படாதவாறு தலைக்கு மேலே தூக்கிக்கொண்டு நடந்தேன். அவள் சொன்னது போலவே, அந்தப் பாதை இரண்டாகப் பிரிந்தது. அங்கிருந்து வலப்பக்கம் நடந்தேன். அது சற்று நீளமான பாதை. ஒரு இடத்தில் தலைக்கு மேலே ஆட்கள் நடக்கும் ஓசை கேட்டது. ஏதோ ஒன்றின் மீது கால் வைத்து நான் நடக்க, அது கீச் என்று கத்தியது. நான் ஆவென்று என்னை அறியாமல் அலறினேன். மேலே உள்ளவர்களுக்கு கேட்டு இருக்குமோ என்ற அச்சத்தில் வேகமாக நடந்தேன்.

அடுத்த முட்டுச்சுவர். இடப்பக்கம் திரும்பி நடந்தேன். அது நீளமான பாதை. சிறிது நேரம் நடந்தேன். பறவைகளின் சத்தம் கேட்டது. காலை வெளிச்சத்தில் படிக்கட்டுகள் தெரிந்தது. இரண்டாவது படியில் கால் வைத்து, மேலே தொங்கிய சங்கிலியைப் பிடித்து இழுத்தேன். மேலே இருந்த ஒரு பெரிய கல் சற்று விலகியது. மேலும் இழுத்தேன். நான் வெளியே செல்லும் அளவுக்கு இழுத்தேன். வெளியே வந்து, மலர்மங்கை சொன்னது போலவே கல்லை இழுத்து மூடினேன். அந்தக் கல் ஏதோ ஒரு உருளைமீது இருக்க வேண்டும். எளிதாக என்னால் இழுத்து மூட முடிந்தது. சிலையின் முன்பக்கம் வந்தேன். அது சிலை அல்ல. ஒரு பெரிய கல். அந்தக் கல்லில் ஆறடி உயர உருவம் செதுக்கப்பட்டு இருந்தது. கையிலே கொடுவாளேந்தி, முகத்தில் முரட்டு மீசையுடன், கோபம் கொப்பளிக்க கொடூரமாகத் தெரிந்தான் வீரன்சாமி. நான் கையில் பிடித்திருக்கும் விளக்கைப்போல மேலும் சில விளக்குகள் இருந்தன. நான் கொண்டுவந்த விளக்கை அங்கே வைத்துவிட்டு, கோயிலுக்கு வெளியே வந்தேன். மரங்கள் அடர்ந்த பகுதியில் அந்தக் கோயில் இருந்தது. அந்தக் கோயிலைச் சுற்றி வந்தேன். கோயிலுக்கு முன் ஒரு பாதை இருந்தது. கோயிலுக்குப் பின் ஒரு பாதை இருந்தது.

மலர் எந்தப் பாதையில் போகச் சொன்னாள் என்பது மறந்துவிட்டது. கோயிலுக்குப் பின்புறம் உள்ள பாதையா?

இல்லை முன்புறம் உள்ள பாதையா? குழப்பமாக இருந்தது. திரும்பிப் போய்க் கேட்போமா? இதைக்கூட உன்னால் நினைவில் வைத்துக்கொள்ள முடியவில்லை. நீ எப்படி அவ்வளவு பெரிய வேலையை முடிப்பாய் என்று சந்தேகிக்கப்படலாம். நான் அப்படியே சென்றாலும், இந்த விளக்கு மீண்டும் எனக்கு உதவுமா? அப்படியே விளக்கு எரிந்தாலும், என்னால் சரியாக நான் இருந்த அந்த அறைக்குச் செல்ல முடியுமா என்பது சந்தேகம்தான். வேறு எங்காவது சென்று மாட்டிக்கொண்டால், மலர்மங்கையின் திட்டம் எல்லாம் பாழாகிவிடும்.

சரி நானாகவே ஒரு முடிவு எடுக்கிறேன். எது குறைவாகத் தேய்ந்து இருக்கிறதோ, அதில் நடக்க முடிவு செய்தேன். அப்படியே அந்த மண்டபம், நான் நடந்த பாதையில் இல்லை என்றால், திரும்பி, நேர் எதிர்பாதையில் செல்வது என்று முடிவு எடுத்து, எது குறைவாகத் தேய்ந்திருக்கும் பாதை என்று ஆராய்ச்சி செய்தேன். என் கெட்ட நேரம், இரண்டுமே சம அளவு தேய்ந்து புல் மண்டிக் கிடந்தது.

வீரன் சாமி நீதான் என்னைக் காப்பாற்ற வேண்டும் என்று வேண்டிக்கொண்டேன். தினமும் விளக்கேற்றி, வாரத்திற்கு ஒரு முறையோ, மாதத்திற்கு ஒரு முறையோ, இல்லை ஆண்டுக்கு ஒரு முறையோ படையல் போட்ட அரசக் குடும்பத்தையே காப்பாற்றாதவன், எந்தச் சம்பந்தமும் இல்லாத என்னையா காப்பாற்றப் போகிறான் என்ற நாத்திகச் சிந்தனையும் ஒரு பக்கம் ஓடுகிறது. எந்தத் திக்கில் போவது என்று தெரியவில்லை. திக்கற்றவர்களுக்குத் தெய்வமே துணை என்று இதை வைத்துத்தான் சொன்னார்களோ. நீ பார்த்துக்கொண்டு இருக்கும் பாதையிலேயே போகிறேன். முடிந்தால் என்னைக் காப்பாற்று என்று சொல்லி, அவனுக்கு முன் இருக்கும் பாதையைத் தேர்ந்தெடுத்து அதில் நடக்க ஆரம்பித்தேன்.

காட்டிலே தோன்றினேன், காடு கடத்தப்பட்டேன், சாவின் விளிம்பிலிருந்து நழுவி ஒருவார கால அரச வாழ்க்கையில் வீழ்ந்தேன். இன்று மீண்டும் காடு. ஒரு வாரத்திற்கு முன்பு பார்த்த காட்டிற்கும், இப்போது பார்ப்பதற்கும் ஒரு வேறுபாடும் தெரியவில்லை. பறவைகளின் சத்தம், வண்டுகளின் ரீங்காரம்,

காற்றின் ஓசை எதுவும் மாறவில்லை. அரைக் காத தொலைவு என்று சொன்னாள். ஒரு அரைமணி நேரம் நடக்கலாம், பிறகு யோசிக்கலாம் என்று எண்ணி நடக்கிறேன். அந்த ஒத்தயடிப் பாதை வளைந்துவளைந்து செல்கிறது. நானும் அதன் மேலேயே நடந்து செல்கிறேன்.

ஒரு இடத்தில் காட்டு முயல்களைப் பார்த்தேன். அவற்றைப் பார்த்தவுடன் மகிழ்ச்சியாக இருந்தாலும், அடுத்த கணமே பயம் தொற்றிக்கொண்டது. சிங்கம் வந்தால் என்ன செய்வது. கொடிய விலங்குகள் இங்கு இருக்குமா என்று நானும் கேட்கவில்லை, அவளும் சொல்லவில்லை. இருந்தால் மலர் சொல்லியிருக்க மாட்டாளா என்ற நம்பிக்கையில் மேலும் நடந்தேன். கையில் ஒரு ஆயுதத்தையாவது கொடுத்து அனுப்பி இருக்கலாம். ஆமாம், கையில் ஆயுதம் இருந்தால், பாயவரும் சிங்கத்தை வெட்டி வீழ்த்திவிட்டுத்தான் தாரா மறுவேலை பார்ப்பாள் என்று என்னை நானே மட்டம் தட்டிக்கொண்டு நடக்கிறேன். அந்தப் பாதையும் சில இடங்களில் மறைந்து, சிறிது தூரம் விட்டு மீண்டும் தெரிந்தது. சரியான பாதையில்தான் போகிறேனா என்ற ஐயமும் ஒரு பக்கம் இருந்துகொண்டே இருக்கிறது.

அந்தப் பாதையின் தேய்ந்த வழித்தடம் எப்போதோ மறைந்து போனது. இப்போது நான் தோரயமாகத்தான் நடக்கிறேன். நான் ஒருமணி நேரத்திற்கு மேல் நடந்துவிட்டேன் என்று கால்கள் வலிப்பதில் இருந்தே தெரிகிறது. கண்ணுக்கெட்டிய தூரம்வரை மரங்கள்தான் தெரிகிறது. மண்டபம் தெரியவில்லை. திருப்பிப் போய்விடலாமா என்று நினைத்துத் திரும்பினேன். வந்த வழி எனக்கு மீண்டும் தெரியுமா என்றும் தெரியவில்லை. நாற்காலி உயரத்திற்கு இருந்த பெரிய மரத்தின் வேர்மீது உட்கார்ந்தேன். என் மேலேயே எனக்குச் சலிப்பு வந்தது. நான் ஒரு உதவாக் கரை. அவ்வளவு தெளிவாகச் சொன்னாள், நான் சரியாகக் கவனிக்காமல் விட்டுவிட்டேன். ஒருவேளை என்னைத் தொலைத்து தலை முழுக என்னை இங்கு விட்டுவிட்டாளா மலர் என்று அவள் மீது ஒரு சந்தேகமும் வந்தது.

சிறிது நேரம் அங்கேயே உட்கார்ந்து இருந்தேன். மீண்டும் அந்தக் கோயிலுக்குப் போவோம் என்று எழுந்து நின்றால் எந்தப்

பக்கத்திலிருந்து வந்தேன் என்பதே எனக்கு மறந்துவிட்டது. எந்தப் பக்கம் திரும்பினாலும் ஒரே மாதிரியாக இருக்கிறது. சில வினாடிகள் கண்ணை மூடிக்கொண்டு இருந்தேன். பிறகு திறந்து பார்த்தாலும், எது நான் நடந்து வந்த வழியென்று என்னால் அறுதியிட்டுச் சொல்ல முடியவில்லை. நடந்து வந்த தடம் தெரிகிறதா என்று பார்த்தேன். இலைகளும், சருகுகளும் ஒரே மாதிரியாகத்தான் இருக்கிறது. இதில் யானை நடந்தாலே தெரியாது, நான் நடந்து வந்தது எப்படித் தெரியும். சுற்றிச்சுற்றி வந்ததில் மொத்தமாக நான் எந்தப் பக்கத்தில் இருந்து இந்த இடத்திற்கு வந்தேன் என்பதை என்ன செய்தாலும் கண்டுபிடிக்க முடியாத நிலைமைக்குத் தள்ளப்பட்டேன்.

கண்ணைக்கட்டி என்னை யாரும் காட்டில் விடவில்லை, நான் கண்ணைத் திறந்துகொண்டே காட்டில் தொலைந்துபோனேன். என் இயலாமையை நினைத்து, என்னை அறியாமல் கண்ணீர் வந்தது. துடைத்துக்கொண்டு, இந்தப் பக்கமாகத்தான் இருக்கும் என்று ஒரு திசையை முடிவு செய்து அதில் நடக்க ஆரம்பித்தேன். இரண்டு மணி நேரத்திற்கு மேலாக நடக்கிறேன் என்பதை என் உடல் சோர்வு சொல்லியது. வழக்கமான சத்தத்திற்கு இடையே, சருகுகளின் சரசரவென்ற சத்தம். திரும்பிப்பார்க்கிறேன். ஒன்றும் இல்லை. நடக்க ஆரம்பிக்கிறேன், மீண்டும் அதே சத்தம். திரும்பிப்பார்க்கிறேன். புலி ஒன்று, மரத்தின் மறைவில் இருந்து ஓடிவந்து என்மேல் பாய்ந்தது. ஒரு மரத்தின் வேர் தடுத்து, நான் கீழே விழுந்தேன். அந்தப் புலியின் கோரைப்பற்கள், என் கண்களுக்கு மிக அருகில் தெரிந்ததுதான் எனக்குக் கடைசியாக நினைவில் இருந்தது.

3.9

முகத்தில் தண்ணீர் தெளிக்கப்பட்டு, என் கன்னத்தைத் தட்டி, "மலர்மங்கை, மலர்மங்கை" என்று என்னை யாரோ அழைத் தார்கள். கண்ணைத் திறக்க முடியாமல் திறந்தேன். என் கண்ணுக்கு மிக அருகில் விக்கி. அவன் கழுத்தை என் இரு கைகளால் இறுக்கிப் பிடித்து, அவன் முகத்திற்கு அருகில், என் முகத்தை வைத்து, "இனிமே நான் உன்னைப் பார்க்கவே முடியாதான்னு நினைச்சேன்டா" என்று கதறி அவன் கன்னத்திலும், நெற்றியிலும், உதட்டிலும் அழுத்தி முத்தமிட்டுக் கொண்டே அழுதேன்.

அவன் என் கைகளை விலக்கி, நிமிர்ந்துநின்று, "இளவரசி என்ன இது! நீங்கள் அதிர்ச்சியில் இருக்கிறீர்கள். தண்ணீரைக் குடியுங்கள்" என்று அவன் கையில் வைத்திருந்த ஒரு சுரைக்காய் குடுவையை நீட்டினான். நிமிர்ந்து நிற்கும் அவன் முழு உருவத் தையும் பார்த்தேன். விக்கியைப் போலவே இருக்கும் அவன் விக்கி அல்ல.

கைகளைத் தவிர்த்து, மார்பையும் முதுகையும் மூடியிருக்கும் சிறுத்தைத் தோலில் செய்த ஆடை, அவன் விரிந்த மார்பை மறைக்க முடியாமல் மறைத்தது. உருண்டு திரண்ட கைகளின் மேல்தசையும், முழங்கைக்குக் கீழ் உள்ள தசையும், தோளில் மாட்டியிருக்கும் வில்லும், இடையில் செருகி இருக்கும் குரு வாளும், அவனை ஒரு வலிமையான வேடன் என்று காட்டியது. இவனுக்கு நீல வண்ணம் பூசினால் அப்படியே என் வீட்டில் மாட்டியிருக்கும் காலெண்டர் படத்தில் இருக்கும் ராமனைப் போலவே இருப்பான். இவன் விக்டர் இல்லை.

"மன்னிக்கவும், என்னை அறியாமல் உங்களிடம்" என்று இழுத்தேன். பிறகு அவனிடம் இருந்து குடுவையை வாங்கி, தண்ணீரைக் குடித்தேன். என் பக்கத்தில் என்மீது பாய்ந்த புலி, அம்பு பாய்ந்து, கத்தியால் குத்தப்பட்டு இறந்து கிடந்தது.

கழுத்துவரை நீண்ட தலைமுடி, கழுத்தில் மாட்டியிருக்கும் இரட்டைப் புலிப்பல் சங்கிலி, காதுகளில் வளையங்கள் இவற்றை எல்லாம் பார்க்கும் போது இந்த உருவத்தை எங்கேயோ பார்த்தது போன்ற ஒரு நினைவு. அடடா! மலர்மங்கையின் அந்த முகம் தெரியாத ஓவியத்தில் இருப்பது விக்கி.

"என்னைக் காப்பாற்றியதற்கு நன்றி."

"ஏன் தனியாக வந்தீர்கள் இளவரசி?"

"நீங்கள் யார்? நான் மலர்மங்கை என்று உங்களுக்கு எப்படித் தெரியும்?"

இடது கைவிரல்களால் அவன் கீழ்உதட்டை மடித்து, ஒரு நிமிடம் என்னைப் பார்த்து யோசித்தான்.

"உங்களிடம் நான் யார் என்று சொல்வதில் தயக்கம் இல்லை. உங்களோடு யாரவது வந்து இருக்கிறார்களா?"

"இல்லை."

"நான் இளநாகன். பெருஞ்சாத்தன் அனுப்பிய ஓவியம்தான் உங்களை அடையாளம் காட்டியது."

"பெரிய நாகன்?"

சிரித்துக்கொண்டே, "பெரிய நாகன் அல்ல. பெருநாகன். அது என் தந்தை."

"ஓவியமா?"

"ஆமாம், உங்கள் உருவ ஓவியம். உங்கள் தந்தை சொல்லவில்லையா? உங்களுடைய ஓவியத்தை அனுப்பி, மணமுடிக்க விருப்பம் இருந்தால், அதுபற்றிப் பேச, அடுத்த முழுநிலவு அன்று வளவன் கோட்டைக்கு வரச்சொல்லி இருந்தார். வருகிறோம் என்று செய்தி அனுப்பினோம். அந்தத் தூதுவன்தான், வளவ நாடு சிறைப்பிடிக்கப்பட்ட செய்தியை எங்களுக்குச் சொன்னான்."

ஓ! கதை அப்படிப்போகுதா! இளநாகன் என்ற ஓர் அழகன் இருக்கிறான் என்று சொல்லவே இல்லையே மலர். ஒருவேளை அவளுக்கே தெரியாதோ? எல்லாப் பரிமாணத்திலும் உனக்கும் எனக்கும் சொந்தம் இருக்கிறது விக்கி என்று நினைக்கும்போதே என் முகம் மலர்ந்தது.

“உங்கள் தந்தையைச் சந்திக்கத்தான் நான் போய்கொண்டு இருக்கிறேன்.”

“நடந்தேவா மலர்மங்கை? எப்படி முடியும்? இரண்டு நாள் ஆகுமே!”

“என் மெய்க்காப்பாளர்கள் குதிரையில் காத்திருக்கிறார்கள். அவர்களைத் தேடித் சென்றபோது, வழி தவறிவிட்டேன். நீங்கள் எப்படி இங்கே?”

“சாளை நாட்டான், போர் இல்லாமலே உங்கள் நாட்டைப் பிடித்துவிட்டான். பெருஞ்சாத்தனைக் கொன்றுவிட்டான், மலர் மங்கையைச் சிறைப்பிடித்துவிட்டான் என்று சொன்னார்கள். அடுத்து குன்ற நாடு தாக்கப்படலாம் என்ற தகவலும் வந்தது. நிலைமையைக் கண்டறிய உங்கள் தலைநகரத்திற்கு உளவு பார்க்க வேடன் வேடத்தில் போய்கொண்டிருக்கிறேன்.

போகின்ற வழியில், இந்தக் காட்டில் ஏதாவது விலங்கு இருந்தால் வேட்டையாடி, நகரத்தில் சென்று விற்பதுபோல போகலாம் என்று தேடிக்கொண்டிருக்கும்போது, இந்தப் புலியைப் பார்த்தேன். புலியுடன், புள்ளிமானும் கிடைத்திருக் கிறது. நீங்கள் எதற்காக என் தந்தையைத் தேடிப் போகிறீர்கள் என்று எனக்குத் தெரியும். எங்கள் படைகளை ஆயத்தமாகத்தான் வைத்து இருக்கிறோம். நீங்கள் உதவி கேட்காவிட்டால்கூட, விரைவில் உங்கள் கோட்டையைத் தாக்கத்தான் முடிவு செய்திருந் தோம்.”

“உங்கள் குன்ற நாட்டு அரண்மனை இங்கிருந்து எவ்வளவு தொலைவில் இருக்கிறது?”

“இந்தக் காட்டைக் கடந்தால், சிருங்குன்ற மலை, அதை யொட்டி எங்கள் எல்லை ஆரம்பிக்கிறது. ஆயர்சேரியில் என் குதிரை இருக்கிறது. குதிரையில் பயணம் செய்தால், நான் இன்று இரவுக்குள் என் மாளிகையை அடைவேன். நாளை மறுநாள் என் படை புறப்பட்டால், ஒரு வாரத்தில் உன் நாடு, உனக்கு கிடைக்கும். அதுவரை நீ எங்கு இருப்பாய் என்பதுதான் என் கவலை மலர்மங்கை.”

“நான் வந்த வேளை முடிந்துவிட்டது. நான் மீண்டும் கோட்டைக்குத் திரும்புகிறேன்” என்று இளநாகனிடம் இருந்து விடைபெற முயன்றேன்.

“அது நல்ல முடிவாகப் படவில்லை மலர்மங்கை. நீங்களாகச் சென்று ஏன் சிறையில் மாட்டிக்கொள்ள வேண்டும்.”

சுரங்கத்தைப் பற்றியும், வர்மன் என்மீது காதல் வயப்பட்டதையும் சொல்வதா, வேண்டாமா என்று ஒரு சிறு குழப்பம்.

“நான் உன்னிடம் சில கேள்விகளைக் கேட்க வேண்டும். கேட்கலாமா மலர்மங்கை?”

எனக்குக் கெட்ட நேரம் தொடங்கிவிட்டது என்று பெருமூச்சுவிட்டு, “கேளுங்கள்” என்றதும், சரமாரியாகக் கேள்விகள் என்னை நோக்கி விழுந்தது. சாளை நாட்டுப் படை வீரர்களின் எண்ணிக்கை என்ன? வளவ நாட்டின் வீரர்கள் ஆயத்தமாக இருக்கிறார்களா? கோட்டையின் சிறையில் இருக்கும் வளவ நாட்டின் வீரர்கள் எண்ணிக்கை என்ன? கோட்டையின் எந்த வாயிலை முதலில் தாக்குவது? என்று கோட்டையைத் தாக்குவது தொடர்பான கேள்விகளைத் கேட்கத் தொடங்கினான். எல்லாக் கேள்விகளுக்கும் நான் திருதிரு என்று விழித்தேன்.

“புலி தாக்கிய அதிர்ச்சியிலிருந்து இன்னும் நீங்கள் மீளவில்லை” என்று சொல்லி அவனே என்னைக் காப்பாற்றினான்.

“ஒன்று செய்யுங்கள் இளவரசி. நான் என் நாட்டுக்குத் திரும்புகிறேன். அவ்வளவு தொலைவு நீங்கள் வர வேண்டாம். உங்கள் கோட்டையை ஒட்டிய நகரத்தில் நீங்கள் யார் வீட்டிலாவது மறைந்து இருங்கள். கோட்டை விடுவிக்கப்பட்டதும், நீங்கள் கோட்டைக்குத் திரும்பலாம்.”

இவனிடம் சுரங்கத்தைப் பற்றி சொல்ல வேண்டாம் என்று முடிவெடுத்து, “இங்கே ஒரு வீரன்சாமி கோயில் இருக்கிறது. நீங்கள் அதற்கு வழிகாட்டினால், என் மெய்க்காப்பாளர்கள் இருக்கும் இடத்திற்கு என்னால் போக முடியும். என்ன அங்கே விட முடியுமா? என் மெய்க்காப்பாளர்கள் உங்கள் கேள்விகளுக்குத் தக்க பதில் சொல்லலாம்.”

“நான் அதைக் கடந்துதான் வந்தேன். அது இங்கிருந்து சற்றுத் தொலைவு. வாருங்கள் நடப்போம். நீங்கள் அங்கிருந்து எனக்கு வழிகாட்டுங்கள். நான் உங்கள் மெய்க்காப்பாளர்கள் இருக்கும் இடத்திற்கே சென்று உங்களை விடுகிறேன்.”

நடந்தோம். இன்னொரு உலகத்தில் பதுமனிடம் இருந்து தள்ளியே நின்றேன். புலி தாக்கிய அதிர்ச்சியில் சற்று எல்லைமீறி விட்டேன். இந்தச் சேதியை நான் எப்படி மலரிடம் சொல்வேன். என் கணவன், இவனைப் போலவே இருப்பான், ஆதலால் வரம்பு மீறிவிட்டேன் என்று சொன்னால், அவள் நம்புவாளா? எப்படி எல்லாம் என்னை சந்தேகிப்பாளோ? குழப்பமாக இருந்தது. இங்கு நடந்ததைப் பொறுத்தவரையில், பெண்ணைவிட, ஒரு ஆணை நம்பலாம். இளநாகன் என்று பெயர் சொல்லிக் கூப்பிட லாம் என்று இருந்தேன். நல்லவேளை கூப்பிடவில்லை.

“நான் ஒன்று உங்களைக் கேட்கவா?”

“கேளுங்கள் இளவரசி.”

“நான் கண் விழித்தபோது, என்னை மீறி நான் நடந்துகொண் டதை நீங்கள் தயவுசெய்து யாரிடமும் சொல்ல வேண்டாம். அதை மறந்துவிடுங்கள்.”

“நான் யாரிடமும் சொல்லவும் மாட்டேன். அதை மறக்கவும் மாட்டேன்” என்று சிரித்துக்கொண்டே என் முகம் பார்க்காமல் நடந்தான்.

போகிற வழியில், நீ ஓவியம் வரைவாயாமே, நன்றாக வாள் சுழற்றுவாயாமே என்று பெண் பார்க்கும் மணமகன் வீட்டாரைப் போல என்னென்னவோ கேட்டான். எல்லாவற்றுக்கும் ‘ம்’ என்று ஒரு எழுத்தில் பதில் சொன்னேன். இவன் பேசப்பேச நான் விக்டருக்கும், பதுமனுக்கும், இளநாகனுக்கும் இருந்த ஒற்றுமை வேற்றுமைகளைப் பட்டியல் போட்டபடி, இவன் கேள்விகளுக்கு எல்லாம் ‘ம்’ சொல்லிக்கொண்டு நடந்தேன்.

ஒருவழியாகக் கோயில் தெரிந்தது. கோயிலுக்குப் பின்புறம் உள்ள பாதை வழியாகச் சென்று அரைமணி நேரத்தில் அந்த மண்டபத்தை அடைந்தோம். அந்த மண்டபத்தை ஒட்டி இரண்டு குடிசைகள். நாங்கள் நடந்து வரும் ஓசை கேட்டு ஒரு குடிசையில்

இருந்து ஓர் ஆள் வெளியே வந்தார். அந்த முகம் நன்றாக நினைவில் இருக்கிறது. என்னைப் பார்த்துக்கொண்டே குதிரை வண்டியை நிறுத்தாமல் போனாரே, அவரேதான்.

பக்கத்து குடிசையில் இருந்த இன்னொருவரை எழுப்பி அவரையும் வெளியே அழைத்து வந்தார். இருவரும் எனக்கு உடல் வளைத்து வணக்கம் தெரிவித்தார்கள். இருவரும் வேட்டுவர்போல உடை அணிந்து இருந்தனர்.

"இவர் இளநாகன். குன்ற நாட்டு இளவரசன்."

முட்டிபோட்டு வணங்கி, "எங்கள் நாட்டை மீட்டுத் தர வேண்டும்" என்று இளநாகனிடம் கெஞ்சிக் கேட்டுக்கொண்டனர்.

"கவலை வேண்டாம். உள்ளே என்ன உணவு என்ன இருக்கிறது?" என்று உரிமையோடு கேட்டான் இளநாகன்.

ஒருவர் வீட்டிற்குள் ஓடிச்சென்று, இரண்டு தாமரை இலைகளில் இறைச்சியும், இரண்டு குடுவைகளில் குடிக்க தண்ணீரும் கொண்டு வந்தார். ஒன்றை நாகனிடம் கொடுத்துவிட்டு, இன்னொன்றை என்னிடம் நீட்டினார். பசி ருசி மட்டும் அல்ல, அது என்ன இறைச்சி என்றுகூடக் கேட்காமல் தின்று முடித்தேன்.

"இளவரசியைப் பார்த்துக்கொள்ளுங்கள். இன்னும் நான்கு நாட்களில் நீங்கள் கோட்டைக்குத் திரும்பலாம். வளவ நாட்டுக் கோட்டையைப் பற்றிய சில கேள்விகள் இருக்கு. உங்கள் இருவரில் கோட்டையை நன்கு அறிந்தவர் யார்?"

"இவனுக்கு நன்கு தெரியும்" என்று வண்டியோட்டியை, இன்னொருவர் காண்பித்தார்.

"நமக்குக் காலம் அதிகமில்லை. வா பேசிக்கொண்டே போகலாம்" என்று வண்டியோட்டியிடம் இளநாகன் அவசரப்படுத்தினார்.

"குதிரை வேண்டுமா இளவரசே?" என்று வண்டியோட்டி கேட்டார்.

"குதிரையைவிட நாம் குறுக்கு வழியில் வேகமாகச் சென்று விடுவோம்" என்று சொல்லி மறுத்து இளநாகனும், வண்டியோட்டியும் விடைபெற்றுச் சென்றார்கள்.

முதன் மொழி 199

அவர்கள் போனவுடன் இன்னொருவர், “நீங்கள் இந்தக் குடிசையில் தங்கலாம். உள்ளே மெத்தை கிடையாது. தரையில்தான் படுத்து உறங்க வேண்டும்.”

“அதுபற்றி எனக்குக் கவலையில்லை. உங்கள் பெயர் என்ன?”

“கொற்றன். உங்களிடம் நான் ஒரு கேள்வி கேட்கலாமா?”

“என்ன?”

“தாரா நீங்கள் யார்? எப்படி எங்கள் இளவரசியைப் போலவே இருக்கிறீர்கள்?”

“என் பெயர் உங்களுக்கு எப்படித் தெரியும்! நான் இளவரசி இல்லை என்று எப்படித் தெரியும்?”

“நானும் சேயனும் இளவரசிக்குப் பத்து வயதிலிருந்து மெய்க் காப்பாளர்களாக இருக்கிறோம். யார் இளவரசி என்று எனக்குத் தெரியாதா?”

“அதோ போனாரே அவர் பெயர் சேயனா?”

“ம்.”

“நான் யார் என்பதை மலர்மங்கை நேரம் வரும்போது சொல்வாள். நான் உள்ளே போகலாமா?”

“தாராளமாக. ஏதாவது ஓசை கேட்டால், நீங்களாவே எழுந்து கொள்ள வேண்டும். நீங்கள் இளவரசியின் அறையில் தூங்கியது போல இங்கே ஆழ்ந்து தூங்கக் கூடாது. கவனமாக இருக்க வேண்டும் பெண்ணே.”

நான் அவரை ஆச்சரியத்துடன் பார்க்க, “நான் உங்கள் அறைக்கு இரண்டு இரவுகள் வந்து இருக்கிறேன். இடியே விழுந்தாலும் உங்களை எழுப்ப முடியாது” என்று உரக்கச் சிரித்துக்கொண்டே சொன்னார்.

அடுத்த நான்கு நாட்களும், கொற்றனுடன் வேட்டைக்குப் போனேன். முயல், மான், காட்டுப் பன்றி என்று எது கிடைக்கிறதோ, அதை வேட்டை ஆடினோம். மூன்று வேலையும் கொற்றன் இறைச்சி சமைத்தார். அவர் கொன்றதை நான் தின்று தீர்த்தேன்.

ஓடையில் நீந்தினேன். புல்லில் படுத்தேன். அரண்மனையில் அத்தனை வசதி இருந்தும், சிறைக்கைதியாக இருந்தேன். அரண் மனை வாழ்க்கையைவிட இந்தக் காட்டு வாழ்க்கை எனக்கு மிகவும் பிடித்துவிட்டது. இங்கிருந்து சிறிது தொலைவில் ஓர் அருவி இருக்கிறது. நிலைமை சற்று சீரடையட்டும், உன்னை நான் அங்கு அழைத்துச்செல்கிறேன் என்று சொல்லியிருக்கிறார் கொற்றன். அவர் என்னிடம் சொந்த மகளைப்போல அன்பு பாராட்டினார்.

புல் அறுத்து மண்டபத்திற்குள் மறைத்துக்கட்டியிருந்த குதிரை களுக்குப் போட்டார். நானும் என்னால் முடிந்த அளவுக்கு அவருக்கு உதவி செய்தேன். அந்தக் குதிரைகள் என்னைவிட உயரமாக இருந்தது. அருகில் சென்று தொட்டுப் பார்க்க ஆசை யாக இருந்தது. ஆனால், கொற்றன் தடுத்துவிட்டார். இவை பொல்லாத குதிரைகள். இந்தக் குதிரைகள்தான் நான் உதவி கேட்டு, நிற்காமல் ஓடிப்போன குதிரைகள் என்று அவற்றின் மீது சிரித்துக்கொண்டே பழிபோட்டார்.

ஐந்தாம் நாள் காலை, சேயன் ஓடி வந்து, "நல்ல செய்தி கொற்றா. குன்ற நாட்டுப் படையும், நமது படையும் சாளை நாட்டுக் கோழைகளைக் கொன்று குவித்து, சிறைபட்ட கோட் டையை மீட்டுவிட்டோம். எஞ்சியிருந்த கோழைகள் தப்பியோடு கிறார்கள். ஆதலால், இந்தப் பெண்ணைச் சுரங்கம் வழியாக அழைத்து வரச் சொன்னார் இளவரசியார். எனக்கு இன்னொரு வேலை இருக்கு. நீங்கள் புறப்படுங்கள்" என்று சொல்லிவிட்டு காட்டிற்குள் மறைந்துவிட்டார்.

"தாரா நடக்க வேண்டாம். நான் குதிரை கொண்டுவரு கிறேன்" என்று சொல்லி மண்டபத்திற்குள் இருந்து இரண்டு குதிரைகளை ஓட்டிக்கொண்டு வந்தார்.

"இது இளவரசியின் குதிரை இடும்பன், மிகவும் பொல்லாதவன். எந்த ஒரு ஆணையும் மேலே உட்கார அனுமதிக்காது. அரசர் உட்பட எந்த ஒரு ஆணும் இதுவரை இவனைத் தொட்டதில்லை. இளவரசிக்கு மட்டுமே கட்டுப்படும். இதன் மீது ஏறி, நானும் சேயனும் கை, கால் உடைத்துக்கொண்டதுதான் மிச்சம். நீங்கள் உட்காருங்கள் பார்க்கலாம். முரண்டு பிடித்தால், நீங்கள் அந்தக்

குதிரையில் வரலாம். நான் நடந்து வருகிறேன்" என்று சொல்லி ஒரு குதிரையின் முன் நின்று அதன் கயிற்றைப் பிடித்தார். நான் மண்டபத்தின் திண்ணையின் மீது ஏறி, குதிரையில் அமர்ந்தேன்.

வெம்பருத்தியைவிட இடும்பன் கொஞ்சம் நல்லவன். ஒரு கனைப்பு கனைத்து, பிறகு அடங்கிவிட்டான். "இடும்பா! இவள் இளவரசி இல்லை. இவள் தாரா" என்று இடும்பனின் முகத்திற்கு முன் நின்று சொன்னார். பிறகு "பெண் என்றால் இடும்பனும் இறங்குவான் போல" என்று சொல்லிக்கொண்டே வில் எடுத்து தோளில் மாட்டிக்கொண்டார். அம்புகள் இருந்த குடுவையை முதுகில் மாட்டிக்கொண்டு, இரண்டு கத்திகளை எடுத்து, ஒன்றை அவர் இடுப்பில் செருகிக்கொண்டார். இன்னொன்றை என்னிடம் நீட்டினார். "வேண்டாம், இது என்னைக் காப்பாற்றாது. இதையும் என்னால் காப்பாற்ற முடியாது. உங்களிடமே இருக்கட்டும்" என்று மறுக்கவே, சிரித்துக்கொண்டே அதையும் இடுப்பில் செருகிக் கொண்டார். இன்னொரு குதிரையில் அவர் அமர்ந்து எனக்கு முன் நடக்க, இடும்பன் அமைதியாகப் பின்தொடர்ந்தான்.

எக்காரணம் கொண்டும் இளநாகனை மீண்டும் ஒருமுறை சந்திக்கவே கூடாது. இளநாகனுக்கும், மலர்மங்கைக்கும் திரு மணம் முடிந்தவுடன், அந்த மண்டபத்தின் அருகில் ஒரு குடிசை அமைத்து பயிர்த்தொழில் பழக வேண்டும். இந்தக் காடு முழு வதும் பழ மரங்கள் வளர்க்கப் போகிறேன். வாள் சுழற்ற, வேல் எறிய, குதிரை ஏற்றம் மற்றும் மலர்மங்கைக்கு என்னவெல்லாம் தெரியுமோ, அதெல்லாமும் கற்றுக்கொண்டு, 'எனக்கும் தெரியும்டி' என்று அவளிடம் காட்ட வேண்டும். சுட்டுப்போட்டாலும் என்னால் ஓவியம் வரைய முடியாது. ஆதலால் அந்தப் பக்கம் போகாமல் இருப்பது ஓவியக்கலைக்கு நல்லது என்று எதிர்காலத் தைப் பற்றிய கனவுகளுடன் கொற்றனைப் பின்தொடர்ந்தேன்.

வீரன்சாமி கோயிலின் பின்புறத்தின் ஒரு மூலையில் குதிரைகள் நின்றன. கொற்றன் கீழே இறங்கி, அவன் குதிரையை அங்கிருந்த ஒரு கல்லில் கட்டிவிட்டு இடும்பனுக்குத் திரும்பி னான். கொற்றன் முதுகில் பாய்ந்த கத்தி, அவன் வயிறு வழி யாக வெளியே தெரிந்தது. நான் ஐயோ! என்று அலறி, அந்தக் கொலைகாரன் யார் என்று பார்த்தேன். கோயிலின் பக்கச்சுவரில்

மறைந்திருந்து, கொற்றனைக் கத்தியால் குத்தி, பிறகு கத்தி யைக் கொற்றனின் உடலில் இருந்து உருவி உறையில் போட்டுக் கொண்டான் வர்மன்.

தரையில் விழுந்த கொற்றனின் முதுகில் கால்வைத்து, இடும்பன் மீது தாவி ஏறினான். என்னைச் சற்று முன்னுக்குத்தள்ளி, குதிரையின் கயிற்றை அவன் பிடித்து அதட்டி ஓட்டினான். ஒரு பத்து அடி கடக்கும் முன்பே வலியில் முனகினான் வர்மன். என் தோள்பட்டை ஈரமாக இருக்கவே, அதைத் தொட்டுப் பார்த்தேன். என் விரல்களில் இரத்தம் தெரிந்தது. கொற்றன் கத்தி எறிந்தாரா, அம்பு விட்டாரா தெரியாது. வேறு யாரவது வர்மனைத் தாக்கினார்களா என்றும் தெரியாது. கொற்றன் என்னவானார் என்று என்னால் திரும்பிப் பார்க்கும் முன்பே, குதிரை நாலு கால் பாய்ச்சலில் ஓடத் தொடங்கியது. கோயிலுக்கு முன் இருந்த ஒற்றையடிப் பாதையைக் கடந்து, வண்டிச் சாலையில் பறந்தது.

"வர்மா நிறுத்து. வர்மா நிறுத்து" என்று நான் கத்திய குரலுக்குச் செவிசாய்க்காமல், இடும்பனைக் கால்களால் தட்டி ஓட்டினான். இவ்வளவு வேகத்தில் ஒரு குதிரை ஓடுமா? வர்மன் ஓட்டுகிறானா, இல்லை வர்மனைக் கீழே தள்ள இடும்பன் ஓடுகிறானா என்றும் தெரியவில்லை. இடும்பன், வர்மனின் கட்டுப்பாட்டில் இல்லை என்று இடும்பன் வேகமெடுப்பதிலிருந்து தெரிந்துகொண்டேன்.

வர்மனும் தப்பித்தால் போதும் என்று இடும்பனைக் கட்டுப் படுத்தாமல் வேகமாக விரட்டினான். அவன் இரு கைகளுக்குள் என்னைச் சிறைப்பிடித்து, கயிற்றைப் பிடித்துக்கொண்டான். என் னால் கீழே குதிக்க முடியாது. அப்படியே குதித்தாலும், என் எலும்பு கூடத் தேறாது. எதிர்வரும் ஏதாவது ஒன்றின் மீது மோதி னால், நாங்கள் மூவரும் உயிர் பிழைக்க முடியாது. அது வர்மனின் வியர்வையா, இல்லை இரத்தமா என்று தெரியவில்லை. என் தோள்பட்டையில் உணர்ந்த ஈரம், என் இடுப்புவரை உணர முடிந்தது.

"வர்மா, என் தோள் வலிக்கிறது. தயவுசெய்து நிறுத்து."

அவன் நிறுத்துவதாக இல்லை. இடும்பனும் நின்றபாடில்லை.

"வர்மா நிறுத்து. நான் இளவரசி இல்லை. அவள் கோட்டையில் இருக்கிறாள்." அவன் எதுவும் பேசவில்லை. அவன் முழுவதுமாக என்மேல் சாய ஆரம்பித்தான். காட்டைக் கடந்து விட்டோம் என்று நினைக்கிறேன். குளிர்ந்த காற்று வீசத் தொடங்கியது. அடர்ந்த மரங்கள் இல்லை. முகத்தில் சாரல் அடித்தது.

நான் எவ்வளவு பின்னுக்குத் தள்ளியும் அவன் என்மேல் சாய்ந்து என்னை முன்னுக்குத் தள்ளினான். மிகவும் சிரமப்பட்டு, கழுத்தைத் திருப்பி அவன் முகத்தைப் பார்த்தேன். கண்களை மூடி, அவன் என்மேல் முழுவதுமாக சாய்ந்திருந்தான். என் இரு கைகளாலும் என் வலு கொண்ட மட்டும் அவன் கைகளைப் பிரிக்கப் பார்த்தேன். முடியவில்லை. இப்போது சாரல் என் மேல் அதிகமாக வீசியது. அருவி விழும் சத்தமும் நன்றாகக் கேட்டது. இடும்பன் நின்றபாடில்லை. என்மீது முழுவதுமாகச் சரிந்துவிட்ட வர்மனை மிகுந்த சிரமத்துடன் தாங்கிக்கொண்டு இருக்கிறேன். இப்போது பக்கவாட்டில் அருவி கண்ணுக்குத் தெரிந்தது. இடும்பன் எங்கு ஓடுகிறான் என்று தெரியவில்லை.

மேடான பகுதியில் ஓடிக்கொண்டு இருந்த இடும்பன், நின்று, முன்னங்கால்களைத் தூக்கி கனைத்தான். பிறகு இடும்பன் உடலை உலுக்கினான். வர்மன் என்னை இழுத்துக்கொண்டு கீழே விழுந்தான். அது மலைச்சரிவு என்பதை கீழே விழும்போதுதான் பார்த்தேன். மிக வேகமாக வர்மன் எனக்குக் கீழே விழுந்துகொண்டு இருந்தான். இடும்பன் எங்களை மலைச்சரிவின் மேல் இருந்து பார்த்தான். நான் காற்றில் கரைய ஆரம்பித்தேன்.

பகுதி 4

பிறவாமை வேண்டும் மீண்டும்
பிறப்புண்டேல் உன்னை என்றும்
மறவாமை வேண்டும்

- பெரிய புராணம்

"அதுக்கு அப்புறம் நீங்க நேரே நம்ம பூமிக்கு வந்துட்டிங்க, அப்படித்தானே தாரா?" கதை கேட்ட களைப்பு தீர தண்ணீர் குடுத்துக்கொண்டே டாக்டர் கேட்டார்.

"பூமிக்கு வந்துட்டியா, அப்படின்னு கேட்டா, ஆமாம்ன்னும் சொல்லலாம், இல்லைன்னும் சொல்லலாம்."

"என்னம்மா தெளிவாக் குழப்பறீங்க."

"எனக்கே குழப்பமாத்தான் இருக்கு டாக்டர். நான் இன்னைக்கி வரைக்கும் அது எப்படின்னு யோசிச்சி, யோசிச்சி, மூளை குழம்பினதுதான் மிச்சம். மூளை குழப்பம்ன்னா உங்க அகராதிப்படி இருக்கிறது இல்லை. தலைவலிதான் மிச்சம்ன்னு சொல்ல வந்தேன்."

"தாரா எனக்கு இன்னும் அரைமணி நேரம் இருக்கு. நீங்க தொடர்ந்து சொல்லலாம். அப்படியே நாம ரெஜினா வீட்டுக்குப் போவோம். தே ஆர் வெரி நைஸ் பீப்பிள். ஒரு சின்ன கேக் சாப்பிட்டு, நீங்க வீட்டுக்குப் போகலாம். இந்த வாரத்திலே ஒருநாள், நாம மீண்டும் சந்திப்போம்."

"இதுவரைக்கும் இவங்க அம்மா இவளுக்கு ஃபோன் பண்ணாதது ஆச்சரியம்தான். நாங்க ஒரு அரைமணி நேரத்திலே கிளம்பறோம் டாக்டர்."

விக்கியைப் பார்த்தா பாவமா இருக்கு. அவன் எப்பவுமே இவ்வளவு நேரம் ஒரு இடத்தில் உட்கார்ந்தது இல்லை.

முதன் மொழி 205

“நான் சௌமிக்கு, சார்ன்னு சொல்லி ஒரு மெசேஜ் போட்டுட்டேன். அப்படியே அம்மாகிட்டே லேட் ஆகும்ன்னு சொல்லச் சொல்லிட்டேன். அரைமணி நேரத்திலே கிளம்பிடுவோம் விக்கி.”

நான் தொடர்ந்து எனக்கு நடந்ததை சொல்லத் தொடங்கினேன்.

ஏதோ ஒரு நகரத்தின் மூலையில், போக்குவரத்து அதிகம் இல்லாத ஒரு சந்தில் இருந்து வெளியே வந்தேன். நான் இருந்த இளவரசிக் கோலம், ஏதோ நாடகத்தில் நடித்துக்கொண்டு இருந்து அப்படியே எழுந்து வந்துவிட்டது போல இருந்தது. நான் அணிந்திருந்த சிவப்பு நிற ஆடை, வர்மனின் இரத்தத்தை மறைத்திருந்தது. கழுத்தில் இருந்து கீழே தொங்கி, சாலையில் புரளும் துணியால் என் மேல்பாகத்தை மறைத்துப் போர்த்திக்கொண்டேன். சாலையின் நடுவில் பள்ளம் தோண்டப்பட்டு மூடாமல் இருந்தது. எடுக்காத குப்பை, காகிதம், பிளாஸ்டிக் பைகள் என்று சகல குப்பைகளும் காற்று வீசியதால் அங்கும் இங்கும் ஓடியது. மூடப்படாமல் இருந்த சாக்கடை நாற்றம் வேறு. ஒருவேளை நான் சென்னைக்குத்தான் திரும்பிவிட்டேனா என்று சந்தேகமாக இருந்தது.

சிறிது தூரம் அந்தச் சாலையில் நடந்தேன். சாலையின் ஓரத்தில் ஒரு டீக் கடை. அந்தக் கடையின் பெயர்ப்பலகை வாகனப் புகையாலும், அந்தப் பலகையின் கீழ் இருந்த அடுப்பின் புகையாலும் அழுக்கேறி இருந்தது.

தென்றல் டீ ஸ்டால்,

34/4 கற்பக விநாயகர் தெரு,

தண்டையார் பேட்டை,

சென்னை 21.

என்று படித்ததும் மகிழ்ச்சியால், குழந்தையைப் போலத் துள்ளி, வெளி அடுப்பில் பஜ்ஜி சுட்டுக்கொண்டிருந்தவரிடம், "அண்ணா இது சென்னையா?" என்று கேட்டேன்.

என்னை ஏற இறங்கப் பார்த்துவிட்டு, "ஆமாம், இப்படியே எண்ணூர் தாண்டிப் போனா ஆந்திரா பார்டர் வரும்."

ஏன் அப்படி சொன்னாருன்னு தெரியாது. "இங்கே டேக்சி கிடைக்குமா அண்ணா?"

என்னை விழுங்கிவிடுவது போல பார்த்துவிட்டு, "மெயின் ரோட்டுக்கு இப்படிப் போ" என்று கண் இமைகளைத் தூக்கி வழி சொன்னார்.

"தேங்க்ஸ் அண்ணா" என்று சொல்லிவிட்டு அந்த ஜிகினா பாவாடையை தூக்கிப் பிடித்துக்கொண்டு ஓடினேன். அந்தச் சாலையில், பஸ் போக்குவரத்து அதிகம் இருந்தது. இங்கிருந்து வேளச்சேரிக்கு எப்படிப் போவது. பஸ்ஸில் போவது சாத்திய மில்லை. அப்போது வாடகை என்று பெயர் தாங்கிய கார் ஒன்று சாலையின் ஓரம் நின்றது. அதில் பயணம் செய்தவர் இறங்கிவிடவே, அந்த டிரைவரிடம் "வேளச்சேரி" என்றேன்.

"அது ரொம்ப தூரம் மேடம்" என்று யோசித்தார்.

"ப்ளீஸ் அண்ணா."

"சரி வாங்க. கார்டா, கேஷ்ஷா?"

"கேஷ்" என்று சொல்லி என் விலாசம் சொன்னேன். மீண்டும் சென்னையைப் பார்ப்பதில் அவ்வளவு மகிழ்ச்சி. நாள், கிழமை ஒன்றும் தெரியாததால், "அண்ணா, இன்னைக்கு என்ன தேதி?"

"ஜனவரி 24."

எனக்கு இன்னைக்குத் திருமண நாள். ஒரு வருடம் ஆகி விட்டதா? குழப்பமாக இருந்தது. போன ஜனவரி 24இல் திருமணமாகி, இரண்டு வாரம் கழித்து ஹனிமூன் சென்று, நான் காணாமல்போய் ஒரு வருடம் ஆகிறது.

"அண்ணா கொஞ்சம் உங்க ஃபோன் தரீங்களா ப்ளீஸ். ஒரு லோக்கல் கால்."

அவரிடம் இருந்து செல்ஃபோனை வாங்கி, விக்கியின் எண்ணை அழுத்தினேன். அந்த எண்ணை எப்படி மறக்க முடியும்? மறு முனையில் யாரோ ஒரு பெண் எடுத்து இந்தியில் பேசினாள். 'விக்டர், விக்டர்' என்றேன். அந்தப் பெண் மீண்டும் 'கோன் ஹை' என்று கேட்டுவிட்டு ஃபோனை நிறுத்திவிட்டாள். இந்த எண்ணை மாற்றி இருக்க மாட்டானே. ஒருவேளை விக்டர் வேறு ஒரு பெண்ணைத் திருமணம் செய்துகொண்டானா? மனைவி காணாமல்போன ஒரு வருடத்தில் ஒருவன் இன்னொரு திரு மணம் செய்துகொள்வானா? அவன் ஆண், மனைவி இறந்த

மறுமாதமே செய்துகொள்ளலாம். இருக்காது, ஒருவேளை நான் இறந்தவுடனே, அவனும் இறந்துவிட்டு, அவனுடைய இந்த எண், வேறு யாருக்கோ கொடுக்கப்பட்டதோ? நினைக்கவே அடிவயிறு கலங்கியது.

அம்மாவின் எண்ணுக்கு அழுத்தினேன்.

"அலோ யாருங்க. நான் கவிதா பேசுறேன்."

அம்மாவின் குரலைக் கேட்டதும், நெஞ்சு கனத்து, அழுகின்ற குரலில், "அம்மா, நான் தாரா பேசுறேன்."

"சொல்லுடி. எத்தனை மணிக்கு வர? சௌமி வந்து இருக்கா. எல்லோரும் உனக்காகத்தான் வெயிட்டிங்."

"அம்மா. நான் தாராம்மா."

"கேக்கலையா. சரி வா. அடுப்படியிலே வேலை இருக்கு."

அம்மா மனநிலை தவறியவர்போல பேசுகிறார். நான் இறந்த சோகத்தில் மனநிலை தவறியதோ? அப்பா இருக்கிறாரா, இல்லை அவருக்கும் ஏதாவது? நினைக்கவே பயமாக இருந்தது. என்னை நேரே பார்த்தால், அம்மாவின் நிலைமை மாறலாம். ச்சே ஒரு சிறு தவறு. அந்தப் பள்ளத்தில் நான் ஓடாமல் இருந்தால் நான் விழுந்திருக்க மாட்டேன். எனக்கும், என்னைச் சார்ந்தவர்களுக்கும் எவ்வளவு தொந்தரவு கொடுத்துவிட்டேன். அழுகை முட்டிக் கொண்டு வந்தது. ஃபோனை அவரிடம் கொடுத்துவிட்டு, சாலை ஓரத்தை வேடிக்கை பார்த்தேன். சாலை ஓரத்தில் ஒட்டப்பட்ட ஒரு சுவரொட்டியில், 'உலகநாயகன் தனுஷ் மன்றம் சார்பாக ஹாப்பி நியூ இயர் 2026' என்று தெரிந்தது. என்னது 2026ஆ?

"அண்ணா, இது என்ன வருஷம்?"

"என்னம்மா ஆச்சு உங்களுக்கு? முதல்லே டேட் கேட்டிங்க, இப்போ வருஷம் கேக்கறீங்க? இது 2026."

நான் அவருக்குப் பதில் சொல்லாமல் அதிர்ச்சியானேன். 2022இல் காணாமல் போனேன், நான்கு வருடம் ஓடிவிட்டதா? அப்படி என்றால் என் சந்தேகம் எல்லாம் சரிதான். என் விக்கிக்கு ஏதோ நடந்துவிட்டது. நான் எந்த உலகத்திற்குச் சென்றாலும் என்னை சோகம் விடாமல் துரத்துகிறதே. நான் எந்த உலகத்திலும்

நிம்மதியாக வாழவில்லையே. கொலை, மரணம், போர் என்று எல்லா இழவுகளையும் சந்தித்துவிட்டேன். திரும்பிவந்தால் அதை விட எனக்கு இங்கே இவ்வளவு பெரிய அதிர்ச்சிகள் காத்திருக் கிறது. அம்மா என் சின்ன வயசிலே சொல்லுவியே. எம் பொண்ணு தாரா அதிர்ஷ்டக்காரின்னு. பார்த்தியா தாராவோட அதிர்ஷ்டத்தை என்று கதறி அழணும் போல இருந்தது.

என் தெரு முனைக்கு கார் திரும்பியது. ஏனோ அந்த பீலா பிரேமின் வீட்டைத்தான் பார்த்தேன். அவன் அங்கு இல்லை. எங்க காருக்கு முன்னாடி இன்னொரு கார் அந்தக் குறுகிய தெருவில் செல்லவே, எங்க கார் மெதுவாக அதைத் தொடர்ந்தது. முன் சென்ற கார் சரியாக என் வீட்டு வாசலில் நின்றது. இதற்கு முன் நான் அந்த காரைப் பார்த்தது கிடையாது. ஒருவேளை, என் குடும்பம் வேறு விலாசத்திற்கு மாறிவிட்டார்களோ என்று சந்தேகம் வந்தது.

எதிர் வீட்டின் இரும்புக் கதவின் கம்பிகளுக்கு இடையே தலையை வெளியே நீட்டி, மேக்னா குரைக்க ஆரம்பித்தாள். அவளுக்கு வயதாகிவிட்டது. அந்தக் குரலில் பழைய ஆக்ரோஷம் இல்லை.

“ட்ரைவர் அண்ணா, நீங்க அந்த காருக்கு இந்தப் பக்ககமாக, எதிர் வீட்டுப் பக்கமா நிறுத்துங்க.”

என் வீட்டின் முன் நின்ற காரையும், நான் வந்த காரையும் மேக்னா தலையைத் திருப்பித்திருப்பிப் பார்த்தாள். குரைப்பதை நிறுத்திவிட்டு, வேடிக்கை பார்க்க ஆரம்பித்தாள்.

காரைவிட்டு இறங்காமல், என் வீட்டைப் பார்த்தேன். அம்மா வீட்டில் இருந்து ஓடி வந்தார். அப்பா மேல்சட்டை அணியாமல், வீட்டின் காம்பவுண்டு சுவற்றில் கை வைத்து, பக்கத்துக்கு வீட்டு அங்கிளுடன் பேசிக்கொண்டு இருந்தார். அப்பாடா, யாவரும் நலம். போன உயிர் திரும்பி வந்தது.

பக்கத்தில் நிறுத்தப்பட்ட காரில் இருந்து முதலில் விக்கி இறங்கி வெளியே வந்தான். ‘விக்கி’ என்று கத்த வேண்டும் போல இருந்தது. அதற்குள், பக்கத்து இருக்கையில் அமர்ந்து இருந்த பெண், கைக்குழந்தையுடன் இறங்கினாள். ஒருவேளை,

சௌமியாக இருக்குமோ என்று என் முகத்தை ஒரு கையால் மறைத்துக்கொண்டு, பார்க்க ஆரம்பித்தேன். உள்ளிருந்து ஓடி வந்த அம்மா, குழந்தையை வாங்கிக்கொண்டு, 'டேய் கண்ணா, பாட்டி சொல்லு' என்று கொஞ்சத் தொடங்கிவிட்டார்.

பக்கத்து வீட்டு அங்கிள், "வாம்மா தாரா, சௌக்கியமா? டாக்டர் விக்டர் எப்படி இருக்கீங்க?" என்று உரக்கக் கேட்டது, எனக்கும் கேட்டது.

"நல்லா இருக்கோம் அங்கிள். நீங்க எப்படி இருக்கீங்க?" என்று என் குரலில் பேசினாள்.

எனக்குத் தூக்கிவாரிப் போட்டது. அந்தப் பெண்ணை உற்றுப் பார்த்தேன். அது நான்தான். வேறு எந்த பெயரிலும் இல்லாது, விக்டருக்கு மனைவியாகவும், என் பெற்றோருக்கு மகளாகவும், தாராவாகிய நான், தாராவாகவே என் வீட்டிற்குள் செல்கிறேன். வெளி வாசலில் காலணிகளைக் கழற்றிவிட்டு, தாரா தலையைத் திருப்பி, காருக்குள்ளே உட்கார்ந்திருந்த என்னைப் பார்த்து சிரித்துவிட்டு, பின் வீட்டிற்குள் போனாள்.

"உள்ள போங்க வரேன்" என்று சொல்லிவிட்டு, "போன கவர்ன்மெண்ட் என்ன பண்ணுச்சோ, அதையேதான் இவங்களும் பண்றாங்க. என்ன வித்தியாசம் இருக்கு?" என்று அரசியல் பேசிக்கொண்டு இருந்தார் அப்பா.

"இறங்குங்க" டிரைவர் அவசரப்படுத்தினார்.

"அண்ணா, அட்ரஸ் தப்பா வந்துட்டோம்ன்னு நினைக்கிறேன்."

"நீங்க சொன்ன அட்ரஸ் இதுதாம்மா."

"அட்ரஸ் சரிதான். வீட்லே வேற யாரோ இருக்காங்க."

"சரி, வேற எங்கே போகணும்?"

"பக்கத்தில் ஒரு உயரமான ஒரு இடம் இருக்கு. அங்கே போங்க."

4.3

“நீங்க என்ன சொல்றீங்க தாரா? குழப்பமா இருக்கு.”

“சொல்ற எனக்கே குழப்பமா இருக்கு டாக்டர். கேட்கிற உங்களுக்குக் குழப்பம் இருக்காதா?”

“நீங்க ஒரு நான்கு வருடம் கழிச்சித் திரும்பி வந்தீங்களா? அது இந்தப் பூமிதானா? இல்லை வேறவா?”

“அச்சு அசல் மாறாம அந்தப் பூமி அப்படியே நம்ம பூமி மாதிரியே இருந்தது. அதே தெரு, அதே வீடு, அம்மா, அப்பா, விக்கி, பக்கத்துக்கு வீட்டு அங்கிள், மேக்னா எல்லோரும் அப்படியே இருந்தாங்க. அவ்வளவு ஏன், நானே அங்கே தாரான்னு இருக்கேன். இதை யோசிச்சியோசிச்சி தலைவலி வந்ததுதான் மிச்சம். அப்படியிருந்தாலும் ஒரு சந்தோசம். அங்கே யாவது தாரா, அவளுக்குப் பிடிச்ச விக்கியோடு, ஒரு குழந்தை யோடு சந்தோசமா இருக்கா.” ஆள்காட்டி விரலால் கண்ணின் கீழ் இமைகளைக் கீழே இழுத்து, பொங்கி வந்த கண்ணீரை அடக்கிக்கொண்டேன்.

டாக்டர் ஒரு பெருங்குழப்பதில் இருக்கிறார் என்று தெரிகிறது. கேள்வி கேட்பதை நிறுத்திவிட்டார். விக்டர் கையை அவன் வாயருகில் கொண்டுவந்து ஒரு சிறு இருமல் இருமினான்.

டாக்டர் தொடர்ந்தார், “மிச்சம் இருக்கிற உங்கக் கதையை நான் சொல்றேன் தாரா. அந்த டாக்சிகாரன் உங்களை ஒரு உயர மான இடத்திற்குக் கூட்டிகிட்டுப் போனான். வழக்கம்போல நீங்க அங்கிருந்து கீழே விழுந்தீங்க. வழக்கம்போல அந்த புகை, கோணல் கோடுகள் உங்களைக் காப்பாத்தி இங்கே விட்டுட்டாங்க. சரிதானே?”

“கொஞ்சம் சரி. நான் போன வண்டி ஆக்சிடெண்ட் ஆயிடுச்சி. கண் விழிச்சிப் பார்த்தா, ஒரு மருத்துவமனையின் நாலாவது மாடியில் இருந்தேன். அங்கிருந்துதான் கீழே குதித்தேன்.

நான் மீண்டும் கண் விழிச்சா, இமயமலையில் உள்ள ஒரு பழங்குடியினரின் வீட்டுக் கட்டிலில் இருந்தேன். அந்த இளவரசி துணி எல்லாம் கிழிஞ்சு ஓரமா இருந்தது. பழங்குடியினர் உடையை நான் போட்டு இருந்தேன். இப்போ அதுக்கு விக்கி ஒரு சயின்டிஃபிக் விளக்கம் சொல்லுவான் பாருங்க."

விக்கி அமைதியாக இருந்தான். "சொல்லு விக்கி."

"டாக்டர், இவ இமய மலையின் ஒரு பள்ளத்தில் இருந்து கீழே விழுந்தாளா. என்னாலே கீழே பார்க்க முடியவில்லை. போலீஸுக்குத் தகவல் சொன்னேன். அவங்களாலும் தேட முடியல. ராணுவ ஹெலிகாப்டர் கொண்டு தேடினோம். தாராவோட உடல்கூட கிடைக்கல. கீழே விழுந்த மூணாவது நாள், ஒரு தகவல் வந்தது. இவ கீழே விழுந்த இடத்தில இருந்து, ஒரு இருநூறு அடிக்கு மேலே, ஒரு பழங்குடியினர் கிராமம் இருக்கு. அவங்க ஒரு பனிச்சரிவில் நினைவில்லாமல் இருந்த இவளைக் கண்டுபுடிச்சி வீட்லே கொண்டுபோய் வச்சி இருந்தாங்க. இவ விழும்போது வேகமாக அடிச்ச மேல்காற்று, இவளை மேலே தூக்கிக்கிட்டுப்போய் போட்டு இருக்கு. அப்படித்தான் அதி காரிகள் விளக்கம் கொடுத்தாங்க. எப்படி இருந்தாலும், இவ காணாமப்போனது மொத்தமே மூணு நாள்தான். இந்த மூணு நாளிலே, இவ இவ்வளவு கதை சொல்றா."

"டோன்ட் வொரி விக்டர். என்ன ஒரு ஆறுதல்ன்னா, தாரா ரொம்பத் தெளிவா, கோர்வையா பேசுறாங்க. சிலர் ஒண்ணுக்கு ஒண்ணு தொடர்பில்லாம பேசுவாங்க. சிலர் விரக்தியில் பொருட் களை எல்லாம் சேதம் பண்ணுவாங்க."

"அதுவும் நடந்தது டாக்டர் எங்க வீட்லே. அதுக்குதான் நாங்க பயந்துபோய் இங்கே வந்து இருக்கோம்."

"அப்படியா?"

"நேத்து நான் இவங்க வீட்லேதான் இருந்தேன். நான் வெளியே உட்கார்ந்து இருந்தேன். இவ அறையிலே இருந்து சத்தம். ஐயோ விக்கி. அது இங்கேயும் வந்து விட்டதுடா. அது என்னைக் கூட்டிக்கிட்டு போயிடும்டான்னு உரக்கக் கத்தி ஒரே ரகளை. இவளைப் பிடிக்கவே முடியல. இவ திமிறிக்கிட்டு அறைக்கு வெளியே ஓடி, அடுத்த அறையில் இருந்த ஒரு சுத்தியலை

கொண்டு வந்தா. தரையில் இருந்த கண்ணாடியாலான ஒரு பொருளை, பலம் கொண்டு வேகமாக அடித்து நொறுக்கினாள். அடிக்கும்போது, 'போயிடு, என்னைவிட்டு போயிடு' அப்படின்னு பெருங்குரல் எடுத்து சத்தம் போட்டு ஆர்பாட்டம் செஞ்சா. அக்கம் பக்கத்தில் இருந்து ஆட்கள் வந்து என்ன ஏதுன்னு விசாரிக்கும்படி வச்சிட்டா. நேத்தைக்கு பௌர்ணமி, அதான் இப்படின்னு பக்கத்தில் இருக்கிறவங்க பேசிக்கிட்டே போனாங்க. இப்போ தெளிவாத்தான் பேசுறா. இருந்தாலும் எங்களுக்குக் கொஞ்சம் பயமா இருக்கிறதனாலே உங்ககிட்டே வந்தோம்."

டாக்டர் ஆச்சரியத்துடன், "அப்படியா? தாரா அதுக்கு என்ன பதில் சொல்லப்போறீங்க?" என்று என்னைப் பார்த்து கேட்டார்.

நான் அமைதியாக இருந்தேன்.

"தட்ஸ் ஆல் ரைட் தாரா. உங்களுக்கு என்ன தோணிச்சோ, அல்லது உங்களுக்கு என்ன சொல்லணும்ன்னு தோணுதோ அதை தாராளமாகச் சொல்லுங்க."

"டாக்டர், நான் முதன் முதலில் ஒரு விண்கலத்தில் இருந்தேன்னு சொன்னேன் பாருங்க."

"ஆமாம்."

"அந்த இடத்திலே, என்னைச் சுற்றி, ஒரு கையில் பிடிக்கிற அளவுள்ள கண்ணாடிப் பந்துகள், அந்த புகைக் கோடுகள் வரும் போது எல்லாம் உருண்டு ஓடுச்சி. அதேபோல ஒரு கண்ணாடி உருண்டை ரெமியின் சமையல் அறையில் ஒரு கண்ணாடி அல மாரியில் அழகுக்காக வைக்கப்பட்டு இருந்தது. இடும்பன் தள்ளி விட்டு மலைச்சரிவில் கீழே விழுந்தேனே, அப்படி விழும்போதும் அதுமாதிரி ஒரு கண்ணாடிப் பந்து எங்க கூடவே விழுந்தது.

மருத்துவமனையில், நாலாவது மாடியில், என் கட்டிலுக்குப் பக்கத்தில் உள்ள மேசைமீது அதே மாதிரி ஒரு கண்ணாடிப் பந்து பேப்பர் வெய்ட்டாகப் பார்த்தேன். அந்த மருத்துவமனை இருந்த பூமியில் ஏற்கனவே, தாராவும், விக்டரும் இருக்கவே, எனக்கு அங்கு வாழப் பிடிக்கவில்லை. நானே அந்தக் கண்ணாடி உருண்டையை எடுத்துக்கொண்டு, எப்படியும் இது என்னைக் காப்பாற்றும் என்ற நம்பிக்கையில் கீழே குதித்துவிட்டேன். அது எல்லாம் முடிந்து போச்சு. நான் விக்கியிடம் திரும்பிட்டேன்

அப்படின்னு இருந்தா, அந்த உருண்டை நேத்து என் கட்டிலுக்குக் கீழே உருண்டு ஓடிச்சு. நீ என்னை இப்படியே நாடோடி மாதிரி ஓட வச்சிக்கிட்டு இருக்கேன்னு, அதை அடிச்சி ஒடைச்சிட்டேன். சுத்தமா தூள்தூளா நொறுங்கிப்போச்சு. இனிமே அது வராதுன்னு நினைக்கிறேன். அப்படியே வந்தாலும், உடைக்கிறதுன்னு முடிவு பண்ணிட்டேன். அது என்னை இன்னோரு உலகத்துக்குக் கூட்டிட்டுப் போறதுக்கு விட மாட்டேன்."

டாக்டர் தன் வலது கை விரல்களால் நெற்றியை நீவி விட்டுக் கொண்டே, இடது கையில் கட்டியிருந்த கைக்கடிகாரத்தில் மணி பார்த்தார். பிறகு, "நீங்க அந்தப் பொருளைப் பார்த்தீங்களா விக்டர்?"

"உடைஞ்சி போனதுக்கு அப்புறம்தான் சார் பார்த்தேன். அது ஏதோ, கிஃப்ட் கொடுத்த பொருள் மாதிரி இருந்தது. அந்த உடைந்துபோன கண்ணாடி யார் காலிலாவது குத்திவிடப் போகுதுன்னு நான்தான் கூட்டி வாரினேன். அந்தக் கண்ணாடி ரொம்ப பளபளப்பா இருந்தது. நான் அதை குப்பையிலே தூக்கிப் போடல. அது இங்கே என் பையிலேதான் இருக்கு."

"எடுங்க பார்க்கலாம்."

"டேய். இங்கே எதுக்குடா கொண்டு வந்தே அந்தச் சனியனை" நான் அலறினேன்.

"காம் டவுன் தாரா. காம் டவுன். எடுங்க பார்க்கலாம் விக்டர்."

ஒரு செய்தித்தாளில் கட்டிவைத்து இருந்த ஒரு பொட்டலத்தை எடுத்து மேசைமீது வைத்துப் பிரித்தான்.

"இதை தூக்கிப்போய் வெளியிலே போடுடா" நான் மீண்டும் உடல் நடுக்கத்தோடு அலறினேன்.

'ஏம்மா, இதுக்காம்மா இந்த ரகளை' என்பது போல டாக்டர் என்னைப் பார்த்தார்.

நான் அவரைப் பார்த்து, பிறகு அந்தப் பொருளை உற்றுப் பார்த்தேன்.

உடைந்த கண்ணாடித் துகள்கள் மெதுவாக ஒன்றுடன் ஒன்று சேர ஆரம்பித்தது.

“விக்கி. இங்கே பாருடா, இங்கே பாருடா” என்று கத்திக் கொண்டு நாற்காலியில் இருந்து எழுந்துவிட்டேன். விக்கியும், டாக்டரும் அதைப் பார்த்து பயந்து, நாற்காலியை விட்டு எழுந்து நின்றனர். அந்தச் செய்தித்தாளை அப்படியே வாரிச் சுருட்டினேன்.

“விக்கி இந்தப் பேய் என்னைக் கூட்டிகிட்டுப் போயிடும் போல இருக்குடா. இந்தச் சனியனைத் தூக்கி நான் வெளியிலே வீசுறேன்” அப்படின்னு பயத்திலே கத்திக்கிட்டே, அதைத் தூக்கிக்கொண்டு வெளியே ஓடுகிறேன்.

என்ன செய்வது என்று அறியாது திகைத்த விக்கி, “தாரா நில்லு. தாரா நில்லு” என்று கத்திக்கொண்டே என் பின்னால் ஓடி வருகிறான். அவனுக்குப் பின்னால் டாக்டர் ஓடி வருகிறார். அந்த இரண்டாம் மாடியில் இருந்து எதையும் வெளியே தூக்கி வீச முடியவில்லை. படிக்கட்டு வழியாக நான் கீழ்த்தளத்திற்கு ஓடுகிறேன்.

வெள்ளை நிறப் புகை அந்தப் படிக்கட்டுகளில் பரவியது. புகையினூடே கோணலாக சில கோடுகள் பளிச்பளிச் என்று மின்னியது. அடுத்த வினாடி தாராவைக் காணவில்லை. சில வினாடிகளில் புகையும் மறைந்துபோனது. விக்டரும், டாக்டரும் கீழ்த்தளத்திற்கு ஓடினர்.

‘தாரா, தாரா’ என்று யாரோ பெருங்குரல் எடுத்து கதறி அழுவதைக் கேட்டு, டாக்டர் வசந்தகுமாரியும், நர்ஸ்களும் அவரிடம் இருந்த சில நோயாளிகளும் வெளியே வந்தனர்.

கால் முட்டிகளை தரையில் ஊன்றி உட்கார்ந்து, ‘தாரா, தாரா’ என்று கதறும் விக்டரின் நிலையைப் பார்த்த வசந்தகுமாரி, “பேஷண்ட்கூட யாரும் வரலியா ரவீந்திரன்?” என்று ரவீந்திரனிடம் கேட்டார்.

மனநிலை மருத்துவர் ரவீந்திரன் அவருக்குப் பதில் சொல்லாமல், அவரிடம் ஆலோசனைக்கு வரும் ஒரு நோயாளியைப் போல தலையை மேலும் கீழும் ஆட்டி காற்றில் தாராவைத் தேடிக்கொண்டிருந்தார்.

●

கோணல் கோடுகள்...